நெஞ்சில் கனல் மணக்கும் பூக்கள்

மணிமேகலை

பாகம் 2

நெஞ்சில் கனல் மணக்கும் பூக்கள்

மணிமேகலை

பாகம் 2

அ. மார்க்ஸ்

எழுத்து பிரசுரம்

Title: Manimekalai (Part -2)
Author's Name: A. Marx

Published by Ezutthu Prachuram

Ezutthu Prachuram
(An imprint of Zero Degree Publishing)
No. 55(7), R Block, 6th Avenue,
Anna Nagar,
Chennai - 600 040

Website: www.zerodegreepublishing.com
E Mail id: zerodegreepublishing@gmail.com
Phone : 89250 61999

Ezutthu Prachuram First Edition: January 2025

ISBN: 978-93-48439-15-4

TITLE NO EP : 558

Rs. 290/-

Layout: G.Selvakumar
Cover Design: Negizhan
Printed at Rathna Offset, Chennai, India

பொருளடக்கம்

பகுதி - 3

மணிமேகலை – ஓர் எளிய முன்னுரை

தொடர்ந்து பத்திரிகைகளிலும், விரிவான நூலாக்கங்களாகவும், முக்கிய கட்டுரைகளாகவும் எழுதிக்கொண்டிருந்த நான் வயது முதிர்ப்பின் பின்னணியில் சற்றே ஓய்வெடுத்துக்கொண்டுள்ள நிலையில் அதை மீறி, மிக்க உற்சாகத்துடன் தற்போது உங்கள் முன் வைக்கிற ஆக முக்கியமான ஒரு நூற்குறிப்பு இது. மணிமேகலையின் மீது மிகச் சிறுவயதிலிருந்து எனக்கு மிக்க ஆர்வம் உண்டு. அதற்குக் காரணமாக இருந்தது என் அன்புத் தந்தை. மிகச் சிறுவயதில் ஒரு குழந்தைத் தொழிலாளியாய்ச் சென்று பின்னாளில் மலேசியக் கம்யூனிஸ்ட் கட்சியில் செயல்பட்டவர் அவர். அப்போது புகழ்பெற்ற இந்தியக் கம்யூனிஸ்ட் கட்சித் தலைவர்களில் ஒருவரான திரு கே.டி.கே தங்கமணி அவர்கள் தாய்த் தமிழ்நாட்டில் இருந்து மலேசியா வந்து அன்று அங்கு தீவிரமாகச் செயல்பட்டுக்கொண்டிருந்த கம்யூனிஸ்ட் கட்சியின் செயல்பாடுகள் குறித்து ஆராய்ந்துள்ளார். அப்போது சுமார் ஒருமாத காலம் என் தந்தையின் பொறுப்பில் அவர் அங்கு மலேசியக் கம்யூனிஸ்ட் கட்சி அலுவலகத்திற்கு வந்து போயுள்ளார். அவரின் ஊடாகத்தான் என் தந்தை மணிமேகலைக் காப்பியம் குறித்து முதன் முதலில் அறிந்துள்ளார்.

தங்கமணி அவர்கள் தமிழ் மண்ணில் இறுதிவரை மணிமேகலைக் காப்பியம் குறித்து எழுதியும் பேசியும் கொண்டிருந்தவர் என்பதை

யாரும் எளிதில் மறந்துவிட இயலாது. மணிமேகலையின் முக்கியத்துவத்தை தமிழ் மண்ணில் பதித்ததில் தங்கமணி அவர்களுக்கு ஒரு முக்கிய பங்குண்டு. ஆழமான ஆய்வுரைகள் என்கிற அளவில் இல்லாத போதும் மணிமேகலைக் காப்பியத்தை அக்கால கட்டத்தில் தமிழ் மண்ணில் தொடர்ந்து முன்வைத்தவர் என்கிற வகையில் தங்கமணி அவர்களை யாரும் அத்தனை எளிதாக மறந்து விட இயலாது. தமிழகத்தில் நல்ல ஒரு சட்டமன்ற உறுப்பினராகச் செயல்பட்ட அவர் ஒரு வசதி மிக்க இல்லத்தில் பிறந்தவராயினும் தன் இறுதி நாட்களில் சென்னையில் உள்ள கம்யூனிஸ்ட் கட்சி அலுவலகத்தில் இருந்து அங்கேயே இறந்தவர் அவர். மணிமேகலை குறித்து எழுதும் இந்நாளில் தங்கமணி அவர்களை நாம் நினைவு கொள்ளாமல் இருக்க முடியாது.

ஐம்பெரும் காப்பியங்களில் ஆக முக்கியமான ஒன்று என மணிமேகலைக் காப்பியம் ஏற்கப்படாத ஒரு சூழல் ஒரு காலத்தில் சனாதனிகள் மத்தியில் இருந்தபோதும் காலப் போக்கில் அன்று மணிமேகலைக் காப்பியத்தை அத்தனை எளிதில் குறைத்துச் சொல்லிவிட இயலாத நிலை தமிழ் உலகில் எல்லாக் காலங்களிலும் இருந்ததையும் உணர்கிறோம். சாத்தனார் என்கிற தமிழ்ப் பேரறிஞரால் உருவாக்கப்பட்ட இம் மகாகாவியம் முழுமையிலும் பல வகைகளில் தமிழ் மற்றும் தமிழக அடையாளங்களை உயர்த்திப் பிடித்தவராக நாம் பேரறிஞர் சாத்தனாரைக் காண்கிறோம். ஏன் இவ்வளவு விளக்கமாக அன்றைய இச் சூழல் குறித்துக் குறிப்பிட வேண்டி உள்ளது என்றால் மணிமேகலை பவுத்த சிந்தனைகளை மிகத் தீவிரமாகவும் ஆழமாகவும் முன் வைத்த ஒரு மகா காப்பியம் என்கிற வகையில் இங்குள்ள சனாதனப் பார்வையாளர்களால் பேரச்சத்துடனும் கொடு வெறுப்புடனும் அணுகப்பட்ட ஒரு நிலையும் அன்று இருந்தது என்பதுதான். இப்படியான எதிர்ப் பார்வைகள் அன்று இருந்தபோதும் நம் தமிழ்மண் தனது மணிமேகலையைக் கைவிடவில்லை. மிக விரைவில் புதிய அச்சுக்கலைகளின் ஊடாக உ..வெ.சாமினாதர் உட்பட தமிழர்கள் பலரும் இம் மஹா காவியத்தை ஏற்றுக் கொண்டாடும் நிலை ஏற்பட்டது. இந்திய மண்ணில் மட்டுமின்றி உலகளவில் அறியப்பட்ட ஒரு முக்கிய தமிழ்க் காவியமாகவும் இன்று அது ஆகியுள்ளதை ஆனே மோனியஸ் போன்ற அறிஞர்கள் நிறுவியுள்ளனர்.

மணிமேகலைக் காப்பியம் நம்மை ஈர்ப்பதற்குப் பல நியாயங்கள் உண்டு. மக்கட்திறள் மிக்க நம் நாடு சற்றே வறுமை மிக்க ஒன்றாகவும் உள்ள நிலையை ஏற்றுக்கொண்ட ஒரு மகா காப்பியம் இது.

“அறமெனப் படுவது யாதெனக் கேட்பின் மறவாது இது கேள். மன்னுயிர்க் கெல்லாம் உண்டியும், உடையுளும் அல்லது கண்டதில்லை” - என முன்வைத்து எளிய மக்களின் பசிப்பிணி நீக்கலுக்கு முக்கியத்துவம் அளித்த இந்த காப்பியத்திற்கு இணையாக எதையும் சொல்ல இயலாது.

தமிழ்ப் பேரறிஞர் சாத்தனார் குறித்து நமக்கு விரிவான தகவல்கள் இன்று இல்லாமற் போனது ஒரு பெரிய இழப்பு. பல்வேறு ஏற்றத் தாழ்வுகள் மிக்க நம் மண்ணில் மணிமேகலை என்றொரு கருத்தாக்கத்தைத் தேர்வு செய்து அதை உலகப் பெருங் காப்பியங்களில் ஒன்றாக முன்வைத்த அவரை மிக்க பணிவோடு இன்று நாம் நிறைவுறுகிறோம்.

பழம் உலக மகா காப்பியங்கள் பலவும் இயற்கைக்கு மாறான அற்புதங்களால் நிறைந்திருக்கும் என்பது உண்மைதான். ஆனால் அப்படியான எந்த உலகக் காப்பியங்களிலும் இல்லாத ஒரு கற்பிதம்தான் மணிமேகலையின் இந்த “அள்ள அள்ளக் குறையாத அமுத சுரபி”. உலக அளவில் அனைத்து மொழிகளிலும் கற்பிதங்கள் உண்டு. ஆனால் அவற்றுள் எங்கும் காண முடியாத கற்பிதம் இந்த அள்ள அள்ளக் குறையாத அமுத சுரபி என்பது. அந்த வகையில் நம் மணிமேகலை வேறெங்கும் காண இயலாத ஒரு கற்பிதம். காண முடியாத ஒரு காவியம். முதன் முதலில் அது அருளப் பெற்றது ஆபுத்திரனுக்கு. ஆபுத்திரன் தன் தாய்க்குத் தவறான உறவில் பிறந்தவன் என்பது நாம் கவனத்தில் கொள்ள வேண்டிய இன்னொன்று. அப்படியான ஒருவனை ஒரு தீட்டுப் பட்டவனாகவோ, சாதியற்ற ஒரு இழிசனனாகவோ சாத்தனாரின் பவுத்தக் காப்பியம் முன்வைக்கவில்லை. ஒரு முக்கிய கதா பாத்திரமாகவும் மக்களின் துயர் தீர்ப்பவனாகவும்தான் ஆபுத்திரன் இன்று முன்வைக்கப்படுகிறான்.

“மக்கள் தேவர் எனவிரு சார்க்கும்
ஒத்த முடிவின் ஓர்அறம் உரைக்கேன்

பசிப்பிணி தீர்த்தல் என்றே அவரும்
தவப்பெரு நல்லறம் சாற்றினர், - ஆதலின்
மடுத்ததீக் கொளிய மன்உயிர்ப் பசிகெட
எடுத்தனள் பாத்திரம் இளங்கொடி தான்என்”
- என மணிமேகலையை முன் வைப்பார் சாத்தனார்.

ஆம். ஒருவர் மேன்மை அடைவதென்பதில் அவரது சொந்த முயற்சி, அறம் சார்ந்த வாழ்வு ஆகியனவே முக்கிய பங்கு வகிக்கின்றன. பிறப்பு, சாதி, மதம் இவை எதற்கும் அங்கு இடமில்லை என்பதுதான் பவுத்தம். “நோய்களிலேயே கொடு நோய் பசிதான்” என்றவர்தான் புத்தர். எனவே உயிர்களின் பசி தீர்த்தல் என்பது நமது முக்கிய கடமை ஆகிறது. கடமை என்பதைக் காட்டிலும் நாம் ஒரு மனித உயிரியாக இருப்பதற்கு அதுவே ஆதாரமாகிறது.

“அறமெனப் படுவது யாதெனக் கேட்பின்
மறவாது இதுகேள் மன்னுயிர்க் கெல்லாம்
உண்டியும் உறையுளும் அல்லது
கண்டதில்லை”.

என்பார் சாத்தனார். அறங்களில் எல்லாம் பேரறம் சக மக்களின் பசி தீற்ப்பதுதான். உண்பதற்குச் சோறும், உறங்க ஒரு குடிலும் இல்லாத வாழ்வினும் கொடிது ஏதுமில்லை. அதைக் கண்டும் காணாமல் போவதைக் காட்டிலும் இழிவும் ஏதுமில்லை.

பசியும், பசி ஆற்றலும் இரு முக்கிய கதை மையங்களாக மணிமேகலைக் காப்பியத்தில் அமைகின்றன. இக் காப்பியம் ஆக ஆடம்பரமாக இந்திர விழா கொண்டாடப்படுவதுடன் தொடங்குகிறது. ஆம் அத்தனை ஆடம்பரங்கள், பெரு விழாக்கள் மத்தியில்தான் மக்கள் பெரிய அளவில் பட்டினி கிடக்கவும் நேர்ந்தது என்பதையும் இப்படிச் சுட்டிக் காட்டிவிடுகிறார் பேரறிஞர் சாத்தனார்.

உலகக் காவியங்கள் ஏதிலும் இல்லாத இந்த அற்புதப் பாத்திரம் அடுத்துச் சென்றடைவது மணிமேகலையிடம்.

யார் இந்த மணிமேகலை?

கோவலனுக்கும் மாதவிக்கும் பிறந்த பெண். மாதவி ஒரு ஆடற் கலைஞர். மாதவி கோவலனின் அங்கீகரிக்கப்பட்ட "முறையான" மனைவி அல்லள். ஆனால் அவள் பெற்ற மகள்தான் பின் அன்றைய தமிழகத்தில் பசியால் கொத்துக் கொத்தாகச் செத்துக் கொண்டிருந்த மக்களின் பசி நீக்குகிறாள். அள்ள அள்ளக் குறையாத அந்த அற்புதப் பாத்திரத்தின் உதவியோடு பசியால் மடிந்து கொண்டிருந்த மக்களுக்கு உணவூட்டிக் காப்பாற்றுகிறாள்.

மணிமேகலைக் காப்பியம் சுமார் பதினான்கு உட்கதைகளால் கட்டமைக்கப் பட்டுள்ளது. அவற்றுள் ஆபுத்திரனின் வரலாறும் ஒன்று.

யார் இந்த ஆபுத்திரன்.

"அப்பன் பெயர் தெரியாத ஒரு அனாதை" - இப்படிச் சொல்வதற்கு என்னை அருள் கூர்ந்து மன்னியுங்கள். ஆனால் நம் தமிழ்ச் சமூகம் அப்படித்தானே சொல்லி வருகிறது. ஆனால் நம் சாத்தனார் எல்லாவற்றையும் தலைகீழ் ஆக்குகிவிடுகிறார்!

உலக மகா காவியங்களில் பத்துத்தலை இராவணன் முதல் பறக்கும் தட்டுகள் வரை எத்தனையோ கற்பிதங்கள் உண்டு. எந்தக் காப்பியத்திலேனும் மக்களின் பசிப்பிணி அகற்றுவதற்கென அருளப்பெற்ற அள்ள அள்ளக் குறையாத "அட்சய பாத்திரம்" என்கிற கற்பிதம் உண்டா? கோவலனுக்கும் அவன் காதலி, பொட்டுக் கட்டிய, ஒரு நாட்டிய நங்கைக்கும் பிறந்த ஒரு பெண்ணின் கையில் உலகப் பசியை நீக்கும் உன்னதப் பாத்திரம் இறையருளால் வழங்கப்பட்ட கற்பிதம் உண்டா?

தமிழ் அறிந்த நாம் பாக்கியசாலிகள்...

அப்படி ஒரு கற்பிதத்தை நமக்கு அருளிச் சென்ற சீத்தலைச் சாத்தன் என்றென்றும் நம் நெஞ்சில் நிறைகிறார். அதைச் சொன்ன காவியம் என்பதாலேயே வேறெந்தத் தமிழ்க் காப்பியங்களைக் காட்டிலும் அது நம்மையும் உலகையும் ஈர்க்கிறது.

இப்படியான ஒரு மகா காவியத்தை எழுதும் வாய்ப்புக் கிடைத்தமைக்குப் பெரு மகிழ்ச்சி அடைகிறேன். இப்படியாக எளியமக்களைக் கொண்டாடும் ஒரு மகா காவியத்தை சனாதனப் பார்வைகளிலிருந்து அதன் உரிய வடிவுடன் முன்வைகும் பணியில் ஒரு சிறு பங்கை இப்படி ஏற்றமைக்கு மனம் நெகிழ்கிறேன். மணிமேகலையைச் சற்றே ஒதுக்கி வைக்க முயன்ற முயற்சிகள் தோற்ற இப்பின்னணியில் இக்காப்பியத்தைச் சிறந்த வகையில் வெளியிடும் 'சீரோ டிகிரி' அமைப்பிற்கும், இன்னூல் வெளியீடு விரைவில் வரவேண்டும் எனத் தொடர்ந்து வற்புறுத்தி வந்த என் இனிய நண்பர்களுக்கும் என் நன்றியையும் அன்பையும் முன்வைக்கிறேன்.

★★★

முன்னதாக ஒரு முக்கிய சுய விளக்கம்:

ஒன்றை நாம் நினைவிற் கொள்வது அவசியம். தமிழின் ஆகச் சிறந்த படைப்புகளில் மிகச் சிறந்ததான மணிமேகலை ஒரு பவுத்த காப்பியம். பவுத்தம் இந்திய மண்ணில் உருப்பெற்ற ஒரு தொன் மொழி. புத்தர் ஒரு உலகப் பேரறிஞர் ஆயினும் அவர் இந்திய மண்ணில் தோன்றி இன்று உலக அளவில் ஏற்கப்பட்ட ஒரு பேரறிஞர். வாழ்ந்த காலத்தில் அவர் எல்லோராலும் ஏற்க்கப்பட்டவர். முன்னதாக இங்கிருந்த சனாதன மதத்தினர் மத்தியில் மிகுந்திருந்த உயிர்க் கொலைகள், மூட நம்பிக்கைகள் ஆகியவற்றைத் தன் உரைகளின் ஊடாடாக மனம் திருத்தியவர். அன்றைய மாமன்னர்கள் அவரையும்ம் அவரது உறைகளையும் முழுமையாக ஏற்றுக் கொண்டனர். எனினும் அவருக்குப் பிந்திய காலத்தில் எந்த மண்ணில் அவர் இந்த மகத்தான பணியை ஆகச் சிறப்பாகச் செயல்படுத்தினாரோ அந்த இந்திய மண்ணிலிருந்து பவுத்தம் பெரிய அளவில் நீக்கப்பட்டது. தொடர்ந்து சுற்றில் உள்ள நாடுகளில் பவுத்தம் நிலை கொண்ட போதும் அதனூடாகப் பெரிய அளவில் முன்வைக்கப்பட்ட முக்கியச் சிந்தனைகள் பலவும் நீர்க்கப்பட்டு இதுவும் பல்வேறு மட்டங்களில் புத்தரின் அடிப்படைச் சிந்தனைகளில் இருந்து விலகியுள்ளன. எனினும் ஒரு காலத்தில் இந்திய மண்ணில் தொடங்கி உருப்பெற்ற இம்மதம் இன்று இப்படி நிறம் மாறியுள்ளது.

எனினும் இன்று ஆதி பவுத்த்தின் எச்ச சொச்சங்களுடன் அது முக்கிய மதங்களில் ஒன்றாக நிலை கொண்டுள்ளது. இந்தப் பின்னணியில் உருப்பெற்றுள்ளதுதான் இன்றைய நம் மணிமேகலை. இன்று இங்கு பேசப்படும் மணிமேகலைக் காப்பியம் சாத்தனார் எனும் ஆகச் சிறந்த பவுத்தப் பேரறிஞரால் பல ஆண்டுகள் முன் உருப்பெற்ற ஒன்று என்கிற வகையில் என்னால் முடிந்த அளவில் சாத்தனாரின் மணிமேகலையை உங்கள் முன் வைக்கிறேன். இந்த இரண்டாம் பாகம் பெரிய அளவில் பவுத்தப் பின்புலத்தைக் கொண்டதாக உருப்பெற்றுள்ளது இந்தப் பின்னணியில்தான். பேரறிஞர் சாத்தனாரின் பவுத்தத்தைத் இவ்வாறு தங்கள் முன் பணிவுடனும் பெருமித்துடனும் முன்வைக்கிறேன்.

1. தொடங்குமுன் சில குறிப்புகள்

நீண்ட தமிழ் இலக்கியப் பாரம்பரியத்தில் தமிழின் ஐம்பெரும் காப்பியங்களில் ஒன்றாகப் போற்றப்படும் மணிமேகலை ஆக முக்கியமான ஒன்று. 'குமுதம்' பத்திரிக்கைக் குழுமத்திலிருந்து இலக்கியத்திற்கான ஒரு மாத இதழாக வந்து கொண்டிருந்த 'தீராநதி' இதழில் அவர்கள் என்னிடம் ஒரு தொடர் கட்டுரை எழுதுமாறு கேட்டுக் கொண்டபோது நான் மணிமேகலைக் காப்பியத்தைத்தான் தேர்வு செய்தேன். அப்படி ஒரு மூன்றாண்டு காலம் மாதந்தோறும் எழுதிய கட்டுரைகளில் ஒன்று இது. ஒவ்வொரு மாதமும் ஏதேனும் ஒரு தலைப்பில் கட்டுரைகள் எழுதுவது என்பதாக அன்றி ஏதேனும் ஒரு குறிப்பிட்ட தலைப்பில் தொடர் கட்டுரையாக எழுதுவது என முடிவு செய்தபோது என் தேர்வு தமிழின் ஐம்பெருங் காப்பியங்களில் தலையாயதாக நான் ஏற்கும் "மணிமேகலை" குறித்த இந்தத் தொடர் தொடங்கப்பட்டது.

மனித உரிமைக் களத்தில் செயல்பட்டும்போதும். காவல்துறை அத்துமீறல்கள், சிறைசாலைக் கொடுமைகள் ஆகியன குறித்து உண்மை அறியும் குழு அறிக்கைகளை எழுதும் போதெல்லாம், 'குற்றவாளிகள்' எனக் கருதப்படுபவர்கள் மீது இன்றும் நடத்தப்படுகிற கொடுமைகள் யாரையும் நிலை குலையச் செய்யும். அப்போதெல்லாம் இந்திய வரலாற்றிலும், தமிழ் இலக்கியத்திலும் சந்தித்த இரண்டு காட்சிகள் இப்படியான சந்தர்ப்பங்களில் நினைவுக்கு வரும்.

அப்படி அந்தக் காட்சிகளின் ஊடாக அறிமுகமாகி என் நெஞ்சில் நிறைந்த இரு பாத்திரங்களில் ஒருவர் சிறைக் கோட்டத்தை அறக்கோட்டமாக மாற்றியவராக நம் தமிழ் இலக்கியங்களில் கற்பிக்கப்படும் அன்னை மணிமேகலை. மற்றவர் வரலாற்றில் வாழ்ந்த (c. 265-238) மாமன்னர் அசோகர். இவர் பெரும் அதிகாரத்துடன். கி.மு மூன்றாம் நூற்றாண்டில் வரலாற்றில் வாழ்ந்தவர். (ஆட்சிக் காலம்: கிமு 268 முதல் 232 வரை). முடிஆட்சி ஒன்றின் ஊடாக வரலாறு காணாத வகையில் தருமச் சக்கரத்தை உருட்டிய சக்கரவர்த்தியாக ஏற்கப்பட்டவர். அன்னை மணிமேகலையோ வேறெந்த வரலாற்றிலும் காண முடியாத ஒரு மகத்தான காவியக் கற்பிதம். இருவரும் பவுத்த மரபை ஏற்றுக்கொண்டவர்கள் என்பது தவிர வேறு பெரிய ஒற்றுமைகள் ஏதும் இல்லை. மணிமேகலைக் காப்பியம் குறித்தோ ஒரு கணிகைக்குப் பிறந்து, தானும் அப்படியான ஒரு கணிகையாக ஆகாமல் உலகோர் பசி தீர்க்கும் உன்னதமான வாழ்வைத் தனதாக்கிக் கொண்ட ஒரு பவுத்த பிக்கு வாகத்தான் அன்னை மணிமேகலை சாத்தனாரால் கற்பிக்கப் படுகிறார். இன்று உலக அளவில் போற்றப்படும் இலக்கியங்களில் ஒன்றான 'மணிமேகலை' காப்பியம் குறித்து அசோகரின் பதிவுகள் ஏதொன்றிலும் ஒன்றும் இல்லை என்பது நம் கவனத்திற்கு உரிய ஒன்று.

இங்கொன்றைக் குறிப்பிடுதல் முக்கியம். பண்டைத் தமிழ் பவுத்த இலக்கியங்களில் போற்றப்படுபவையான இரண்டு முக்கிய காப்பியங்கள் எனில் அவை 'மணிமேகலையும்', பதினொன்று மற்றும் பன்னிரண்டாம் நூற்றாண்டுகளில் உருப்பெற்ற புத்தமித்திரரின் 'வீரசோழியம்' எனும் ஆக முக்கியமான தமிழ் இலக்கியமும்தான். ஆனால் இந்த வீரசோழியத்திலும் கூட அதற்கு முந்திய மகா காப்பியமான 'மணிமேகலை' குறித்த எந்தப் பதிவும் இல்லை. இன்று ஈடு இணையற்ற மகா காப்பியம் என உலகளவில் போற்றப்படும் மணிமேகலை அதனை இயற்றிய பேரறிஞர் சாத்தனார் ஊடாகவே உலகளவில் கவனத்துக்குறியதாக வெளிப்போந்தது, மணிமேகலை குறித்து இவ்வாறு அரசியல் பின்னணியில் ஒரு வகையில் கண்டுகொள்ளப் படாத நிலை இருந்த போதிலும் ஒரு தனித்துவம் மிக்க மகத்தான இலக்கிய வடிவம் என்கிற வகையில் அதன் முக்கியத்துவத்தை இப்படி வெகுகாலம் யாராலும் ஒதுக்கியும் பதிக்கியும் வைத்துவிடவும்

முடியவில்லை. இன்று ஆக முக்கியமான தமிழ்க் காப்பியங்களில் சிறந்த ஒன்றாக உலகளவில் அது ஏற்கப் பட்டுள்ளதைப் பார்த்துக் கொண்டுள்ளோம்.

இது நிற்க. பவுத்த நோக்கிலிருந்து இந்திய அரசாளுகையைக் கூடிய வகையில் சிறப்பாகச் செயலாக்க முயன்றவராகக் கருதப்படும் பேரரசர் அசோகரைத் தொடர்வோம்.

குற்றம் செய்பவர்கள் மீண்டும் மீண்டும் குற்றம் செய்யும் நிலைக்கு ஆளாகாமல் ஒரு நல்வாழ்வை அமைத்துக் கொள்ள வேண்டுமெனில் அது சிறைசாலைகளாலோ இல்லை சித்திரவதைக் கொடுமைகளாலோ சாத்தியமில்லை என்பதை ஓரளவு உணர்ந்தவராகவே நாம் அசோகரைக் காண்கிறோம். எனினும் என்ன இருந்தாலும் அவர் ஓர் மன்னர். அறம் சார்ந்த வாழ்வொன்றும் அறவழியில் இயங்கும் உலகொன்றும் இன்றளவில்கூட நடைமுறைச் சாத்தியமாகாத ஒரு உலகில் மரண தண்டனைகள், சித்திரவதைக் கொடுமைகள் முதலானவற்றிற்கு முழுமையாக முற்றுப்புள்ளி வைக்க முடியாத போதும் கூடிய வரையில் அவற்றைத் தவிர்க்க முனைந்தவராகவே நாம் அசோகரைக் காண்கிறோம்.

ஆனால் உலகெங்கிலும், எல்லாக் காலங்களிலும், இன்றுவரை, தண்டனைகளை மிகுதிப்படுத்துவது ஒன்றே குற்றச் செயல்களைக் குறைப்பதற்கான ஒரே வழி என்கிற கருத்தே நம்பப்பட்டும், செயல்படுத்தப்பட்டும் வருகிறது. ஆனால் குற்றச் செயல்கள் இம்மியும் குறைந்தபாடில்லை. இது நிற்க. பவுத்த நோக்கிலிருந்து இந்திய அரசாளுகையைக் கூடிய வகையில் சிறப்பாக செயலாக்க முயன்ற பேரரசர் அசோகரைச் சற்றுத் தொடர்வோம். பவுத்த நோக்கிலிருந்து இந்திய அரசாளுகையைக் கூடிய வகையில் சிறப்பாகச் செயல் படுத்த முயன்றவர் அவர். சர் கோட்ஃப்ரே லூஷிங்டன் *(Sir Godfrey Lushing ton)* என்பவர் ஒப்பீடளவில் சமீப காலத்தில் *{1885 -1895)* இங்கிலாந்தின் நிரந்தர உள்துறைச் செயலராக இருந்தவர். தண்டனை அமைப்பு குறித்த அரசுக் குழு ஒன்றின் முன் சாட்சியமளிக்க நேர்ந்தபோது அவர் சொன்னார்:

“ஒரு கைதி திருந்துவதற்குச் சிறைச்சாலைகளில் உள்ள கீழ்க்கண்ட நிலைகள் பொருத்தமாக இல்லை என நான் கருதுகிறேன். அவர் சிறையில் கழிக்கும் காலம் முழுவதும் அவரது சுயமரியாதை நசுக்கி

அழிக்கப்படுகிறது; அவரிடம் எஞ்சியுள்ள அற உள்ளுணர்வுகள் வாடிச் சோர்கின்றன; இரக்கத்தை வெளிப்படுத்தவோ, அனுபவிக்கவோ உள்ள எல்லா வாய்ப்புகளும் அவருக்கு அடைக்கப்படுகின்றன; குற்றவாளிகள் தவிர வேறு யாருடனும் அவர் தொடர்பு கொள்ள வாய்ப்புகள் அறவே மறுக்கப்படுகின்றன. ஒரு வன்முறையாளறைத் திருத்துவது அல்லது சமூகத்திற்கு அவரைத் திருப்பிக் கையளிப்பது என்பது நான் இப்போது சொன்ன அனைத்திற்கும் எதிர்த் திசையில் அமைகின்றது என்றே நம்புகிறேன்; சுருங்கச் சொன்னால் இன்றைய சிறைச்சாலைகள் என்பன. திருந்துவதற்குச் சாத்தியம் இல்லாதவைகளாகவே உள்ளன. நான் மேலே குறிப்பிட்ட அனைத்து (கொடு) அம்சங்களும் இன்றைய சிறை வாழ்க்கை களிலிருந்துப் பிரிக்க இயலாத எதார்த்தங்களாகவே உள்ளன...”

லூஷிங்டனின் உறைச் சுருக்கம்தான் இது. என்ன இருந்தாலும் அவரும் ஒரு அதிகாரிதான். சிறைக் கொடுமைகளை அத்தனை எளிதாக மாற்றிவிடுவது சாத்தியமில்லை என்றே அவரும் நம்புகிறார். அவரது அறத் தன்னிலைக்கும் அதிகார இருப்பிற்கும் உள்ள முரணை அவரே உணர்ந்து கொள்வதுதான் அவரது மேன்மை எனலாம். சிறைக் கைதிகள் இன்றைய சிறைச்சாலைகளின் ஊடாகக் கழிக்கும் தண்டனை வாழ்வின் மூலம் திருந்துவதற்கான வாய்ப்பே இல்லை என்பதைச் சரியாகவே அடையாளம் காணும் அவர் என்ன இருந்தாலும் இன்றைய இந்த நடைமுறைகளை அத்தனை எளிதாக விட்டுவிட இயலாது என்கிற கருத்தை முன்வைப்பவராகவே உள்ளார். இன்றைய சிறை அமைப்பைப் பெரிய அளவில் மாற்றி அ,மைக்க வேண்டும் என ஆணித்தரமாக அவரால் சொல்ல முடியவில்லை. என்ன இருந்தாலும் அவரும் ஒரு அதிகாரிதான் என்கிற வகையில் அதை நம்மால் புரிந்துகொள்ள முடிகிறது.

அதிகாரம் கையிலிருந்த மாமன்னர் அசோகர் அதைத் தன்னளவில் இயன்றவரை ஓரளவு சாத்தியப்படுத்த முயர்ச்சித்தார் என்பதுதான் நான் இங்கு சொல்ல வருவது. வரலாற்றில் வேறெந்த ஆட்சிக் காலத்திலும் நாம் அதைக் காண்பதில்லை. கற்களில் பதிக்கப்பட்ட அவரது சாசனங்கள் அதற்குச் சான்று பகர்கின்றன. அவை நமக்கு விகப்பையும் மகிழ்வையும் ஒருசேர அளிக்கிறது.

அரசுருவாக்கம் *(state formation)* பற்றி அறிந்தோர்க்கு அசோகர் ஒரு

வகையில் புதிர்தான். ஒரு அடக்குமுறைக் கருவியாக அரசைப் பார்ப்போருக்கு அசோகரின் சாசனங்களில் வெளிப்படும் மனித நேயமும், மக்கள் நலமும் ஒருவகையில் விளக்க இயலாத சவால்களாக அமைகின்றன. அசோகரது ஆளுகையையும் அவரது கால அரசுருவாக்கத்தையும் விளங்கிக் கொள்ள நாம் இன்னும் கொஞ்சம் நுணுக்கமாக அவரது அரசின் செயற்பாடுகளையும் அணுகல்முறைகளையும் பார்த்தாக வேண்டும். அப்படி அவரது ஆளுகையைப் புரிந்து கொள்வதற்கு நமக்கு உள்ள மிக முக்கியமான ஆதாரம் அசோகரின் சாசனங்கள்தான்.

முதலில் அன்றைய இந்தியத் துணைக் கண்டத்தில் செல்வாக்குடன் விளங்கிய கருத்தியல்களில் அசோகரை எந்த இடத்தில் வைத்துப் பார்ப்பது என்பது குறித்த சர்ச்சையும் இங்குண்டு. அசோகர் 'தம்மம்' எனச் சொல்வது புத்த தம்மத்தைத் தானா என்கிற கேள்வியைச் சிலர் எழுப்புகின்றனர். அதற்கு முதலில் விடை காண வேண்டும். அதற்குப் பின்னரே அன்றைய சமூகச் சூழலில் புதிதாக உருவான ஒரு பேரரசுக்கு அவர் தேர்வு செய்த கருத்தியல் எப்படிப் பொருத்தமாக இருந்தது என்பதைச் சிந்திக்க முடியும்.

அசோகர் குறித்த பதிவுகள் பிராமண நூல்களில் மிகக் குறைவு என்பதையும் நாம் கவனத்தில் கொள்ள வேண்டும். அவரை ஒரு பேரரசராக ஏற்றுக் கொள்ளும் தகைமை பிராமணியத்திற்கு இல்லை. அதே நேரத்தில் சிரமண மதங்களில் ஒன்றான பவுத்தப் பதிவுகளில் அசோகர் மிகப் பெரிய அளவில் போற்றப்படுகிறார். இங்கே அவர் 'சக்கரவர்த்தி அசோகர்'. புத்தரின் காலத்திற்கும் அசோகரின் காலத்தில் கூட்டப்பட்ட மூன்றாம் பவுத்தப் பேரவைக்கும் இடைப்பட்ட காலத்தில் பவுத்தம் அப்படி ஒன்றும் மிகப்பெரிய இயக்கமாக கங்கைச் சமவெளியிலோ துணைக்கண்டத்தின் பிற பகுதிகளிலோ வளர்ந்திருக்கவில்லை. எனினும் இக்கால கட்டத்தில் பவுத்தம், சமணம், ஆசீவகம் உள்ளிட்ட சிரமண மதங்கள் மூன்றும் ஒட்டு மொத்தமாக பிராமணக் கருத்தியலையும் சடங்குகளையும், தத்துவ விசாரங்களையும் எதிர்கொள்ளத் தக்கவையாக வளர்ந்திருந்தன. சிரமணத்திற்கும் பிராமணத்திற்கும் இடையிலான பகையைப் பாம்புக்கும் கீரிக்கும் இடையிலான பகையுடன் பதஞ்சலி ஒப்பிடுவது இங்கே குறிப்பிடத் தக்கது. பதஞ்சலி முனிவர் கி.மு. நாலாம் நூற்றாண்டில் வாழ்ந்தவர் என்பார்கள். கி மு இரண்டாம்

நூற்றாண்டில் என்று சொல்பவர்களும் உண்டு.

இந்தியத் துணைக்கண்ட வரலாற்றில் உருவான முதற் பேரரசுகளில் ஒன்றான மகதப் பேரரரைரசைப் பொறுத்த மட்டில் அது தோன்றிய காலத்திலிருந்தே சிரமண மதங்களைச் சார்ந்தே இருந்து வந்தது. பகைகொண்ட இரு பெரும் மதக் கருத்தியல்களுக்கும் இடையில் சிரமண அடையாளத்தை வெளிப்படையாக ஏற்றுக் கொண்ட பேரரசாக நாம் மௌரியப் பேரரசை அடையாளப்படுத்தும் அதே நேரத்தில் அப்படியான ஒரு தேர்வை ஒரு மிகப் பெரிய எதிர் கலாச்சார நடவடிக்கையாகப் பார்த்துவிடவும் முடியாது. இதை நாம் சரியாகப் புரிந்து கொள்ளல் வேண்டும். அன்று செல்வாக்குடன் விளங்கிய இரு போக்குகளில் சிரமண அணுகல் முறையைத் தேர்வு செய்த அரசாக மௌரியப் பேரரசை அடையாளங் காண்பது என்கிற அளவில் நிறுத்திக் கொள்வதே பொருத்தம். 'சமணம்' என்கிற சொல் 'சிரமண' *(sramana)* என்ற வடமொழிச்சொல்லின் சிதைவு,

கங்கைச் சமவெளியில் பிராமண வைதீகப் போக்கு என்பது வருண தருமத்தையும், வேள்விச் சடங்குகளையும் முன்வைத்து இயங்கியதன் ஊடாக ஏற்பட்ட இழப்புகளும் அழிவுகளும் அன்றைய சூழலில் எதிர்ப்பு இயக்கங்களாக உருவெடுத்திருந்த சிரமண இயக்கங்களின்பால் மக்களின் கவனத்தை ஈர்த்தன. இந்தப் பின்னணியில் அன்று புதிதாக உருவாகிக் கொண்டிருந்த அரசுருவாக்கங்கள் சிரமணச் சாய்வைக் கொண்டவையாக அமைந்தன. புத்தரின் காலந்தொட்டே நாம் இந்தப் போக்கை அடையாளம் காண முடிகிறது. அசோகரின் பாட்டனாரும் மௌரியப் பேரரசைத் தோற்றுவித்தவருமான சந்திரகுப்தன் சமணத்தை ஏற்றுக் கொண்டவராக அறியப்படுகிறார். சமண நூற்களும் அவ்வாறே அவரை அடையாளப் படுத்துகின்றன. அசோகரின் தந்தை பிந்துசாரன் ஆஜீவகத்தை ஏற்றுக் கொண்டவராகவும் அறிகிறோம். அசோகரைப் பொறுத்த மட்டில் அவரது சாசனங்களின் ஊடாக அவர் பவுத்தத்தை ஏற்றுக் கொண்டவராக அடையாளப்படுத்த இயலும். எனினும் அவர் தம் சாசனங்களில் பொதுவாக முன்னிலைப் படுத்துவது 'தம்மம்' எனும் அடையாளத்தைத்தான். தம்மம் என்பது அக்கால கட்டத்தில் நற்பண்புகள், நல்லொழுக்க நடைமுறைகள், அறவாழ்க்கை, மத ஒழுக்கங்கள் எல்லாவற்றிற்குமான ஒரு பொதுக் கருத்தாக்கமாகவே

இருந்தது. பிராமணீயமும் இதைத் 'தர்மம்' என்பதாக முன் வைத்தது.

பவுத்த மரபினரைப் பொறுத்தமட்டில் அசோகர் வெறும் மன்னர் மட்டுமல்ல. அவர் புத்த தம்மத்தை ஏற்றவர், கடைபிடித்தவர்; உலகெங்கிலும் பவுத்தம் பரப்ப பரப்புரைக் குழுக்களை *(missions)* அனுப்பியவர். மகனையும் மகளையும் அத்தகைய அறப்பணிக்கு அர்ப்பணித்தவர். அவர் தன்னளவில் துறவை மேற்கொள்ளாத பொது நிலையினராக இருந்த போதும் சங்கத்திலுள்ள துறவிகளுக்கு எந்தப் புனித நூற்கள் முக்கியமானவை என அறிவுறுத்தக் கூடியவராகவும், வழி தவறும் பிக்குகளை எச்சரிக்கை செய்பவராகவும் ஏற்றுக் கொள்ளப்பட்டவர். அரசதிகாரமும் *(temporal power)*, புனித அதிகாரமும் *(sacral power)* கலந்து நிகழ்ந்த வரலாறு தொடங்கிய புள்ளி அது. பிற்காலத்திலும் அது உலகளவில் தொடர்ந்த போதிலும் அப்படியான அதிகாரத்தில் அறத்திற்குக் கூடுதல் முக்கியத்துவம் அளித்த வகையில் அசோகர் பிற ஆட்சியாளர்களிடம் இருந்து சற்றே வேறுபடுகிறார். அந்த வகையில் அசோகரின் ஆளுகையை ஒரு இலட்சிய பவுத்த ஆளுகயை நோக்கிய ஒரு முயற்சியாக நாம் காண முடிகிறது.

பவுத்த மரபினர் இப்படி ஒரு மன்னனை பிக்குகளையும் வழிகாட்டத் தக்கவராக ஏற்றுப் போற்றுவதை எப்படிப் பார்ப்பது?

அவரது வரலாற்றையும் அரசியலையும் புரிந்து கொள்ளக் கிடைக்கிற மிக முக்கியமான ஆதாரங்களான அவரது சாசனங்களைப் பார்க்கும்போது இப்படி அசோகரை அவர்கள் ஏற்பதில் நியாயங்கள் இருப்பதாகவே நமக்கும் தோன்றுகின்றது. வழக்கமாக உலகெங்கிலும் கிடைக்கிற அரச சாசனங்கள், கல்வெட்டுக்கள், பிரகடனங்கள், செப்பேடுகள் ஆகியவற்றிலிருந்து அசோகரின் சாசனங்கள் பெரிதும் வேறுபட்டுள்ளதை அவற்றை வாசிக்கும் யாரும் அறிந்து கொள்ள இயலும். இதுகாறுமான அரசுகளை ஒரு அடக்குமுறைக் கருவிகளாக மட்டுமே புரிந்து கொண்டுள்ள நமக்கு இது சற்றே சவாலான ஒரு கேள்விதான்.

மேலே தொடர்வோம்.

ஒரு வகையில் எல்லா மதங்களும் அரசுருவாக்கம் குறித்த ஒரு புனைவைத் தம் புனித இலக்கியங்களில் முன்வைக்கின்றன. பார்ப்பன மதமும் பவுத்த மதமும் இதில் எவ்வாறு

வேறுபடுகின்றன என்பதை எனது 'புத்தம் சரணம்' நூலில் விரிவாக விளக்கியுள்ளேன். தேவர்களுக்கும் அசுரர்களுக்கும் போர் நிகழ்ந்தபோது அசுரர்களின் பக்கம் வெற்றி வாய்ப்பு ஏற்படாமல் தடுக்க தெய்வாம்சம் பொருந்திய தலைவன் ஒருவன் அனுப்பப்பட்ட உபநிடதக் கதையோடு பிராமண அரசுருவாக்க வரலாறு (அய்த்ரேயப் பிராமணம்) இங்கு தொடங்குகிறது. பொதுச் சொத்துரிமை அழிந்து தனிச் சொத்துரிமை உருவான போது சொத்துக் குவிப்பு, திருட்டு ஆகியவற்றைத் தடுக்க மக்கள் தாமே கூடி அனைவர் சம்மதத்துடனும் தலைவன் ஒருவனைத் தேர்வு செய்து கொண்டதாக ஜாதகக் கதைகள் பவுத்த அரசுருவாக்கத்தை விளக்கும். அதாவது பவுத்த மரபில் அரசன் என்பவன் தெய்வாம்சம் பொருந்தியவன் அல்ல. அவன் மக்களில் ஒருவன். அவன் "மகாசம்மதா", "கணதாசன்", "சக்கரவர்த்தின்" என்றெல்லாம் அழைக்கப்படுபவன். அதாவது அனைவரின் விருப்பினூடாகத் தேர்வு செய்யப்பட்டவன்; மக்கள் கூட்டத்தின் சேவகன் (தாசன்); தரும சக்கரத்தை உருட்டுபவன். அவ்வளவே.

கோட்பாட்டளவில் பவுத்த அரசுருவாக்கம் இப்படி ஒரு அறம் சார்ந்த வடிவில் முன்வைக்கப்பட்டாலும் நடைமுறையில் அது எப்படி இருந்தது? சமகால வரலாற்றைச் சற்றே ஒதுக்கி வைத்துவிட்டுப் பார்த்தாலும் கூட வரலாற்றில் அப்படியான ஒரு "தம்ம அரசு" சாத்தியமாகிய காலம் என எதையேனும் சுட்ட இயலுமா? அசோகரது ஆட்சியை பவுத்தம் அப்படித்தான் புனைகிறது. அப்படி *romanticize* பண்ணுவதற்கு நிச்சயமாக அவரது சாசனங்கள் சான்றுகளாக அமையத்தான் செய்கின்றன. அடுத்து அவரது நீதி வழங்கும் முறை மற்றும் சிறைச்சாலைச் சீர்திருத்தங்கள் முதலியன ஒப்பீட்டளவில் அக்கால ஆளுகைகளிலிருந்து சற்றே வேறுபட்டவைதான், இன்றளவும் இவற்றுக்கிணையாக வரலாற்றில் சுட்டிக் காட்ட ஏதுமில்லை என்பதெல்லாம் உண்மைதான்.

எனினும் பிற அம்சங்களில் அசோகரின் ஆளுகையை எப்படிப் பார்ப்பது? பிறவற்றிலும் கூட அசோகரது அணுகல்முறை வழமைகளிலிருந்து பல வகைகளில் வேறுப்பட்டுத்தான் உள்ளன. சிலவற்றைப் பார்ப்போம்.

புத்தருக்கும் அசோகருக்கும் இடைப்பட்ட காலத்தில் கங்கைச் சமவெளியில் சிரமண மதங்களுக்கும் பிராமண மதங்களுக்கிடையேயும், சிரமண மதங்களுக்கு உள்ளேயும் பல்வேறு

மட்டங்களில் மோதல்களும், வாதப் பிரதிவாதங்களும் நிகழ்ந்த வண்ணம் இருந்ததை நாம் அறிவோம். இந்த மதங்களுக்கிடையே சமயப் பொறை, சகிப்புத் தன்மை ஆகியவற்றை அசோகச் சாசனங்கள் வற்புத்தியதோடு மட்டுமின்றி இத்தகைய சமயப் பொறை என்பது 'சகிப்புத் தன்மை' என்பதைத் தாண்டி ஆக்கபூர்வமாய் அமைய வேண்டும் என்பதற்கு அழுத்தம் கொடுத்தது குறிப்பிடத்தக்கது. சிரமண மதங்களைச் சேர்ந்த எல்லாத் துறவோர்களுக்கும் அவரவர் தவ வாழ்க்கைக்கு உதவும் முகமாகக் குகைகளைத் தானமளிப்பது, சிரமணர் மட்டுமின்றி, பிராமண அறவோர்க்கும் உரிய மரியாதை அளிப்பது, பிற மதங்களை எக்காரணம் கொண்டும் குறைத்துப் பேசாததோடு மாற்று மதங்கள் குறித்தும் ஒவ்வொருவரும் அறிந்து கொள்ள வேண்டும் என உரைப்பது என்கிற வகைகளில் மதச் சமத்துவத்தை அசோகரது சாசனங்கள் திரும்பத்திரும்ப வற்புறுத்தின (எடுத்துக்காட்டு : பராபர் சாசனம்).

உயிரினங்கள் பலவற்றையும் பட்டியலிட்டு அவற்றைக் கொல்லக் கூடாது எனவும், அவை பாதுகாக்கப்பட்டவை எனவும் அசோகச் சாசனங்கள் அறிவுரைத்தன (எ,கா: பாறைச் சாசனம் V). இந்த ஆணைகள் பிறருக்கு மட்டுமல்ல. அரசவையையும் இது கட்டுப்படுத்தும். அரண்மனைக் குசினியில் நாள்தோறும் ஏராளமான மிருகங்களும், பறவைகளும் கொல்லப்பட்டது நிறுத்தப்பட்டு இப்போது தினம் இரண்டு மயில்களும் ஒரே ஒரு மானும் மட்டுமே கொல்லப்படுவதாகவும் அதுவும் கூடத் தினந்தோறும் கொல்லப்படுவதில்லை எனவும், விரைவில் அதுவும் நிறுத்தப்படும் எனவும் இன்னொரு சாசனம் பகர்கிறது (பாறைச் சாசனம் I). யாத்ரிகர்களுக்கும், விலங்கினங்களுக்கும் உதவும் பொருட்டு நிழலையும் கனி வகைகளையும் வழங்கும் மரங்களை நடுதல், குடி நீர் வசதிகள் செய்து தருதல் முதலியனவற்றைத் தம் அரசு நிறைவேற்றி வருவதையும் அவை பறைசாற்றின.

மற்ற மன்னர்களின் 'விஜயங்கள்' என்பன போர்ப் பயணங்களைக் கு(றிப்பன. அவை அழிவையும், கொலை, கொள்ளைகளையும் வெற்றியின் அடையாளங்களாகக் கொள்பவை. மாறாக அசோகரின் இத்தகைய வெற்றிப் பயணங்கள் என்பன 'தம்ம விஜயங்கள்'. அவை யார் மீதும் அழிவை வீசியதில்லை. மாறாக அவை பிராமணர்களுக்கும் இதர துறவோர்களுக்கும், மூத்தோர்களுக்கும்

தானங்களையும் அன்பையும் காணிக்கையாக்கியாவை; சென்றவிடமெல்லாம் தம்மக் கோட்பாடுகளை மக்கள் மத்தியில் பரப்பிச் சென்ற \விஜயங்கள்' அவை (பாறைச் சாசனம் VIII).

திருமணம் முதலான நிகழ்ச்சிகளில் மேற்கொள்ளப்படும் தேவையற்ற சடங்குகளையும் அற்ப வழமைகளையும், மூட நம்பிக்கைகளையும் கண்டிக்கும் இன்னொரு சாசனம் அவற்றுக்குப் பதிலாக பணியாட்களையும் அடிமைகளையும் நல்ல முறையில் நடத்துதல், மூத்தோர்களை மதித்தல், எல்லா உயிர்களையும் நேசித்தல், பார்ப்பனர் மற்றும் சிரமணத் துறவோர்களுக்குத் தானங்கள் வழங்குதல் முதலான தம்ம நடவடிக்கைகளே உண்மையான பலனைத் தரும் என்கிறது (பாறைச் சாசனம் XI). பாரம்பரியமாக வரும் அர்த்தமற்ற சடங்குகளைத் துறந்துவிட்டு அறம் சார்ந்த பணிகளை மேற்கொள்ளுமாறு சிகாலருக்கு புத்த பகவான் அருளிய அறவுரையை நினைவூட்டுகிறது இந்தச் சாசனம் (பார்க்க: *Hammalawa Saddhatissa, Buddhist Ethics*).

"மிகச் சில செலவுகள், மிகச் சில உடமைகள்" போதும் என வற்புறுத்தும் இன்னொரு சாசனம் (பாறைச் சாசனம் III) இப்படிப் பிறர் மீது கரிசனம் என்பதைச் சொன்னதோடு நிற்கவில்லை. தனது வாழ்வில் அவற்றைக் கடைபிடிப்பதாகவும் அசோகர் அறிவுறுத்தினார். ஏதேனும் பிரச்சினை அல்லது முறையீடு எனில் தன்னை எந்த நேரத்திலும், அப்போது உணவு உண்டு கொண்டிருந்தாலும், அந்தப்புரத்திலிருந்தாலும், உறங்கிக் கொண்டிருந்தாலும், ஏன் தோட்டத்தில் (கழிப்பறையில்?) இருந்தாலும் கூடத் தொந்தரவு செய்யத் தயங்க வேண்டாம் என்கிறது இன்னொரு சாசனம். "ஏனெனில் நான் எனது பணிகளில் என்றும் திருப்தி அடைந்ததில்லை. உலகம் முழுமையும் நன்மை பெறும் பொருட்டு நான் இன்னும் அதிகமாக உழைக்க விரும்புகிறேன்" என்கிறது (பாறைச் சாசனம் III).

"தம்ம வழியில் மேற்செல்ல வேண்டும் எனில் அதற்கு இரண்டு வழிகள்தான் உண்டு. ஒன்று தம்ம விதிகளைக் கடைப்பிடிப்பது. மற்றது தம்மத்திற்குத் தம்மை முழுமையாக அர்ப்பணித்துக் கொள்வது. விதிகளைக் கடைப்பிடிப்பது என்பதைக் காட்டிலும் முழுமையான அர்ப்பணிப்பே சிறந்த வழி" (பாறைச் சாசனம் VI).

இத்தனைக்கும் அப்பால் அசோகரின் தம்மக் கோட்பாடு புத்த

பகவனின் அடிப்படைகளை முழுமையாக எட்டவில்லை எனக் கூறுவோர் ஒன்றைக் குறிப்பிடுவார்கள். பவுத்தத்தின் இறுதி இலக்கு பரிநிர்வாணம் எய்துவதே. “இறுதி விடுதலை” எனும் இந்தக் கருத்தாக்கம் அசோகரால் தன் சாசனங்கள் எதிலும் முன்மொழியப் படாதபோது அவர் குறிப்பிடும் ‘தம்மம்’ என்பது பவுத்த தம்மம்தான் என எப்படிச் சொல்ல இயலும்? பவுத்தவியலில் மிக நவீனமாகப் பல ஆய்வுகளைச் செய்துள்ள அறிஞர் ரிச்சர்ட் கோம்ப்ரிட்ஜ் இந்தக் கேள்வியை அர்த்தமற்றது எனப் புறந் தள்ளுவார். பவுத்தத் துறவோர்களுக்கும், துறவோர் அல்லாது பவுத்தத்தை ஏற்ற பிறருக்குமான அறவழிகள் மற்றும் இலக்குகள் குறித்த புரியாமையின் விளைவே இந்த ஐயம் என்பது அவர் கருத்து. அசோகர் குறிப்பிடும் தம்மம் என்பது பவுத்த தம்மத்தைத்தான் என்பதற்கு அவர் சில சான்றுகளைத் தருவார்.

புத்த பகவனின் அன்னை மாயாதேவியின் திருவயிறு உதித்த தலமாகிய லும்பினிக்கு அசோகர் யாத்திரை சென்று வந்ததையும் அந்த ஊருக்கு விதிக்கப்பட்ட நில வரித் தொகையில் பெரும்பகுதியை ரத்து செய்ததையும் இரு சாசனங்கள் குறிக்கின்றன (ரும்மின்டேய் சாசனம்). இன்னொரு சாசனத்தில் எண்ணில் புத்தர்களில் ஒருவரது பெயரில் விளங்கிய தூபி ஒன்றை விரித்தமைத்ததோடு அங்கு வந்து தான் வணங்கிச் சென்றதையும் அசோகர் பதிவு செய்கிறார் (நாகலிசாகர் சாசனம்). இவை இரண்டும் அவர் பவுத்தத்தை ஏற்றுக் கொண்டு ஒழுகியமைக்குச் சான்றுகளாகின்றன.

பிறிதொரு சாசனத்தில் அசோகர் பவுத்த சங்கத்தில் இருப்போர்க்கு என்னென்ன பவுத்த தம்ம நூல்களைக் கற்கவேண்டும் எனப் பரிந்துரைக்கிறார் (பாப்ரா சாசனம்). இன்னும் மூன்று சாசனங்களில் பவுத்த சங்கத்தில் இருக்கும் துறவிகள் சங்கத்தில் யாரேனும் பிளவுகள் ஏற்படுத்த முனைந்தால் அவர்கள் துவராடை களையப்பட்டு, வெள்ளாடை உடுத்தி வெளியேற்றப்படுவர் என எச்சரிக்கை செய்கிறார் (கோசம், சாஞ்சி, சாரநாத்). இவை அனைத்தும் அசோகர் புத்த தம்மத்தைத்தான் மனங் கொண்டார் என்பதற்குச் சான்றுகள் ஆகின்றன.

அசோகரின் நீதித்துறை மற்றும் சிறைச் சீர்திருத்தங்கள் குறித்தும் ஒன்றைச் சொல்லியாக வேண்டும்.

அசோகச் சாசனங்களிலிருந்து அவரது ஆட்சியில் இருவகை அதிகாரிகள் இருந்தது விளங்குகிறது. 'ராஜுகாக்கள்' எனும் அதிகாரிகள் ஒரு வகை. பொதுமக்கள் அளிக்கும் மனுக்களைப் பரிசீலித்து நடவடிக்கை மேற்கொள்வது, நீதிபரிபாலனம் செய்வது என்பன இவர்களின் பணி. 'தர்ம மகாமாத்திரர்கள்' என்போர் இன்னொரு வகை. இந்த இரண்டாம் வகையினர் ஒரு வகையில் மதம், மற்றும் நீதிபரிபாலனம் ஆகிய துறைகளுக்கான மேற்பார்வை அதிகாரிகள் (Department of Religious and Judicial Affairs) எனலாம். குறிப்பிட்ட கால இடைவெளிகளில் சிறைச்சாலைகளைப் பார்வையிடல், கைதிகளைச் சந்தித்து அவர்களின் நிலை அறிந்து உதவுதல், விடுதலை செய்தல் முதலியன இவர்களின் பணியாக இருந்ததை இந்தச் சாசனங்களிலிருந்து அறிகிறோம்.

மேலும் சில சாசன வாசகங்களையும் பார்க்கலாம்,

5 ஆம் பாறைச் சாசனத்திலிருந்து:

"அவர்கள் (தர்ம மகாமாத்திரர்கள்) சிறைக் கைதிகள் சரியான முறைகளில் நடத்தப்படுகின்றனரா என்று கண்காணிக்கிறார்கள். அவர்களை விடுதலை செய்வதற்கும் முயற்சிகள் மேற்கொள்கிறார்கள். "இந்தக் கைதிக்குக் குடும்பத்தைக் காக்கும் பொறுப்பு உள்ளது", "இந்தக் கைதி மன அதிர்ச்சிக்குள்ளாகியுள்ளார்", "இவருக்கு வயதாகிவிட்டது" என்றெல்லாம் இவர்கள் கருதினால் அந்தக் கைதிகளின் விடுதலைக்காகவும் அவர்கள் செயல்படுவார்கள்.

1 ஆம் கலிங்கத்துப் பாறைச் சாசனத்திலிருந்து:

"தேவனாம்பிரிய மன்னர் நீதிபரிபாலிக்கும் பணியில் உள்ள மகாமாத்திரர்களுக்கு இவ்வாறு ஆணையிடுகிறார்: 'நீங்கள் இதைக் கவனத்தில் இருத்த வேண்டும். சட்டத்திற்குப் பணிந்து நடக்கும் சிலரும் சிறையில் அடைக்கப்படுகின்றனர். கொடுமையாக நடத்தப் படுகின்றனர். காரணமில்லாமல் கொல்லவும் படுகின்றனர். இதனால் மக்கள் துயருறுகின்றனர். ஆகையால் நீங்கள் சார்பின்றி நேர்மையாக நடக்க வேண்டும்'..."

"இந்தச் சாசனம் கீழ்க்கண்ட நோக்கத்திற்காக இயற்றப்படுகிறது: நகரங்களில் நீதிபரிபாலனம் செய்யும் அதிகாரிகள் தங்கள்

கடமைகளைச் சரிவர நிறைவேற்ற வேண்டும். அவர்களது அதிகாரத்தின் கீழுள்ள மக்கள் நேர்மையற்ற முறையில் சிறையில் அடைக்கப்படுவது, அல்லது கொடுமையான தண்டனைகளுக்கு ஆட்படுத்தப்படுவது முதலியவற்றால் துன்புறாமல் பார்த்துக் கொள்வது உங்கள் கடமை. உங்கள் முழு வலிமையையும் பயன்படுத்தி இதைச் செயல்படுத்த வேண்டும்...”

4 ஆம் கற் தூபிச் சாசனத்திலிருந்து..

“மக்களின் வேண்டுதல்களைக் கேட்டு நீதியை நிலைநாட்டும் பொறுப்பு ராஜ்ஜுகர்களுடையது. அவர்கள் அச்சமின்றியும் அக்கறையோடும் தம் கடமையை நிறைவேற்ற வேண்டும். சட்டத்தைச் செயல்படுத்துவதிலும், தண்டனை வழங்குவதிலும் (ஏழை / பணக்காரர், உயர்ந்தோர்/ தாழ்ந்தோர் என்கிற வேறுபாடுகள் இன்றி) அனைவர்க்கும் பொதுவாக நீதி பரிபாலிக்க வேண்டும் என்பதே என் விருப்பம். இன்னும் கூட நான் ஒன்றைச் சொல்வேன். முறையாக விசாரிக்கப்பட்டு மரண தண்டனை விதிக்கப்பட்டவர்களை உடனே தண்டனையை நிறைவேற்றாமல் அவர்களை மூன்று நாட்கள்வரை சிறையில் அடைத்திருக்கலாம். இந்த நாட்களில் அவர்களின் உறவினர்கள் அவர்களின் மரண தண்டனையை ரத்து செய்ய விண்ணப்பிக்கலாம். அப்படி விண்ணப்பிக்க யாரும் இல்லையெனில் அடுத்த உலகில் புண்ணியம் தேடிக்கொள்வதற்கு அவர்கள் தானங்கள் செய்யலாம். அல்லது உபவாசம் இருக்கலாம். எஞ்சியுள்ளது கொஞ்ச காலமே ஆனாலும் அதை அடுத்த உலக வாழ்க்கைக்கு நன்மை தேடப் பயன்படுத்த வேண்டும். மக்கள் மத்தியில் தம்மப் பயிற்சி, தானம் செய்யும் பண்பு, சுய கட்டுப்பாடு ஆகியவை வளரவேண்டும் என்பதே என் விருப்பம்.”

5 ஆம் கற்தூபிச் சாசனத்திலிருந்து..

“எனது முடிசூட்டுக்குப் பிந்திய இந்த 26 ஆண்டுகளில் இருபத்தைந்து முறைகள் சிறைவாசிகள் மன்னிப்பு வழங்கி விடுதலை செய்யப்பட்டுள்ளனர்.”

இன்றளவும் அசோகரின் இந்தச் சீர்திருத்தங்கள் வியப்புக்குரியனதான். ரொமிலா தாபர் இப்படியான ஒரு நிலை அன்று எவ்வாறு, ஏன் சாத்தியமானது, மற்றும் அன்றைய

ஆளுமைக்கு ஏன் அது தேவைப்பட்டது என ஒரு விளக்கத்தைத் தருகின்றார். இதனைப் பின்னர் அசோகர் குறித்த இன்னொரு கட்டுரையில் காண்போம். என்ன இருந்தாலும் அசோகரின் இத்தகைய அணுகல் முறைகள் ஒரு வியத்தகு வரலாற்று நிகழ்வு என்பதை நாம் அத்தனை எளிதாகத் தாண்டிச் சென்று விட முடியாது.

நம் தமிழ்மண் கண்ட 'மணிமேகலை' எனும் மகத்தான கற்பிதம்

இப்படி ஒரு வியப்புக்குரிய அரசாளுகைக்கு வரலாற்றில் வேறெங்கும் பெரிய ஆதாரங்கள் இல்லை. ஆனால் நம் தமிழகத்தில் அதற்கோர் இலக்கிய ஆதாரம் உண்டு. அதுதான் மணிமேகலை எனும் மகா காப்பியம். நாயகன் என யாருமின்றி ஒரு நாயகியை மையமாக வைத்து இயற்றப்பட்ட இந்த பவுத்தப் பெரும் காப்பியத்தில் உள்ள முப்பது காதைகளில் "சிறைக்கோட்டம் அறக்கோட்டம் ஆக்கிய காதை" (19 ஆம் காதை) என ஒன்றும் அதில் உண்டு என்பதும் இங்கு குறிப்பிடத்தக்கது.

அசோகர் புத்தருக்குச் சுமார் 300 ஆண்டுகளுக்குப் பின் வாழ்ந்தவர். ஏசுவுக்கு 300 ஆண்டுகளுக்கு முந்தியவர். நபிகளுக்குச் சுமார் 900 ஆண்டுகள் மூத்தவர்; கார்ல் மார்க்சுக்குச் சுமார் 2100 ஆண்டுகளுக்கு முன்னும் மகாத்மா காந்திக்கு 2200 ஆண்டுகளுக்கு முன்னும் வாழ்ந்தவர். 2300 ஆண்டுகளுக்கு முன் இப்படி அறம் சார்ந்த ஒரு சிறைக் கொள்கை நடைமுறையிலிருந்ததை நாம் நினைத்துப் பார்க்க வேண்டும். இன்றளவும் நம் சிறைச்சாலைகள் எப்படி உள்ளன என்பதுடனும், இன்றைய நவீன உலகின் 'குவான்டனமோ பே' மற்றும் 'அபு காரிப்' கொடுஞ் சிறைச்சாலைகளுடனும் அசோகரின் அணுகல்முறையை ஒப்பிட்டுப் பார்க்கும்போது நாம் நாகரிக வளர்ச்சியில் முன்னோக்கி நகர்கிறோமா இல்லை பின்னோக்கிச் செல்கிறோமா என்கிற கேள்வி உருவாவது தவிர்க்க இயலாது.

ஆனால் நம் தமிழிலக்கியத்தில் வேறெங்கும் காணக் கிடைக்காத ஓர் அற்புதம் நிகழ்கிறது. முற்றிலும் நாயகனே இல்லாத, ஒரு நாயகியை மட்டுமே தலைவியாய்க் கொண்டு இயங்கும் மகா காவியமான மணிமேகலையில் காவிய நாயகியான அன்னை மணிமேகலை முற்றிலும் புதுமையாய் ஒரு தீர்வைச் சொல்வதைக் காண்கிறோம். அவள் அதிகாரி அல்ல. குடும்பச் சிறையில் அகப்பட்ட ஒரு

சாதாரண மானுடப் பெண்ணும் அல்ல. புத்த நெறியை ஏற்ற ஒரு துறவி. எனவேதான் அவளால் அதைச் சொல்ல முடிகிறது.

அவளுக்குப் புத்தபிரான் அருளால் யாருக்கும் வாய்க்காத ஒரு பெரும் பேறு வாய்க்கிறது. அள்ள அள்ளக் குறையாத அமுத சுரபி ஒன்று அவளுக்கு அருளப்படுகிறது. அதன் மூலம் மானுடரின் மிகப் பெரிய பிணியாகிய பசிப்பிணியை அகற்றும் பெரும்பேறுக்கு உரியவளாகிறாள் அந்த இளம் பிராயத்தில் அன்னை மணிமேகலை. சிங்கள மொழியில் 'பசி' என்பதற்கு இணையான சொல் 'படகினி.' அதன் பொருள் "வயிற்றிலே தீ". என்பது. அந்தத் தீயை அணைப்பதைத் தவிர பெரும்பேறு வேறு என்னவாக இருக்க இயலும்?

அள்ள அள்ளக் குறையாத அமுதசுரபியின் ஊடாக வீதிதோறும் அலைந்து பசித்தோர்க்கு அவள் உணவளித்து வரும் அந்தச் செய்தி சோழ மன்னருக்குத் தெரிவிக்கப்படுகிறது. அழைத்து வரச் சொல்கிறார். மன்னனுக்கும் மாதவியின் அந்த மகளான மணிமேகலைக்கும் இப்படி அமைகிறது உரையாடல்:

"மிக்க தவமுடையாய்! நீ யார்? கையிலேந்திய பாத்திரம் எங்கே கிடைத்தது?"

"அரசே! நெடுங்காலம் வாழ்வாயாக; யான் விஞ்சை மகள். இந்நகரில் வேற்று வடிவங்கொண்டு திரிந்தேன்; இது பிச்சைப் பாத்திரம்; இதனை அம்பலத்தேயுள்ள தெய்வமொன்று எனக்கு அருளியது; இது தெய்வத் தன்மையோடு கூடியது. யானைப் பசியென்னும் தீராப்பசியைத் தீர்த்தொழித்தது; பசியால் மெலிந்தவர்களுக்கு மிருதசஞ்சீவினியாக உள்ளது."

"மிக்க தவமுடையாய்! நான் செய்ய வேண்டியது என்ன?"

'சிறைச்சாலையை அறச்சாலையாகச் செய்ய வேண்டும்" என்கிறாள் நம் அன்னை.

அன்னையின் வாக்கு ஏற்றுக்கொள்ளப்பட்டது. சிறைச்சாலை அழிக்கப்பட்டது. அது அறவோர்கள் தங்கும், அறச் செயல் களுக்கான இல்லமாக ஆக்கப்பட்டது.

இப்படி ஒரு காட்சி வரலாற்றில் சாத்தியமில்லை. ஏன் கற்பனையிலும் கூட சாத்தியமில்லை என்பதே உண்மை நிலை. ஆனால் தன் காப்பியத்தின் ஊடாக அதைச் சாத்தியப்படுத்தி

நம் நெஞ்சில் பல நற்சிந்தனைகளை உசுக்குகிறார் நம் தமிழ்ப் பெருங்கவி சாத்தனார்.

என்னால் இயன்றவரை தமிழ்ப் பெருங்கவி சாத்தனாரின் இம் மகாகாவியத்தை முழுமையாகவும், எளிமையாகவும் உங்கள் முன் வைத்துள்ளேன். காப்பியத்தின் இறுதி மூன்று அத்தியாயங்கள் முழுவதும் அக்கால பவுத்தத் தத்துவங்களால் பொதியப்பட்டவை.

அவற்றை இக்கால வாசகர்களுக்கு எளிதில் புரியுமாறு சொல்ல வேண்டுமாயின், அது தனி ஒரு நூலாக அமைய வேண்டும். அது சாத்தியமில்லை என்பதால் இதுகாறும் எழுதப்பட்ட உரைகள் மற்றும் சிலம்பிலும், மணியிலும் ஈர்க்கப்பட்டு மயங்கிய உலக அறிஞர்களின் ஆக்கங்களின் துணையோடும் ஆகச் சுருக்கமாகவும் கூடிய வகையில் புரிந்துகொள்ளும் வடிவிலும் இங்கே முன்வைக்கப் பட்டுள்ளது. இந்த நூலாக்கத்தின் ஊடாக ஒரு மூன்றாண்டுகள், தந்தையை இழந்த ஒரு சிறு பெண்ணாக அறிமுகமாகி உலகோரின் வயிற்றுப் பசியையும் அறிவுப் பசியையும் தீர்க்கும் வாய்ப்பைப் பெற்ற மணிமேகலை எனும் அந்த இளம் துறவியுடன் வாழ நேர்ந்த பரவசத்துடன், உங்கள் அ.மார்க்ஸ்.

2. மணிமேகலை துறவு என்பதன் பொருள்

மணிமேகலைக் காவியத்திற்கு "மணிமேகலை துறவு" என்றொரு பெயருமுண்டு : மணிமேகலை துறவு மேற்கொண்டவர் என்பதை அறிவோம். அவரது அன்னை மாதவி ஒரு கணிகை. எனினும் மணிமேகலையின் தந்தை கோவலனின் மரணத்திற்குப் பின் துறவு மேற்கொண்டு அறவாழ்வு வாழ்ந்தவர். மணிமேகலையின் இன்னொரு (பெறா) அன்னையான கண்ணகியின் வரலாறை அறிவோம். கற்புக்கரசியாய் வாழ்ந்து, தன் கற்பின் வலிமையால் நீதியை நிலைநாட்டியதோடு பெரிய அளவில் அம் மக்களை அழித்துத் தண்டித்தவரும் கூட. மணிமேகலையும் அவர் அன்னை மாதவியும் துறவு மேற்கொள்கின்றனர். பருவ வயதின் ஈர்ப்புகளிலிருந்து அச்சிறுமி துறவுக்குரிய மேன்மை அடையும் வரலாற்றைச் சொல்வதன் ஊடாக பவுத்த நெறிகளை முன்வைக்கிறது மணிமேகலைக் காப்பியம்.

துறவென்பது என்ன? பற்றறுப்பு எனும் பொருளில் எனக்கு உடன்பாடில்லை. அப்படியாயின் வேறென்ன? தன் குடும்பம், தன் பிள்ளை, பிதிர், பேத்தி என்பதாக அன்றி உலக மாந்தரையே தம் உறவுகளாய், உலகையே இல்லமாய்க் கொள்ளல் என்பதுதான். அதுவே பின் மணிமேகலையின் வாழ்வாக அமைகிறது. அந்த வகையில் துறவு என்பது நாம் மனம் கொண்டிருப்பதுபோல "பற்றறுப்பு" என்பதாகவன்றி "பற்று மிகுப்பு" என்பதே பவுத்தம்

முன்வைக்கும் பொருளாகிறது. அதாவது. தன் பிள்ளை, தன் குடும்பம் என்பதாகச் சுருங்காமல் உலக மக்கள் அனைவரின் நலம், அவர்தம் பசி தீர்த்தல் உள்ளிட்ட அறச் செயல்களுக்குத் தன் வாழ்வை அர்ப்பணிப்பது என்றாகிறது. இப்படியான பற்று மிகுப்பிற்குக் குடும்பம் ஒரு தடை ஆகாது என்பதுதான்.

> "ஆற்றுநர்க்கு அளிப்போர் அறவிலை பகர்வோர்
> ஆற்றா மாக்கள் அரும்பசி களைவோர்
> உலகின் மெய்ந்நெறி வாழ்க்கை
> மண்திணி ஞாலத்து வாழ்வோர்க்கு எல்லாம்
> உண்டி கொடுத்தோர் உயிர்கொடுத் தோரே
> உயிர்க்கொடை பூண்ட உரவோய் ஆகிக்
> கயக்கு அறு நல்அறம் கண்டனை என்றலும்..."
> - என்கிறது மணிமேகலை.

இப்படி மக்களின் பசி தீர்ப்பதை முக்கியப் பணியாகவும், அன்றைய மக்களின் அடிப்படைத் தேவையாகவும் மணிமேகலை முன்வைப்பது கவனத்துக்குரிய ஒன்று.

பழம் உலக மகா காப்பியங்கள் எல்லாமும் இயற்கைக்கு மாறான அற்புதங்களால் நிறைந்திருக்கும். ஆனால் அப்படியான எந்த உலகக் காப்பியங்களிலும் இல்லாத ஒரு கற்பிதம்தான் இந்த "அள்ள அள்ளக் குறையாத அமுத சுரபி" என்பது. உலக அளவில் பல்வேறு வியத்தகு கற்பிதங்கள் அனைத்து மொழிகளிலும் உண்டு. ஆனால் அவற்றில் வேறெங்கும் காண முடியாத கற்பிதம் இது. இந்த அமுத சுரபி எனும் கற்பிதம் முதன் முதலில் அருளப் பெற்றது ஆபுத்திரனுக்கு. நமது பண்பாட்டு மரபுகளின்படி ஆபுத்திரன் தன் தாய்க்குத் 'தவறான' உறவில் பிறந்தவன். அப்படியான ஒருவனை ஒரு தீட்டுப் பட்டவனாகவோ, சாதியற்ற ஒரு இழிசனன் என்றோ இந்த பவுத்த காப்பியம் முன்வைக்கவில்லை. எளிய மக்களின் பசியை நீக்கிய ஓர் அற்புதனாகவே அவன் மணிமேகலைக் காப்பியத்தில் நிறுவப்படுகிறான்.

> "மக்கள் தேவர் எனவிரு சார்க்கும்
> ஒத்த முடிவின் ஓர்அறம் உரைக்கேன்
> பசிப்பிணி தீர்த்தல் என்றே அவரும்

தவப்பெரு நல்லறம் சாற்றினர், - ஆதலின்
மடுத்ததீக் கொளிய மன்உயிர்ப் பசிகெட
எடுத்தனள் பாத்திரம் இளங்கொடி தான்"
- என்கிறது மணிமேகலை.

ஆம் ஒருவர் மேன்மை அடைவதென்பதில் அவரது சொந்த முயற்சி, அறம் சார்ந்த வாழ்வு ஆகியனவே முக்கியப் பங்கு வகிக்கின்றன. பிறப்பு, சாதி, மதம் இவை எதற்கும் அங்கு இடமில்லை என்பது பவுத்தம் முன்வைக்கும் இன்னொரு கருத்து..

"நோய்களிலேயே கொடு நோய் பசிதான்" என்பார் புத்தர். எனவே உயிர்களின் பசி தீர்த்தல் என்பது நமது முக்கிய கடமை ஆகிறது. கடமை என்பதைக் காட்டிலும் நாம் ஒரு மனித உயிரியாக இருப்பதற்கு அதுவே ஆதாரமாகிறது.

"அறமெனப் படுவது யாதெனக் கேட்பின்
மறவாது இதுகேள் மன்னுயிர்க் கெல்லாம்
உண்டியும் உறையுளும் அல்லது
கண்டதில்லை" - 48 35.

ஆம். அறங்களில் எல்லாம் பேரறம் சக மக்களின் பசி நீக்குவதுதான். உண்பதற்குச் சோறும், உறங்க ஒரு குடிலும் இல்லாத வாழ்வினும் கொடிது ஏதுமில்லை. அதைக் கண்டும் காணாமல் போவதைக் காட்டிலும் இழிவும் ஏதுமில்லை.

பசியும், பசி ஆற்றலும் இரு முக்கிய கதை மையங்களாக மணிமேகலைக் காப்பியத்தில் அமைகின்றன. இக் காப்பியம் ஆக ஆடம்பரமாக இந்திர விழா கொண்டாடப்படுவதுடன் தொடங்குகிறது. ஆம் அத்தனை ஆடம்பரங்கள், பெரு விழாக்கள் மத்தியில்தான் மக்கள் பெரிய அளவில் பட்டினி கிடக்கவும் நேர்ந்தது என்பதையும் இப்படிச் சுட்டிக் காட்டிவிடுகிறார் பேரறிஞர் சாத்தனார்.

இன்னொன்றையும் நாம் கவனம் கொள்ள வேண்டும். உலகக் காவியங்கள் ஏதிலும் இல்லாத இந்த அற்புதப் பாத்திரம் அடுத்துச் சென்றடைவது மணிமேகலையிடம். தான், யார் இந்த மணிமேகலை என்பதையும் ஒரு கணம் மனதில் ஓடவிடுவோம்.

கோவலனுக்கும் மாதவிக்கும் பிறந்த பெண்தான் மணிமேகலை.

மாதவி ஒரு ஆடற் கலைஞர். மாதவி கோவலனின் அங்கீகரிக்கப்பட்ட "முறையான" மனைவியும் அல்லள். ஆனால் அவள் பெற்றெடுத்த மகள்தான் பின் அன்றைய தமிழகத்தில் பசியால் கொத்துக் கொத்தாகச் செத்துக் கொண்டிருந்த மக்களின் பசி நீக்குகிறாள். அள்ள அள்ளக் குறையாத அந்த அற்புதப் பாத்திரத்தின் உதவியால் பசியால் மடிந்துகொண்டிருந்த மக்களைக் காப்பாற்றுகிறாள்.

ஆக மொத்தத்தில் இங்கு யாரும் மூட நம்பிக்கைகளாலும் சாதீயத் திமிர்களின் ஊடாகவும் ஒதுக்கப்படுவதில்லை. ஆகச் சிறந்த அற்புதங்களையும் நியதிகளையும் செயல்படுத்துபவர்களாக அவர்களே இக் காப்பியம் முழுவதும் வலம் வருகின்றனர்.

மணிமேகலைக் காப்பியம் சுமார் பதினான்கு உட்கதைகளால் கட்டமைக்கப் பட்டுள்ளது. அவற்றுள் ஆபுத்திரனின் வரலாறும் ஒன்று. யார் இந்த ஆபுத்திரன். "அப்பன் பெயர் தெரியாத ஒரு அனாதை." இப்படிச் சொல்வதற்கு என்னை அருள் கூர்ந்து மன்னியுங்கள். ஆனால் நம் தமிழ்ச் சமூகம் அப்படித்தான் சொல்கிறது.

ஆனால் நம் சாத்தனார் இப்படியான அபத்த அநீதிகள் எல்லாவற்றையும் தலைகீழ் ஆக்கிவிடுகிறார்!

உலக மகா காவியங்களில் பத்துத்தலை இராவணன் முதல் பறக்கும் தட்டுகள் வரை எத்தனையோ கற்பிதங்கள் உண்டு. எந்தக் காப்பியத்திலேனும் மக்களின் பசிப்பிணி அகற்றுவதற்கென அருளப்பெற்ற அள்ள அள்ளக் குறையாத "அட்சய பாத்திரம்" என்கிற ஒரு கற்பிதம் உண்டா? கோவலனுக்கும் அவன் காதலி, பொட்டுக் கட்டிய, ஒரு நாட்டிய நங்கைக்கும் பிறந்த ஒரு பெண்ணின் கையில் உலகப் பசியை நீக்கும் உன்னதப் பாத்திரம் இறையருளால் வழங்கப்பட்டதாக வரலாறுதான் உண்டா?

"மணிமேகலைக் காவியத்திற்கு 'மணிமேகலை துறவு' என்றொரு பெயருமுண்டு என்பதன் பொருள் இதுதான். மணிமேகலை துறவு மேற்கொண்ட பின்னணியையும் வரலாற்றையும் சொல்லும் நூல் இது. அவரது அன்னை மாதவி பிறப்பால் ஒரு கணிகை. எனினும் மணிமேகலையின் தந்தை கோவலனின் மரணத்திற்குப் பின் துறவு மேற்கொண்டு அறவாழ்வு வாழ்ந்தவர். மணிமேகலையின் இன்னொரு (பெறா) அன்னையான கண்ணகியின் வரலாற்றை

அறிவோம். கற்புக்கரசியாய் வாழ்ந்து, தன் கற்பின் வலிமையால் நீதியை நிலைநாட்டி மறைந்தவள்.

மணிமேகலையும் மாதவியும் துறவு மேற்கொள்கின்றனர். பருவ வயதின் ஈர்ப்புகளிலிருந்து அச்சிறுமி துறவுக்குரிய மேன்மை அடையும் வரலாற்றைச் சொல்வதன் ஊடாக பவுத்த நெறிகளை முன்வைக்கிறது மணிமேகலைக் காப்பியம்.

'துறவு', 'பற்றறுப்பு' என்பனவெல்லாம் ஏதோ மனைவி, மக்கள், வீடு, சுற்றம் என்பதை விட்டுப் பிரிதல் என்பதல்ல; வேறென்ன? தன் குடும்பம், தன் பிள்ளை, பிதிர், பேத்தி என்பதாக அன்றி உலக மாந்தரையே உறவுகளாய், உலகையே இல்லமாய்க் கொள்ளல் என்பதே துறவின் பொருள். அப்படித்தான் மணிமேகலையின் வாழ்வும் அமைகிறது. அந்த வகையில் துறவு என்பது நாம் மனம் கொண்டிருப்பது போல "பற்றறுப்பு" என்பதாக மட்டுமின்றி, எல்லா மக்கள் மற்றும் எல்லா உயிர்கள் மீதுமான பற்று விகசிப்பு என்கிற பொருளையும் அது எட்டுகிறது. அதாவது. தன் பிள்ளை, தன் குடும்பம் என்பதாகச் சுருங்காமல் உலக மக்கள் அனைவரின் நலம், அவர்தம் பசி தீர்த்தல் உள்ளிட்ட அறச் செயல்களுக்குத் தன் வாழ்வை அர்ப்பணிப்பது என்றாகிறது. இப்படியான பற்று மிகுப்பிற்குக் குடும்பம் ஒரு தடை.

அது மட்டுமல்ல. மணிமேகலையில் இன்னொன்றும் நம் சிந்தனைக்குரியது.

பழம் உலக மகா காப்பியங்கள் எல்லாமும் இயற்கைக்கு மாறான அற்புதங்களால் நிறைந்திருக்கும். ஆனால் அப்படியான எந்த உலகக் காப்பியங்களிலும் இல்லாத ஒரு கற்பிதமான இந்த அள்ள அள்ளக் குறையாத 'அமுத சுரபி' எனும் அற்புதக் கற்பிதம். முதன் முதலில் அருளப் பெற்றது ஆபுத்திரனுக்குத்தான் என்பதை அறிவோம். யார் அந்த ஆபுத்திரன்? தன் தாய்க்குத் தவறான உறவில் பிறந்த ஒருவன்.

இதன் பொருள் என்ன?

ஒருவர் மேன்மை அடைவதென்பதில் அவரது சொந்த முயற்சி, அறம் சார்ந்த வாழ்வு ஆகியனவே முக்கியப் பங்கு வகிக்கின்றன. பிறப்பு, சாதி, மதம் இவை எதுவும் ஒருவர் மேன்மை அடைவதற்கான தகுதியாகவோ; இல்லை, தடையாகவோ இருப்பதில்லை.

"நோய்களிலேயே கொடு நோய் பசிதான்" என்பார் புத்தர். எனவே உயிர்களின் பசி தீர்த்தல் என்பது நமது முதற்கடமை ஆகிறது. கடமை என்பதைக் காட்டிலும் நாம் ஒரு மனித உயிரியாக இருப்பதற்கு அதுவே அடையாளமாகிறது -என்றெல்லாம் எளிய மக்களின் பசிதீர்த்தலை உன்னத அறமாக முன்வைப்பதிலும், ஒருவர் மேன்மை அடைவதில் அவரது, பிறவி, சாதி ஆகியனவற்றிற்கு எந்த இடமும் இல்லை எனச் சொல்வதிலும், ஒரு ஆண் நாயகனே காவிய மையமாக இருக்க முடியும் என்பதைத் தகர்த்ததிலும் தனித்துவமாக அமையும் ஒரு மகா காவியம்தான் நம் மணிமேகலை.

(ஒன்றைச் சொல்ல வேண்டும். மணிமேகலையின் இறுதி அத்தியாயங்கள் முழுக்க முழுக்க இந்தியத் தத்துவங்கள் குறித்துப் பேசுகின்றன. ஆழமான தத்துவப் புலமை இன்றி அவற்றை விளக்கிவிட இயலாது. அறிஞர் உ.வே.சா அவர்கள் இந்த மகா காவியத்தை முதன்முறையாகப் பதிப்பித்தபோது அவர் தொடர்ந்து எழுதிவந்த விளக்கக் குறிப்புகளை இந்த இறுதி அத்தியாயங்களில் அவர் தவிர்க்கிறார். இந்த ஆழமான தத்துவக் கருத்தாக்கங்களைத் தன்னால் விளக்க முடியவில்லை என மிக்க நேர்மையுடன் தன் இயலாமையைச் சொல்லவும் செய்தார். அதன் பின்னர் வந்த பதிப்புகளில் இந்தத் தத்துவப் பகுதிகளை மிக்க சிரமங்களுடன் நம் அறிஞர் பெருமக்கள் மொழியாக்கம் செய்துள்ளனர். எனது இந்தப் பகுதிகளுக்கு ஆங்காங்கு எழுதியுள்ள விளக்கங்கள் பலவும் அவர்களின் விளக்கங்களின் அடியொட்டியே அமைகின்றன. முழுமையாக அவற்றைப் புரிந்துகொள்ள வேண்டுமெனில் இந்தியத் தத்துவ மரபு குறித்த ஆழமான புரிதல் நமக்குத் தேவை.)

3. பிராமண நூலோர்கள் அசோகரைக் கண்டுகொள்வதில்லை

அசோகர் குறித்த பதிவுகள் பிராமண நூல்களில் மிகக் குறைவு. அவரை ஒரு பேரரசராக ஏற்றுக்கொள்ளும் தகைமை அவற்றில் இல்லை. அதே நேரத்தில் சிரமண மதங்களில் ஒன்றான பவுத்தப் பதிவுகளில் அசோகர் மிகப் பெரிய அளவில் போற்றப்படுகிறார். இங்கே அவர் 'சக்கரவர்த்தி அசோகர்'. புத்தரின் காலத்திற்கும் அசோகரின் காலத்தில் கூட்டப்பட்ட மூன்றாம் பவுத்தப் பேரவைக்கும் இடைப்பட்ட காலத்தில் பவுத்தம் அப்படி ஒன்றும் மிகப்பெரிய இயக்கமாக கங்கைச் சமவெளியிலோ துணைக்கண்டத்தின் பிற பகுதிகளிலோ வளர்ந்திருக்கவில்லை. எனினும் இக்கால கட்டத்தில் பவுத்தம், சமணம், ஆசீவகம் உள்ளிட்ட சிரமண மதங்கள் மூன்றும் ஒட்டு மொத்தமாக பிராமணக் கருத்தியலையும் சடங்குகளையும், தத்துவ விசாரங்களையும் எதிர்கொள்ளத் தக்கவையாக வளர்ந்திருந்தன. சிரமணத்திற்கும் பிராமணத்திற்கும் இடையிலான பகையைப் பாம்புக்கும் கீரிக்கும் இடையிலான பகையுடன் பதஞ்சலி ஒப்பிடுவது குறிப்பிடத்தக்கது.

இந்தியத் துணைக்கண்ட வரலாற்றில் உருவான முதற் பேரரசுகளில் ஒன்றான மகதப் பேரசைப் பொறுத்த மட்டில் அது தோன்றிய காலத்திலிருந்தே சிரமண மதங்களைச் சார்ந்தே இருந்து வந்தது.

பகைகொண்ட இரு பெரும் மதக் கருத்தியல்களுக்கும் இடையில் சிரமண அடையாளத்தை வெளிப்படையாக ஏற்றுக்கொண்ட பேரரசாக நாம் மௌரியப் பேரரசை அடையாளப்படுத்தும் அதே நேரத்தில் அப்படியான ஒரு தேர்வை ஒரு மிகப் பெரிய எதிர் கலாச்சார நடவடிக்கையாகப் பார்க்கவும் முடியாது. இதை நாம் சரியாகப் புரிந்துகொள்ளல் வேண்டும். அன்று செல்வாக்குடன் விளங்கிய இரு போக்குகளில் சிரமண அணுகல்முறையைத் தேர்வு செய்த அரசாக மௌரியப் பேரரசை அடையாளங் காண்பது என்கிற அளவில் நிறுத்திக்கொள்வதே பொருத்தம்.

கங்கைச் சமவெளியில் பிராமண வைதீகப் போக்கு என்பது வருண தருமத்தையும், வேள்விச் சடங்குகளையும் முன்வைத்து இயங்கியதன் ஊடாக ஏற்பட்ட இழப்புகளும் அழிவுகளும் அன்றைய சூழலில் எதிர்ப்பு இயக்கங்களாக உருவெடுத்திருந்த சிரமண இயக்கங்களின்பால் மக்களின் கவனத்தை ஈர்த்தன. இந்தப் பின்னணியில் அன்று புதிதாக உருவாகிக்கொண்டிருந்த அரசுருவாக்கங்கள் சிரமணச் சாய்வைக் கொண்டவையாக அமைந்தன. புத்தரின் காலந்தொட்டே நாம் இந்தப் போக்கை அடையாளம் காண முடியும். அசோகரின் பாட்டனாரும் மௌரியப் பேரரசைத் தோற்றுவித்தவருமான சந்திரகுப்தன் சமணத்தை ஏற்றுக் கொண்டவனாக அறியப்படுகிறான். சமண நூல்களும் அவ்வாறே அவனை அடையாளப்படுத்துகின்றன. அசோகரின் தந்தை பிந்துசாரன் ஆசீவகத்தை ஏற்றுக் கொண்ட ஒருவனாகவும் அறிகிறோம். அசோகரைப் பொறுத்த மட்டில் அவரது சாசனங்களின் ஊடாக அவர் பவுத்தத்தை எற்றுக் கொண்டவராக அடையாளப்படுத்த இயலும். எனினும் அவர் தம் சாசனங்களில் பொதுவாக முன்னிலைப்படுத்துவது 'தம்மம்' எனும் அடையாளத்தைத் தான். தம்மம் என்பது அக்கால கட்டத்தில் நற்பண்புகள், நல்லொழுக்க நடைமுறைகள், அறவாழ்க்கை, மத ஒழுக்கங்கள் எல்லாவற்றிற்குமான ஒரு பொதுக் கருத்தாக்கமாகவே இருந்தது. பிராமணீயமும் இதைத் 'தர்மம்' என்பதாக முன்வைத்தது.

பவுத்த மரபினரைப் பொறுத்தமட்டில் அசோகர் வெறும் மன்னர் மட்டுமல்ல. அவர் புத்த தம்மத்தை ஏற்றவர், கடைபிடித்தவர்; உலகெங்கிலும் பவுத்தம் பரப்ப பரப்புரைக் குழுக்களை (*missions*) அனுப்பியவர். மகனையும் மகளையும் அத்தகைய அறப்பணிக்கு

அர்ப்பணித்தவர். அவர் தன்னளவில் துறவை மேற்கொள்ளாத பொது நிலையினராக இருந்த போதும் சங்கத்திலுள்ள துறவிகளுக்கு எந்தப் புனித நூற்கள் முக்கியமானவை என அறிவுறுத்தக் கூடியவராகவும், வழிதவறும் பிக்குகளை எச்சரிக்கை செய்பவராகவும் ஏற்றுக்கொள்ளப்பட்டவர். அரசதிகாரமும் *(temporal power)*, புனித அதிகாரமும் *(sacral power)* கலந்து இணைந்து நிகழ்ந்த வரலாறு தொடங்கிய புள்ளி அது. பிற்காலத்திலும் அது உலகளவில் தொடர்ந்த போதிலும் அப்படியான அதிகாரத்தில் அறத்திற்குக் கூடுதல் முக்கியத்துவம் அளித்த வகையில் அசோகர் வேறுபடுகிறார். அந்த வகையில் அசோகரின் ஆளுகையை ஒரு இலட்சிய பவுத்த ஆளுகையாக பவுத்தம் முன்வைக்கிறது.

பவுத்த மரபினர் இப்படி ஒரு மன்னனை பிக்குகளையும் கூட வழிகாட்டத் தக்கவராக ஏற்றுப் போற்றுவதை எப்படிப் பார்ப்பது? அவரது வரலாற்றையும் அன்றைய அரசியலையும் புரிந்து கொள்ளக் கிடைக்கிற மிக முக்கியமான ஆதாரங்களான அவரது சாசனங்களைப் பார்க்கும்போது இப்படி அசோகரை அவர்கள் ஏற்பதில் நியாயங்கள் இருப்பதாகவே நமக்கும் தோன்றுகின்றது. வழக்கமாக உலகெங்கிலும் கிடைக்கிற அரச சாசனங்கள், கல்வெட்டுகள், பிரகடனங்கள், செப்பேடுகள் ஆகியவற்றிலிருந்து அசோகரின் சாசனங்கள் பெரிதும் வேறுபட்டுள்ளதை அவற்றை வாசிக்கும் யாரும் அறிந்துகொள்ள இயலும். இதை எப்படிப் புரிந்து கொள்வது? இதுகாறுமான அரசுகளை ஒரு அடக்குமுறைக் கருவியாகவே புரிந்துகொண்டுள்ள நமக்கு இது ஒரு சவாலான கேள்விதான்.

மேலே தொடர்வோம்.

ஒருவகையில் எல்லா மதங்களும் அரசுருவாக்கம் குறித்த ஒரு புனைவைத் தம் புனித இலக்கியங்களில் முன்வைக்கின்றன. பார்ப்பன மதமும் பவுத்த மதமும் இதில் எவ்வாறு ஒன்றுக்கு ஒன்று வேறுபடுகின்றன என்பதை எனது 'புத்தம் சரணம்' நூலில் விரிவாக விளக்கியுள்ளேன். தேவர்களுக்கும் அசுரர்களுக்கும் போர் நிகழ்ந்தபோது அசுரர்களின் பக்கம் வெற்றி வாய்ப்பு ஏற்படாமல் தடுக்க தெய்வாம்சம் பொருந்திய தலைவன் ஒருவன் அனுப்பப்பட்டது என்பதான உபநிடதக் கதையோடு (அய்த்ரேயப் பிராமணம்) பிராமண அரசுருவாக்க வரலாறு இங்கு தொடங்குகிறது. பொதுச் சொத்துரிமை அழிந்து தனிச் சொத்துரிமை

உருவானபோது சொத்துக் குவிப்பு, திருட்டு ஆக்கியவற்றைத் தடுக்க மக்கள் தாமே கூடி அனைவர் சம்மதத்துடனும் தலைவன் ஒருவனைத் தேர்வு செய்து கொண்டதாக ஜாதகக் கதைகள் பவுத்த அரசுருவாக்கத்தை விளக்கும். அதாவது பவுத்த மரபில் அரசன் என்பவன் தெய்வாம்சம் பொருந்தியவன் அல்ல. அவன் மக்களில் ஒருவன். அவன் "மகாசம்மதா", "கணதாசன்", "சக்கரவர்த்தின்" என்றெல்லாம் அழைக்கப்படுபவன். அதாவது அனைவரின் விருப்பினூடாகத் தேர்வு செய்யப்பட்டவன்; மக்கள் கூட்டத்தின் சேவகன் (தாசன்); தரும சக்கரத்தை உருட்டுபவன். அவ்வளவே.

கோட்பாட்டளவில் பவுத்த அரசுருவாக்கம் இப்படி ஒரு அறம் சார்ந்த வடிவில் முன்வைக்கப்பட்டாலும் நடைமுறையில் அது எப்படி இருந்தது? சமகால வரலாற்றைச் சற்றே ஒதுக்கி வைத்துவிட்டுப் பார்த்தாலும் கூட வரலாற்றில் அப்படியான ஒரு "தம்ம அரசு" சாத்தியமாகிய காலம் என எதையேனும் சுட்ட இயலுமா? அசோகரது ஆட்சியை பவுத்தம் அப்படித்தான் புனைகிறது. அப்படி *romanticize* பண்ணுவதற்கு அவரது சாசனங்கள் சான்றுகளாக அமைகின்றன. அடுத்து அவரது நீதி வழங்கும் முறை மற்றும் சிறைச்சாலைச் சீர்திருத்தங்களைச் சொல்லலாம். இவற்றுக்கு இணையாக வரலாற்றில் சுட்டிக் காட்ட ஏதுமில்லை என்பதெல்லாம் உண்மைதான். எனினும் பிற அம்சங்களில் அசோகரின் ஆளுகையை எப்படிப் பார்ப்பது?

பிறவற்றிலும் அசோகரது அணுகல்முறை வழமைகளிலிருந்து பல வகைகளில் வேறுபட்டுத்தான் உள்ளன. சிலவற்றைப் பார்ப்போம்.

புத்தருக்கும் அசோகருக்கும் இடைப்பட்ட காலத்தில் கங்கைச் சமவெளியில் சிரமண மதங்களுக்கும் பிராமண மதங்களுக்கிடையேயும், சிரமண மதங்களுக்கு உள்ளேயும் பல்வேறு மட்டங்களில் மோதல்களும், வாதப் பிரதிவாதங்களும் நிகழ்ந்த வண்ணம் இருந்ததை நாம் அறிவோம். இந்த மதங்களுக்கிடையே சமயப் பொறை / சகிப்புத் தன்மை ஆகியவற்றை அசோகச் சாசனங்கள் வற்புத்தியதோடு மட்டுமின்றி இத்தகைய சமயப் பொறை என்பது 'சகிப்புத் தன்மை' என்பதைத் தாண்டி ஆக்கபூர்வமாய் அமைய வேண்டும் என்பதற்கு அழுத்தம் கொடுத்தது குறிப்பிடத்தக்கது. சிரமண மதங்களைச் சேர்ந்த எல்லாத் துறவோர்களுக்கும் அவரவர் தவ வாழ்க்கைக்கு உதவும் முகமாகக் குகைகளைத் தானமளிப்பது, சிரமணர் மட்டுமின்றி,

பிராமண அறவோர்க்கும் உரிய மரியாதை அளிப்பது, பிற மதங்களை எக்காரணம் கொண்டும் குறைத்துப் பேசாததோடு மாற்று மதங்கள் குறித்தும் ஒவ்வொருவரும் அறிந்துகொள்ள வேண்டும் என உரைப்பது என்கிற வகைகளில் மதச் சமத்துவத்தை அசோகரது சாசனங்கள் திரும்பத் திரும்ப வற்புறுத்தின (எடுத்துக்காட்டு: பராபர் சாசனம்).

உயிரினங்கள் பலவற்றையும் பட்டியலிட்டு அவற்றைக் கொல்லக் கூடாது எனவும், அவை பாதுகாக்கப்பட்டவை எனவும் அசோகச் சாசனங்கள் அறிவுரைத்தன (எ,கா: பாறைச் சாசனம் *V*). இந்த ஆணைகள் பிறருக்கு மட்டுமல்ல. அரசவையையும் இது கட்டுப்படுத்தும். அரண்மனைக் குசினியில் நாள்தோறும் ஏராளமான மிருகங்களும், பறவைகளும் கொல்லப்பட்டது நிறுத்தப்பட்டு, இப்போது தினம் இரண்டு மயில்களும் ஒரே ஒரு மானும் மட்டுமே கொல்லப்படுவதாகவும் அதுவும் கூடத் தினந்தோறும் கொல்லப்படுவதில்லை எனவும், விரைவில் அதுவும் நிறுத்தப்படும் எனவும் இன்னொரு சாசனம் பகர்கிறது (பாறைச் சாசனம் *I*). யாத்ரிகர்களுக்கும், விலங்கினங்களுக்கும் உதவும் பொருட்டு நிழலையும் கனி வகைகளையும் வழங்கும் மரங்களை நடுதல், குடி நீர் வசதிகள் செய்து தருதல் முதலியனவற்றைத் தம் அரசு நிறைவேற்றி வருவதையும் அவை பறைசாற்றின.

மற்ற மன்னர்களின் 'விஜயங்கள்' என்பன போர்ப் பயணங்களைக் குறிப்பன. அவை அழிவையும், கொலை, கொள்ளைகளையும் வெற்றியின் அடையாளங்களாகக் கொள்பவை. மாறாக அசோகரின் இத்தகைய வெற்றிப் பயணங்கள் என்பன 'தம்ம விஜயங்கள்'. அவை யார் மீதும் அழிவை வீசியதில்லை. மாறாக அவை பிராமணர்களுக்கும் இதர துறவோர்களுக்கும், மூத்தோர்களுக்கும் தானங்களையும் அன்பையும் காணிக்கையாக்கியவை;

சென்றவிடமெல்லாம் தம்மக் கோட்பாடுகளை மக்கள் மத்தியில் பரப்பிச் சென்ற 'விஜயங்கள்' அவை (பாறைச் சாசனம் *VIII*).

திருமணம் முதலான நிகழ்ச்சிகளில் மேற்கொள்ளப்படும் தேவையற்ற சடங்குகளையும் அற்ப வழமைகளையும், மூட நம்பிக்கைகளையும் கண்டிக்கும் இன்னொரு சாசனம் அவற்றுக்குப் பதிலாக பணியாட்களையும் அடிமைகளையும் நல்ல முறையில் நடத்துதல், மூத்தோர்களை மதித்தல், எல்லா உயிர்களையும் நேசித்தல், பார்ப்பனர் மற்றும் சிரமணத் துறவோர்களுக்குத்

தானங்கள் வழங்குதல் முதலான தம்ம நடவடிக்கைகளே உண்மையான பலனைத் தரும் என்கிறது *(பாறைச் சாசனம் XI).* பாரம்பரியமாக வரும் அர்த்தமற்ற சடங்குகளைத் துறந்துவிட்டு அறம் சார்ந்த பணிகளை மேற்கொள்ளுமாறு சிகாலருக்கு புத்த பகவான் அருளிய அறவுரையை நினைவூட்டுகிறது இந்தச் சாசனம் *(பார்க்க: Hammalawa Saddhatissa, Buddhist Ethics).*

"மிகச் சில செலவுகள், மிகச் சில உடமைகள்" போதும் என வற்புறுத்தும் இன்னொரு சாசனம் *(பாறைச் சாசனம் III)* இப்படிப் பிறர் மீது கரிசனம் என்பதைச் சொன்னதோடு நிற்கவில்லை. தனது வாழ்வில் அவற்றைக் கடைப்பிடிப்பதாகவும் அசோகர் அறிவுறுத்தினார். ஏதேனும் பிரச்சினை அல்லது முறையீடு எனில் தன்னை எந்த நேரத்திலும், அப்போது உணவு உண்டு கொண்டிருந்தாலும், அந்தப்புரத்திலிருந்தாலும், உறங்கிக் கொண்டிருந்தாலும், ஏன் தோட்டத்தில் *(கழிப்பறையில்?)* இருந்தாலும் கூடத் தொந்தரவு செய்யத் தயங்க வேண்டாம் என்கிறது இன்னொரு சாசனம். "ஏனெனில் நான் எனது பணிகளில் என்றும் திருப்தி அடைந்ததில்லை. உலகம் முழுமையும் நன்மை பெறும் பொருட்டு நான் இன்னும் அதிகமாக உழைக்க விரும்புகிறேன்" *(பாறைச் சாசனம் III)* என்கிறது.

"தம்ம வழியில் மேற்செல்ல வேண்டும் எனில் அதற்கு இரண்டு வழிகள்தான் உண்டு. ஒன்று தம்ம விதிகளைக் கடைப்பிடிப்பது. மற்றது தம்மத்திற்குத் தம்மை முழுமையாக அர்ப்பணித்துக் கொள்வது. விதிகளைக் கடைப்பிடிப்பது என்பதைக் காட்டிலும் முழுமையான அர்ப்பணிப்பே சிறந்த வழி" *(பாறைச் சாசனம் VI).*

இத்தனைக்கும் அப்பால் அசோகரின் தம்மக் கோட்பாடு புத்த பகவானின் அடிப்படைகளை முழுமையாக எட்டவில்லை எனக் கூறுவோர் ஒன்றை சுட்டிக் காட்டுவார்கள். பவுத்தத்தின் இறுதி இலக்கு பரி நிர்வாணம் எய்துவதே. "இறுதி விடுதலை" எனும் இந்தக் கருத்தாக்கம் அசோகரால் தன் சாசனங்கள் எதிலும் முன்மொழியப்படாதபோது அவர் குறிப்பிடும் 'தம்மம்' என்பது பவுத்த தம்மம்தான் என எப்படிச் சொல்ல இயலும் என்பது அவர்களின் கேள்வி. பவுத்தவியலில் மிக நவீனமாகப் பல ஆய்வுகளைச் செய்துள்ள அறிஞர் ரிச்சர்ட் கோம்ப்ரிட்ஜ் இந்தக் கேள்வியை அர்த்தமற்றது எனப் புறந் தள்ளுவார். பவுத்தத் துறவோர்களுக்கும், துறவோர் அல்லாது பவுத்தத்தை

ஏற்ற பிறருக்குமான அறவழிகள் மற்றும் இலக்குகள் குறித்த புரியாமையின் விளைவே இந்த ஐயம் என்பது அவர் கருத்து. அசோகர் குறிப்பிடும் தம்மம் என்பது பவுத்த தம்மத்தைத்தான் என்பதற்கு அவர் சில சான்றுகளைத் தருவார்.

புத்த பகவான் அன்னை மாயாதேவியின் திருவயிறு உதித்த தலமாகிய லும்பினிக்கு அசோகர் யாத்திரை சென்று வந்ததையும் அந்த ஊருக்கு விதிக்கப்பட்ட நில வரித் தொகையில் பெரும்பகுதியை ரத்து செய்ததையும் இரு சாசனங்கள் குறிக்கின்றன (ரும்மின்டேய் சாசனம்). இன்னொரு சாசனத்தில் எண்ணில் புத்தர்களில் ஒருவரது பெயரில் விளங்கிய தூபி ஒன்றை விரித்தமைத்ததோடு அங்கு வந்து தான் வணங்கிச் சென்றதையும் அசோகர் பதிவு செய்கிறார் (நாகலிசாகர் சாசனம்). இவை இரண்டும் அவர் பவுத்தத்தை ஏற்றுக் கொண்டு ஒழுகியமைக்குச் சான்றுகளாகின்றன.

பிறிதொரு சாசனத்தில் அசோகர் பவுத்த சங்கத்தில் இருப்போர்க்கு என்னென்ன பவுத்த தம்ம நூல்களைக் கற்க வேண்டும் எனப் பரிந்துரைக்கிறார் (பாப்ரா சாசனம்). இன்னும் மூன்று சாசனங்களில் பவுத்த சங்கத்தில் இருக்கும் துறவிகள் சங்கத்தில் யாரேனும் பிளவுகள் ஏற்படுத்த முனைந்தால் அவர்கள் துவராடை களையப்பட்டு, வெள்ளாடை உடுத்தி வெளியேற்றப்படுவர் என எச்சரிக்கை செய்கிறார் (கோசம், சாஞ்சி, சாரநாத்). இவை அனைத்தும் அசோகர் புத்த தம்மத்தைத்தான் மனங்கொண்டார் என்பதற்குச் சான்றுகள் ஆகின்றன.

அசோகரின் நீதித்துறை மற்றும் சிறைச் சீர்திருத்தங்கள் குறித்தும் ஒன்றைச் சொல்லியாக வேண்டும்.

அசோகச் சாசனங்களிலிருந்து அவரது ஆட்சியில் இருவகை அதிகாரிகள் இருந்தது விளங்குகிறது. 'ராஜுகாக்கள்' எனும் அதிகாரிகள் ஒரு வகை. பொதுமக்கள் அளிக்கும் மனுக்களைப் பரிசீலித்து நடவடிக்கை மேற்கொள்வது, நீதிபரிபாலனம் செய்வது என்பன இவர்களின் பணி. 'தர்ம மகாமாத்திரர்கள்' என்போர் இன்னொரு வகை. இந்த இரண்டாம் வகையினர் ஒரு வகையில் மதம், மற்றும் நீதிபரிபாலனம் ஆகிய துறைகளுக்கான மேற்பார்வை அதிகாரிகள் (Department of Religious and Judicial Affairs) எனலாம். குறிப்பிட்ட கால இடைவெளிகளில் சிறைச்சாலைகளைப் பார்வையிடல், கைதிகளைச் சந்தித்து அவர்களின் நிலை அறிந்து

உதவுதல், விடுதலை செய்தல் முதலியன இவர்களின் பணியாக இருந்ததை இச்சாசனங்களிலிருந்து அறிகிறோம்.

இனி சில சாசன வாசகங்களைப் பார்ப்போம்:

5 ஆம் பாறைச் சாசனத்திலிருந்து:

"அவர்கள் (தர்ம மகாமாத்திரர்கள்) சிறைக் கைதிகள் சரியான முறைகளில் நடத்தப்படுகின்றனரா என்று கண்காணிக்கிறார்கள். அவர்களை விடுதலை செய்வதற்கும் முயற்சிகள் மேற்கொள்கிறார்கள். "இந்தக் கைதிக்குக் குடும்பத்தைக் காக்கும் பொறுப்பு உள்ளது", "இந்தக் கைதி மன அதிர்ச்சிக்குள்ளாகியுள்ளார்", "இவருக்கு வயதாகிவிட்டது" என்றெல்லாம் இவர்கள் கருதினால் அந்தக் கைதிகளின் விடுதலைக்காகவும் அவர்கள் செயல்படுவார்கள்.

1ஆம் கலிங்கத்துப் பாறைச்சாசனத்திலிருந்து:

"தேவனாம்பிரிய மன்னர் நீதிபரிபாலிக்கும் பணியில் உள்ள மகாமாத்திரர்களுக்கு இவ்வாறு ஆணையிடுகிறார்: 'நீங்கள் இதைக் கவனத்தில் இருத்த வேண்டும். சட்டத்திற்குப் பணிந்து நடக்கும் சிலரும் சிறையில் அடைக்கப்படுகின்றனர். கொடுமையாக நடத்தப் படுகின்றனர். காரணமில்லாமல் கொல்லவும் படுகின்றனர். இதனால் மக்கள் துயருறுகின்றனர். ஆகையால் நீங்கள் சார்பின்றி நேர்மையாக நடக்க வேண்டும்'..."

"இந்தச் சாசனம் கீழ்க்கண்ட நோக்கத்திற்காக இயற்றப்படுகிறது: நகரங்களில் நீதிபரிபாலனம் செய்யும் அதிகாரிகள் தங்கள் கடமைகளைச் சரிவர நிறைவேற்ற வேண்டும். அவர்களது அதிகாரத்தின் கீழுள்ள மக்கள் நேர்மையற்ற முறையில் சிறையில் அடைக்கப்படுவது, அல்லது கொடுமையான தண்டனைகளுக்கு ஆட்படுத்தப்படுவது முதலியவற்றால் துன்புறாமல் பார்த்துக் கொள்வது உங்கள் கடமை. உங்கள் முழு வலிமையையும் பயன்படுத்தி இதைச் செயல்படுத்த வேண்டும்..."

4 ஆம் கற் தூபிச் சாசனத்திலிருந்து...

"மக்களின் வேண்டுதல்களைக் கேட்டு நீதியை நிலைநாட்டும் பொறுப்பு ராஜ்ஜுகர்களுடையது. அவர்கள் அச்சமின்றியும் அக்கறையோடும் தம் கடமையை நிறைவேற்ற வேண்டும்.

சட்டத்தைச் செயல்படுத்துவதிலும், தண்டனை வழங்குவதிலும் (ஏழை / பணக்காரர் , உயர்ந்தோர்/ தாழ்ந்தோர் என்கிற வேறுபாடுகள் இன்றி) அனைவர்க்கும் பொதுவாக நீதி பரிபாலிக்க வேண்டும் என்பதே என் விருப்பம். இன்னும் கூட நான் ஒன்றைச் சொல்வேன். முறையாக விசாரிக்கப்பட்டு மரண தண்டனை விதிக்கப்பட்டவர்களை உடனே தண்டனையை நிறைவேற்றாமல் அவர்களை மூன்று நாட்கள்வரை சிறையில் அடைத்திருக்கலாம். இந்த நாட்களில் அவர்களின் உறவினர்கள் அவர்களின் மரண தண்டனையை ரத்து செய்ய விண்ணப்பிக்கலாம். அப்படி விண்ணப்பிக்க யாரும் இல்லையெனில் அடுத்த உலகில் புண்ணியம் தேடிக் கொள்வதற்கு அவர்கள் தானங்கள் செய்யலாம். அல்லது உபவாசம் இருக்கலாம். எஞ்சியுள்ளது கொஞ்ச காலமே ஆனாலும் அதை அடுத்த உலக வாழ்க்கைக்கு நன்மை தேடப் பயன்படுத்த வேண்டும். மக்கள் மத்தியில் தம்மப் பயிற்சி, தானம் செய்யும் பண்பு, சுய கட்டுப்பாடு ஆகியவை வளர வேண்டும் என்பதே என் விருப்பம்."

5ஆம் கற்தூபிச் சாசனத்திலிருந்து..

"எனது முடிசூட்டுக்குப் பிந்திய இந்த 26 ஆண்டுகளில் இருபத்தைந்து முறைகள் சிறைவாசிகள் மன்னிப்பு வழங்கி விடுதலை செய்யப்பட்டுள்ளனர்."

இன்றளவும் அசோகரின் இந்தச் சீர்திருத்தங்கள் வியப்புக்குரியனதான். பேராசிரியர் ரொமிலா தாபர் இப்படியான ஒரு நிலை அன்று எவ்வாறு, ஏன் சாத்தியமானது, மற்றும் அன்றைய ஆளுமைக்கு ஒருவகையில் தேவைப்பட்டது என ஒரு விளக்கத்தைத் தருகின்றார். என்ன இருந்தாலும் அசோகரின் இத்தகைய அணுகல் முறைகள் ஒரு வியத்தகு வரலாற்று நிகழ்வு என்பதை நாம் அத்தனை எளிதாகத் தாண்டிச் சென்று விட முடியாது.

இப்படி ஒரு வியப்புக்குரிய அரசாளுகைக்கு வரலாற்றில் வேறெங்கும் பெரிய ஆதாரங்கள் இல்லை. ஆனால் நம் தமிழகத்தில் அதற்கோர் இலக்கிய ஆதாரம் உண்டு. அதுதான் மணிமேகலை எனும் மகா காப்பியம். நாயகன் என யாருமின்றி ஒரு நாயகியை மையமாக வைத்து இயற்றப்பட்ட இந்தப் பவுத்தப் பெரும் காப்பியத்தில் உள்ள முப்பது காதைகளில் "சிறைக்கோட்டம்

அறக்கோட்டம் ஆக்கிய காதை" (19 ஆம் காதை) என ஒன்றும் அதில் உண்டு என்பதும் இங்கு குறிப்பிடத்தக்கது.

அசோகர் புத்தருக்குச் சுமார் 300 ஆண்டுகளுக்குப் பின் வாழ்ந்தவர். ஏசுவுக்கு 300 ஆண்டுகளுக்கு முந்தியவர். நபிகளுக்குச் சுமார் 900 ஆண்டுகள் மூத்தவர்; கார்ல் மார்க்சுக்குச் சுமார் 2100 ஆண்டுகளுக்கு முன்னும் மகாத்மா காந்திக்கு 2200 ஆண்டுகளுக்கு முன்னும் வாழ்ந்தவர். 2300 ஆண்டுகளுக்கு முன் இப்படி அறம் சார்ந்த ஒரு சிறைக் கொள்கை நடைமுறையிலிருந்ததை நாம் நினைத்துப் பார்க்க வேண்டும். இன்றளவும் நம் சிறைச்சாலைகள் எப்படி உள்ளன என்பதுடனும், இன்றைய நவீன உலகின் குவான்டனமோ பே மற்றும் அபு காரிப் கொடுஞ் சிறைச்சாலைகளுடனும் அசோகரின் அணுகல்முறையை ஒப்பிட்டுப் பார்க்கும்போது நாம் நாகரிக வளர்ச்சியில் முன்னோக்கி நகர்கிறோமா இல்லை பின்னோக்கிச் செல்கிறோமா என்கிற கேள்வி உருவாவது தவிர்க்க இயலாது.

ஆனால் நம் தமிழிலக்கியத்தில் வேறெங்கும் காணக் கிடைக்காத ஓர் அற்புதம் நிகழ்கிறது. முற்றிலும் நாயகனே இல்லாத, ஒரு நாயகியை மட்டுமே தலைவியாய்க் கொண்டு இயங்கும் மகா காவியமான மணிமேகலையில் காவிய நாயகியான அன்னை மணிமேகலை முற்றிலும் புதுமையாய் ஒரு தீர்வைச் சொல்வதைக் காண்கிறோம். அவள் அதிகாரி அல்ல. குடும்பச் சிறையில் அகப்பட்ட ஒரு சாதாரண மானுடப் பெண்ணும் அல்ல. புத்த நெறியை ஏற்ற ஒரு துறவி. எனவேதான் அவளால் அதைச் சொல்ல முடிகிறது.

அவளுக்கு புத்தபிரான் அருளால் யாருக்கும் வாய்க்காத ஒரு பெரும் பேறு வாய்க்கிறது. அள்ள அள்ளக் குறையாத அமுத சுரபி ஒன்று அவளுக்கு அருளப்படுகிறது. அதன் மூலம் மானுடரின் மிகப் பெரிய பிணியாகிய பசிப்பிணையை அகற்றும் பெரும்பேறுக்கு உரியவளாகிறாள் அந்த இளம் பிராயத்தில் அன்னை மணிமேகலை. சிங்கள மொழியில் 'பசி' என்பதற்கு இணையான சொல் 'படகினி'. அதன் பொருள் "வயிற்றிலே தீ". என்பது. அந்தத் தீயை அணைப்பதைத் தவிர பெரும்பேறு வேறு என்னவாக இருக்க இயலும்?

அள்ள அள்ளக் குறையாத அமுதசுரபியின் ஊடாக வீதிதோறும் அலைந்து பசித்தோர்க்கு அவள் உணவளித்து வரும் அந்தச் செய்தி சோழ மன்னருக்குத் தெரிவிக்கப்படுகிறது. அழைத்து வரச்

சொல்கிறார். மன்னனுக்கும் மாதவியின் மகளான அன்னை மணிமெகலைக்கும் இப்படி அமைகிறது உரையாடல்:

“மிக்க தவமுடையாய்! நீ யார்? கையிலேந்திய பாத்திரம் எங்கே கிடைத்தது?”

“அரசே! நெடுங்காலம் வாழ்வாயாக; யான் விஞ்சை மகள். இந்நகரில் வேற்று வடிவங் கொண்டு திரிந்தேன்; இது பிச்சைப் பாத்திரம்; இதனை அம்பலத்தேயுள்ள தெய்வமொன்று எனக்கு அருளியது; இது தெய்வத் தன்மையோடு கூடியது. யானைப் பசியென்னும் தீராப்பசியைத் தீர்த்தொழித்தது; பசியால் மெலிந்தவர்களுக்கு மிருதசஞ்சீவினியாக உள்ளது.”

“மிக்க தவமுடையாய்! நான் செய்ய வேண்டியது என்ன?”

“சிறைச்சாலையை அறச்சாலையாகச் செய்ய வேண்டும்” என்கிறாள் நம் அன்னை.

அன்னையின் வாக்கு ஏற்றுக்கொள்ளப்பட்டது. சிறைச்சாலை அழிக்கப்பட்டது. அது அறவோர்கள் தங்கும், அறச் செயல்களுக்கான இல்லமாக ஆக்கப்பட்டது.

இப்படி ஒரு காட்சி வரலாற்றில் சாத்தியமில்லை. ஏன் கற்பனையிலும் கூட சாத்தியமில்லை என்பதே உண்மை நிலை. ஆனால் அதைச் சாத்தியப்படுத்தி அதனூடாக மக்களின் பசிதீர்த்தலின் முக்கியத்துவத்தின் மீது கவனாம் ஈர்த்தார் நம் தமிழ்ப் பெருங்கவி சாத்தனார்.

(தமிழ்ப் பெருங்கவி சாத்தனாரின் இம் மகாகாவியம் குறித்துக் கூடியவரையில முழுமையாகவும், எளிமையாகவும் சுருக்கமாகவும் இங்கே அளிக்கப்பட்டுள்ளது).

4. பவுத்தத்தில் பத்தினி வழிபாட்டுக்கு இடமில்லை

கோவலனுக்கும் மாதவிக்கும் பிறந்த பெண் மணிமேகலை. மாதவி ஒரு ஆடற் கலைஞர். மாதவி கோவலனின் அங்கீகரிக்கப்பட்ட "முறையான" மனைவி அல்ல. ஆனால் அவள் பெற்றெடுத்த அந்த மகள்தான் பின் அன்றைய தமிழகத்தில் பசியால் கொத்துக் கொத்தாகச் செத்துக்கொண்டிருந்த மக்களின் பசி தீர்க்கிறாள். அள்ள அள்ளக் குறையாத அந்த அற்புதப் பாத்திரத்தின் உதவியால் பசியால் மடிந்து கொண்டிருந்த மக்களைக் காப்பாற்றுகிறாள்.

மணிமேகலைக் காப்பியம் சுமார் பதினான்கு உட்கதைகளின் ஊடாகக் கட்டமைக்கப் பட்டுள்ளது. அவற்றுள் ஆபுத்திரனின் வரலாறும் ஒன்று. அவர் குறித்து அறிவோம். பத்தினி வழிபாட்டை பவுத்தம் ஏற்பதில்லை. எனினும் மணிமேகலை வஞ்சி சென்று சேரன் செங்குட்டுவன் கண்ணகிக்கு எடுத்த பத்தினிக் கோட்டத்தை வணங்கி வருவதாக ஒரு காட்சி சாத்தனாரின் மணிமேகலைக் காப்பியத்தில் உண்டு. அதை ஒரு சிறு முரண்பாடாகச் சிலர் கூறுவர். அப்படிக் கருதுவது பேரபத்தம். சாத்தனார் பேரறிஞர். அதுவும் பவுத்தப் பேரறிஞர். அவர் எப்படிப் பத்தினி வழிபாட்டை ஏற்க முடியும். அதுவும் தன் கணவன் அநீதியாகக் கொல்லப்பட்டான் என்பதற்காக ஒரு நகரையே, அங்குள்ள உயிர்களோடு எரித்த கொடூரச் செயலைக் கொண்டாடவோ, கோயிலெடுக்கவோ, வணங்கி நிற்கவோ எப்படி இயலும்?

தன் தந்தையின் மனைவி எனும் வகையில் தன் அன்னை கண்ணகியை வஞ்சியில் அமைக்கப்பட்டிருந்த ஆலயத்திற்குச் சென்று மணிமேகலை வணங்கி ஆசி பெறுவதாக ஒரு காதையே மணிமேகலைக் காப்பியத்தில் உண்டுதான். ஆனால் அதை நுணுக்கமாக வாசித்தால் அப்படிக் கண்ணகி மதுரையை அழித்த அந்தச் செயலை மணிமேகலை கடுமையாகக் கண்டிப்பதாகவே யாரும் அதைப் புரிந்துகொள்ள முடியும். அப்படித் தாள முடியாத ஆத்திறத்தின் ஊடாகவும், தன் கற்பு நெறியை உலகு முன் நிறுவும் முயற்சியாகவும் கண்ணகி மேற்கொண்ட அந்தக் கொடும் நகர அழிப்பைக் கண்ணகியிடம் மணிமேகலை நேருக்கு நேராக அது எப்படிச் சரியாகும் எனக் கேட்பதாகத்தான் அந்தக் காதை அமைக்கப்பட்டுள்ளது விளங்கும். அது மட்டுமல்ல கண்ணகி தனது அச் செயல் குறித்துப் பெருமை கொள்ளாமல் வருத்தம் தெரிவிப்பதாகவுமே அது அமையும். கண்ணகியும் அந்தப் பாவச் செயலுக்காகத்தான் இன்னும் பல பிறவிகள் எடுக்க வேண்டும் எனவும் ஒப்புக்கொள்கிறார். அது மட்டுமல்ல பவுத்தத்தை ஏற்றுக் கொண்ட ஒரு பவுத்தப் பிரச்சாரகியைப் போலக் கண்ணகியை அக் காட்சியின் ஊடாக உருமாற்றி நிறுத்துவார் நம் பேரறிஞர் சாத்தனார்.

பத்தினி வழிபாடு மற்றும் உடன்கட்டை ஏறுதல் என்பதற்கெல்லாம் பவுத்தத்தில் இடமில்லை. சாத்தனாரின் மகாகாவியம் இதனை வாய்ப்புக் கிடைக்கும்போதெல்லாம் சுட்டிக் காட்டாமல் இருப்பதும் இல்லை.

5. பவுத்தமும் மார்க்சியமும்

(இது மார்க்சியம் அல்லது பவுத்தம் பற்றிய ஒன்று அல்ல. இது தர்க்கம் – logic – பற்றிய ஒரு சிறு குறிப்பு. எதையும் எவ்வாறு பார்ப்பது என்பது பற்றிய ஒரு சிறு உசாவல். "முரண்பாடு" (contradiction) என்னும் தத்துவக் கருத்தாக்கத்தை ஏற்பதில் பவுத்தமும் மார்க்சீயமும் சந்திக்கும் ஒரு வியத்தகு புள்ளி குறித்த ஒரு சிறு வியப்புப் பகிர்வு) (3 Oct 2022),

மணிமேகலை பல்வேறு அம்சங்களில் தனித்துவமான ஒரு காவியம். அதன் இறுதி நான்கு பெரும் அத்தியாயங்கள் முழுக்க முழுக்கத் தத்துவ உரையாடல்களாகவே அமைந்து பொசுக்கென காப்பியம் முடிந்துவிடுகிறது என்பதை இந்நூலின் முதற் பகுதியில் கண்டோம்.

இந்திய மரபில் அது ஒன்றும் வியப்பில்லை எனலாம். மகாபாரதத்தில் 'பகவத் கீதை' ஒரு இடைச் செருகல்தான். அதை அகற்றினாலும் காப்பியத்தின் போக்கிற்கு எந்தக் குறையும் இருக்காது. கீதை ஒரு இடைச் செருகல் எனும் கருத்து அறிஞர்களால் ஏற்கப்பட்ட ஒன்று. ஆனால் மணிமேகலையின் இறுதி அத்தியாயங்கள் அப்படி அல்ல. இறுதி அத்தியாயங்கள் காப்பியத்துடன் பின்னிப் பிணைந்து கிடக்கின்றன. அவற்றை நீக்கினால் காப்பியம் முடிவற்றுப் போகும். ஒன்றை மறந்துவிடலாகாது. சுருக்கம் கருதி நாம் "மணிமேகலை" என அக்காப்பியத்தை அழைத்தாலும் அதற்கு சாத்தனார் இட்ட

பெயர் "மணிமேகலை துறவு" என்பது. அன்று இந்தத் துணைக் கண்டத்தில் நிலவிய அனைத்துத் தத்துவங்களையும் அறிந்து இறுதியில் அறவண அடிகளிடம் பவுத்த தத்துவத்தைக் கேட்டு அதனடியாக மணிமேகலை பவுத்தத் துறவியாக ஆவதைச் சொல்வதுதான் அக் காவியம். சமீபமாகத் தந்தையை இழந்த. கள்ளம் கபடமற்ற உலகறியாச் சிறு பெண்ணாகச் சோலை ஒன்றில் பூப்பறிக்க வரும் சிறுமியாகக் காப்பியத் தொடக்கத்தில் அறிமுகம் ஆகும் அச்சிறு பெண் இடையில் எதிர்கொள்ளும் அனுபவங்கள்... ஏராளம்! - அந்த அநுபவங்களின் ஊடாக அவள் மேற்கொள்ளும் பயணம் அவளை பவுத்தத் துறவு மார்க்கத்தில் கொண்டு சேர்க்கிறது.

இன்று பவுத்த தத்துவம் அதற்குறிய தனித்துவத்துடன் உலகின் முக்கிய தத்துவப் போக்குகளில் ஒன்றாக விளங்குகிறது, அதன் தனித்துவத்தை நவீன சிந்தனையாளர்களான லெவி ஸ்ற்றாஸ் வரை அங்கீகரிக்கின்றனர் என்பது கவனத்துக்குரிய ஒன்று. மேலைத் தத்துவங்கள் அனைத்தும் அரிஸ்டாட்டலியப் பாரம்பரியத்தில் வந்தவை. அதில் ஒரு முக்கிய இடையீடாக உருப்பெற்றது மார்க்சீயம்தான்.

அதென்ன?

அரிஸ்டாட்டலியப் பாரம்பரியத்தில் அமைப்பியல் தொடங்கிப் பின்நவீனம் வரை ஏற்படுத்திய மிகப் பெரிய அதிரடி மாற்றங்களைச் சற்றே ஒதுக்கிவைத்துப் பார்த்தால் - இன்றுவரை மேலைத் தத்துவமாக அறியப்பட்டவை "முரண்பாடு" *(contradiction)* என்பதை ஏற்பதில்லை. சரியாகச் சொல்வதானால் முரண்பாடுகளின் இருப்பை மேலைத் தர்க்கம் *(logic)* அங்கீகரிப்பதில்லை. எந்த ஒரு கூற்றும் *(statement)* "உண்டு" அல்லது "இல்லை" என்கிற இருமை எதிர்வுக்குள் *(binary opposition)* அடங்க வேண்டும். எந்தக் கூற்றும் ஒன்று "சரி" ஆக இருக்கவேண்டும் அல்லது "தவறு" ஆக இருக்க வேண்டும். ஏதொன்றும் இந்த இரண்டுக்கும் இடையில் ஒரே நேரத்தில் சரியானதாகவும் தவறானதாகவும்- இருக்கும் வாய்ப்பை எதிரொலிப்பதாக அமையக் கூடாது.

முரண்பாடுகளுக்கு இடமற்றதாகவே எந்த ஒரு கூற்றும் அமைய வேண்டும். இப்படி முரண்பாடுகளுக்கு இடையில் மூன்றாவதாக ஏதொன்றும் இருக்க முடியாது என்பதை *Principle of Excluded Middle* என மேலைத் தத்துவத்தில் குறிப்பார்கள். மூன்றாவதற்கு

இடமில்லை *(tertium non datur)* என இடைப்பட்ட இருப்பு புறந் தள்ளப்படும். அதோ அந்த மலையிலிருந்து புகை வருகிறது என்றால் மேலைத் தத்துவ அடிப்படைகளின்படி அங்கே நெருப்பு இருக்க வேண்டும் என்பதே சரியான கூற்று. வேறு சாத்தியம் ஏற்கப்படுவதில்லை.

பவுத்தம் இதை ஏற்பதில்லை. இதைச் சற்று விரிவாகப் பார்க்கலாம்.

பவுத்தத் தத்துவப் போக்குகளில் ஒன்றான நாகார்ஜுனரின் (கி. பி150 - 250) "மாத்யமிகா" அணுகல் முறையில் (மகாயன பவுத்த மரபு) முன்வைக்கப்படும் "நான்கு மூலைகள்" (சதுஷ்கோடி) எனும் கருத்தாக்கம் இங்கே கருதத்தக்கது. "உண்மை", "பொய்" என்கிற இரண்டிற்கும் அப்பால் ஏதேனும் ஒன்றே "உண்மையாகவும் பொய்யாகவும்" இருக்க முடியும் என்பது மட்டுமல்ல "உண்மையாகவும் இல்லாமல், பொய்யாகவும் இல்லாமலும்" கூட ஒன்று இருக்க முடியும் என்றார் அவர். இந்த நான்கு சாத்தியங்களுக்கும் நாகார்ஜுனரின் தத்துவம் இடமளிக்கிறது. மேலைத் தத்துவங்களில் காண இயலாத தனித்துவங்கள் இவை.

எடுத்துக்காட்டுகள் என ஏதையும் முன்வைக்காமல் உங்கள் ஊகங்களுக்கே விட்டுவிடுகிறேன். எல்லாவற்றையும் ஆம் / இல்லை என்கிற இரட்டை எதிர்விற்குள் *(binary oppositions)* அடக்கிவிட முடியாது. இரண்டிற்கும் இடைப்பட்ட சாத்தியங்கள் உண்டு என்பதை நவீன இயற்பியலும் *(physics)* ஏற்கிறது, ஐன்ஸ்டினின் சார்பியல் கோட்பாடு *(Relativity Theory)*, டீ- ப்ராக்லியின் பொருட்களின் இரட்டைப் பண்பு குறித்த கோட்பாடு *(Dual Nature of Matter)*, ஹெய்சன்பர்கின் உறுதியின்மைக் கோட்பாடு *(Uncertainty Principle)* முதலியன இத்தகைய ஆம் / இல்லை எனும் இரட்டை எதிர்வுகளைச் சென்ற நூற்றாண்டில் நொறுக்கித் துவம்சமாக்கியதை நான் எனது பின்நவீனத்துவம் குறித்த கட்டுரைகளில் மிக விரிவாக விளக்கியுள்ளேன்,

இந்த வகையில் பவுத்தம் மேலைத் தத்துவங்களைப் போல அல்லாமல் முரண்பாடுகளைத் தீண்டத் தகாதவையாகப் புறம் தள்ளுவதில்லை. முரண்பாடுகளை அது ஏற்கிறது.

இங்கேதான் மார்க்சியம் முரண்பாடுகளுக்குக் கொடுத்த முக்கியத்துவம் நம் நெஞ்சில் உறைக்கிறது. எல்லாவற்றுக்குள்ளும் முரண்பாடுகள் இருக்கும். முரண்பாடுகளுக்குள் மோதல்கள்

இருக்கும். மோதல்களின் ஊடாகவே சமூக இயக்கம் சாத்தியமாகும் என்பதுதானே மார்க்சிய இயங்கியலின் அடிப்படை.

மேலைச் சிந்தனையில் பெரும்புரட்சியை ஏற்படுத்திய 'பின் - அமைப்பியல்' மற்றும் 'பின் - நவீனத்துவ' கருத்துக்களை விளக்க முயலுவோர் க்ளாட் லெவி ஸ்ட்ராசிலிருந்துதான் தொடங்குவர். அவர், "மார்க்சியமும் புத்திசமும் ஒரே காரியத்தைத்தான் செய்கின்றன. ஆனால் வெவ்வேறு மட்டங்களில் *(Marxism and Buddhism are doing the same thing, but at different levels)* எனக் கூறியது *(1955)* குறிப்பிடத் தக்கது.

பவுத்தத் தரப்பிலிருந்தும் இக்கருத்து ஏற்றுக்கொள்ளப்பட்டுள்ளது.

திபெத்தின் 14வது தலாய்லாமா வணக்கத்துக்குரிய டென்சின் கியாஸ்டோ அவர்கள் இது குறித்துச் சொல்லுகையில்,

"நவீனப் பொருளாதாரக் கோட்பாடுகள் எல்லாவற்றிலும் மார்க்சியம் மட்டுமே அற அடிப்படையில் அமைந்த ஒன்று. முதலாளியத்தைப் பொறுத்தமட்டில் லாபம் மற்றும் லாபத்தை ஈட்டும் வழிகள் மட்டுமே முக்கியம். சோவியத் யூனியனின் வீழ்ச்சி என்பது என்னைப் பொறுத்தமட்டில் அது மார்க்சியத்திற்கு ஏற்பட்ட தோல்வி அல்ல. அதை எதேச்சாதிகாரத்தின் (totalitarianism) தோல்வியாகவே பார்க்க வேண்டியுள்ளது. இந்தக் காரணத்தால்தான் நான் இன்னும் அரை மார்க்சிஸ்ட் - அரை புத்திஸ்ட் எனச் சொல்லிக் கொள்கிறேன்" - என சோவியத் வீழ்ச்சியை மார்க்சியத்தின் தோல்வியாக முன்வைத்துப் பேசப்பட்ட சொல்லாடல்களின் போது *(1993)* அவற்றை மறுத்துக் கூறியது குறிப்பிடத்தக்கது.

வண. டென்சின் கியாஸ்டோ அவர்கள் அத்தோடு நிறுத்தவில்லை. தொடர்ந்து அவர்,

"பவுத்தம் எதை மனிதர்களுக்கான பேரின்பத்தின் உச்சம் எனச் சொல்கிறதோ அந்தச் சூன்ய நிலையில் *(state of nothingness)* மனதை வைத்துக்கொண்டு மேலும் கீழுமாக நடந்து கொண்டுள்ள ஒரு 'வாக்கிங் ஸ்டிக்' போல நான் ஆகிவிட்டேன்" - எனப் பேராசான் கார்ல் மார்க்ஸ் கூறியுள்ளதையும் மேற்கோள் காட்டினார்.

மார்க்சியம் "தொழிலாளி வர்க்கம் *X* முதலாளிவர்க்கம்" என்கிற முரண்பாடுகளை முன்வைப்பதோடு நிறுத்திவிடுவது இல்லை.

இரண்டுக்கும் இடையிலான முரண்பாடுகளின் இருப்பையும் அது ஏற்றுக்கொள்கிறது. சொல்லப்போனால் அதற்கு அது அதிக முக்கியத்துவம் அளிக்கிறது. அதோடு நிறுத்திவிடாமல் அந்த முரண்பாடுகளை எவ்வாறு கையாள வேண்டும் என்பதை அது அதிகம் பேசுகிறது.

நல்லது *X* கெட்டது, சரி *X* தவறு, எதிரி *X* நண்பன், ஆண் *X* பெண், இந்து *X* முஸ்லிம் முதலான இரட்டை எதிர்வுகள் *(binary oppositions)* மூலமாகவே உலகைப் பார்ப்பது வன்முறை மட்டுமல்ல. அது உலகைப் புரிந்துகொள்வதற்கான வழிமுறையும் அல்ல என்பது ஆக முக்கியம்.

இரு குறிப்புகள்

1. புத்தருக்கும் நாகார்ஜுனருக்கும் இடையில் சுமார் *750* ஆண்டு கால இடைவெளி உள்ளது. புத்தருக்கும் தின்னாகர், தருமகீர்த்தி ஆகியோருக்கும் இடையில் ஓராயிரம் ஆண்டு காலம் ஓடிவிடுகிறது. இடையில் பவுத்தத்தில் பெரிய மாற்றங்கள் நிகழ்ந்துவிடுகின்றன. கடவுளின் இருப்பை மறுத்தவர் புத்தர். பின்னவர்கள் புத்தரே கடவுளாக்கப்பட்ட காலத்தில் வாழ்ந்தவர்கள். இந்த வேறுபாடுகள் இருந்தபோதும் பின்னாளில் வளர்ந்தெழுந்த பவுத்த தர்க்கம் புத்தரின் அடிப்படைக் கோட்பாடுகளை விட்டுவிடவில்லை. வைதீகத் தத்துவங்களிலிருந்து அது முரண்பட்டே வந்தது. எல்லாம் இயக்கத்தில் உள்ளன என்கிற பவுத்த அடிப்படையை அது துறக்கவில்லை. இங்கு பேசப்படும் இருமை எதிர்வு என்பதும் கூட புத்தர் உரைத்த 'ஓடிக்கொண்டிருக்கும் நீரில் இந்தக் கணத்தில் இருக்கும் நீர்த்துளி அடுத்த கணத்தில் இருப்பதில்லை' எனும் கருத்தாக்கத்தின் அடிப்படையில் உருவானதுதான்.

2. கார்ல் மார்க்ஸ் மேலைத் தத்துவ மரபுகளில் ஒன்றான ஹெகலிய மரபில் வந்தவர்தான் என்ற போதிலும் அவர், "ஹெகலைத் தலைகீழாகக் கவிழ்த்தவர்." அந்த வகையில் அவரது சிந்தனைகள் அவருக்குப் பின் வந்த இன்றைய நவீன சிந்தனைகளுக்கு மிக நெருக்கமானவை.

தமிழ் பவுத்தம் குறித்த சில முக்கிய நூல்கள்

பவுத்தம் தன்னளவில் அன்பையும் சமாதானத்தையும், சமத்துவத்தையும் போதித்த ஒரு உன்னதமான மதம். அதை இந்து மதத்தின் கிளை என்றெல்லாம் எடுத்தெறிந்து பேச இயலாது. (எனது 'புத்தம் சரணம்' நூலில் இது குறித்து விரிவாக எழுதியுள்ளேன்.) டி.டி.கோசாம்பியின் தந்தை தர்மானந்தரின் நூல் கிடைக்கிறது. பாரதியால் பாராட்டப்பட்டதும், அம்பேத்கரை பவுத்தத்திற்கு ஈர்த்ததுமான இன்னொரு நூல் லட்சுமி நரசு அவர்களின் (ஆங்கில) நூல். ரைஸ் டேவிசின் *Buddhist India* நூலும் ஒரு மிகச் சிறந்த தொடக்க நூல். பவுத்த தத்துவம் குறித்த ராகுல சாங்கிருத்யாயனின் நூல் 'என்.சி.பி.எச்' வெளியீடு.

மணிமேகலை நூலுக்கு உ.வே.சா எழுதிய முன்னுரை, மயிலை சீனி வேங்கடசாமியின் 'பவுத்தமும் தமிழும்', தமிழறிஞர் சோ.ந.கந்தசாமி அவர்களின் முனைவர் பட்ட ஆய்வு, நா.வானமாமலை அவர்களின் கட்டுரை ஒன்று அப்புறம் பெரும் பேராசிரியர் சீத்தலைச் சாத்தனாரின் மணிமேகலை காவியம் ஆகியன தமிழ் பவுத்தத்தை அறிந்துகொள்ளச் சிறந்த நூற்கள்.

தமிழ் பவுத்தம் குறித்த இன்னொரு காவியமான (ஆங்கில) நூல் *Anne E Monius* இன் *Imagining a place for Buddhism*, மற்றது *Shu Hikosaka* வின் *Buddhism in Tamilnadu* என இன்னும் சொல்ல ஏராளம் உண்டு. சுருக்கம் கருதி இத்துடன் நிறுத்திக்கொள்கிறேன்.

6. சிறைக்கோட்டமும் அறக்கோட்டமும்

பவுத்தம் சொல்வதென்ன?

சிலகாலம் முன்னர் தமிழக நகரம் ஒன்றில் மனித உரிமை அமைப்புகள் சார்பாக ஒரு கண்டனக் கூட்டம் நடைபெற்றது. நானும் அழைக்கப்பட்டிருந்தேன். அந்த நகரின் மத்தியச் சிறையில் முந்திய எட்டு மாதங்களில் நான்கு கைதிகள் தற்கொலை செய்து கொண்டுள்ளனர். இன்னும் மூவர் தற்கொலை முயற்சியில் ஈடுபட்டு மருத்துவமனையில் உயிர்பிழைத்துள்ளனர். இது குறித்த விசாரணை வேண்டும் என மனித உரிமைச் செயல்பாட்டாளர்கள் சிறைக்குச் சென்று கைதிகளிடம் பேசி உண்மை நிலையைக் கண்டறிய அனுமதி வேண்டும் என்பன முக்கிய கோரிக்கைகளாக அந்தக் கூட்டத்தில் முன்வைக்கப்பட்டன. நான் ஒரு மனித உரிமைச் செயலாளன் என்கிற முறையில் அதை ஆய்வு செய்த வகையில் அதை முழுமையாக அறிவேன்.

இந்தியச் சிறைகளில் தற்கொலைகள், கொலைகள், உரிய சிகிச்சை இல்லாமல் நிகழும் மரணங்கள் ஏராளம். 2001 2010 காலகட்டத்தில் மட்டும் காவல்துறை விசாரணைகளிலும், சிறைக் காவல்களிலும் அப்போது 14,231 பேர்கள் செத்துள்ளனர் என்கின்றனர் இது தொடர்பான தேசியக் குற்ற ஆவண நிறுவனம் *(National Crime Records Bureau)* வெளியிட்டுள்ள இது தொடர்பான அறிக்கை 2011 இல் மட்டும் 1,332 கைதிகள் இந்தியச் சிறைகளில் செத்துள்ளனர் எனவும் இதில் 93.4 சத மரணங்கள் “இயற்கையானவை” எனவும் கூறுகின்றது. 68 பேர் தற்கொலை செய்துகொண்டுள்ளனர். எட்டுப்

பேர் பிற கைதிகளால் கொலை செய்யப்பட்டுள்ளனர். மொத்ததில் 12 மரணங்கள் இப்படி இயற்கை மரணங்கள் இல்லாத இறப்புகள் என அறிகிறோம். இயற்கை மரணங்கள் என அரசு சொல்பவையே ஆய்வுக்குரியவை. தமிழகச் சிறைகளில் உரிய வைத்திய வசதி இல்லாமல் பல ஆண்டுகள் இருந்து இறந்த கைதிகளை அறிவோம். தவிரவும் இந்தப் புள்ளிவிவரங்கள் பலவும் பிரச்சினைக்குரியவை. ஒரே ஆண்டு குறித்த மனித உரிமை ஆணையத்தின் புள்ளிவிவரமும் தேசியக் குற்ற ஆவண நிறுவனப் புள்ளிவிவரமும் வேறுபடுவது இதை உறுதியாக்குகிறது. தவிரவும் இந்த மரணங்களில் பலவும் சிறையில் மேற்கொள்ளப்படும் சித்திரவதைகளின் விளைவுதான் என்கிற கருத்தும் உள்ளது ஆசிய மனித உரிமை மையம் *(Asian Centre for Human Rights)* 2011 ல் வெளியிட்டுள்ள அறிக்கையில் இதுகுறித்துக் காணலாம்.

இந்த மரணங்களுக்கு இன்னும் பலவிதக் காரணங்கள் உள்ளன. டெல்லி திகார் சிறையில் நிர்பயா படுகொலை வழக்கில் கைதாகியிருந்த ராம்சிங் (33) சில ஆண்டுகள் முன் தற்கொலை செய்துகொண்டபோது அவரது பெற்றோர்கள் அது அப்பட்டமான படுகொலை எனக் குற்றம் சாட்டினர். சிறைக்குள் ஓரினப் புணர்ச்சி தொல்லையும் அவருக்கு இருந்ததாகக் கூறினர். பெங்களூரு பரப்பன அக்ரகாரச் சிறையில் பெண் கைதிகள் அங்குள்ள பணக்கார ஆண்கைதிகளின் கட்டாயமான விபச்சாரத்திற்கு உள்ளாக்கப்படுகின்றனர் என்கிற குற்றச்சாட்டு சில ஆண்டுகள் முன் விசாரணைக்கு வந்தது. மும்பை சிறைச்சாலை ஒன்றில் பெண் கைதிகளைக் கண்காணிக்க வைக்கப்பட்டுள்ள CCTV க்களை நீக்க வேண்டும் என அவர்கள் போராடினர். அவர்களின் ஒவ்வொரு நடவடிக்கையும் சிறைக் காவலர்களால் பாலியல் வக்கிரத்துடன் கண்காணிக்கப்படுகின்றன என்பது குற்றச்சாட்டு. சட்டிஸ்கரில் மாஓயிஸ்ட் ஆதரவாளர் எனக் கைது செய்யப்பட்ட ஹிட்மே கவாசி எனும் பழங்குடிப் பெண் சிறையில் செய்யப்பட்ட சித்திரவதைக் கொடுமைகளை சக கைதியாக இருந்த சோனி சோரி வெளிப்படுத்தினார். கர்ப்பமாக இருந்தபோது கைது செய்யப்பட்ட அவர் பிரசவ நேரத்திலும்கூட விலங்கிடப் பட்டிருந்தார் என்றெல்லாம் செய்திகள் வந்தன..

இப்படி நிறையச் சொல்லலாம். ஒன்றைக் குறிப்பிட்டுச் சொல்ல வேண்டும். தமிழகச் சிறைகளில் இப்படியான வன்முறைகள்

அதிகம். 2000 -2015 காலகட்டத்தில் மட்டும் 1155 பேர் சிறைகளில் இறந்துள்ளனர். அதாவது நான்கு நாட்களுக்கு ஒருவர் தமிழகச் சிறைகளில் அன்று செத்துப் போனார்கள் என்றாகிறது.

என் மனித உரிமைச் செயல்பாடுகளின் பின்னணியில் இப்படி நிறையச் சொல்லிக்கொண்டே போகலாம். சுருக்கம் கருதி இரண்டு தகவல்களோடு நிறுத்திக்கொள்கிறேன். நமது சிறையின் கொள்ளளவைவிட இரு மடங்கு மக்கள் உள்ளே அடைக்கப் படுகின்றனர். இதில் கிட்டத்தட்ட பாதிப்பேர் குற்றம் உறுதி செய்யப்படாத விசாரணைக் கைதிகள். பல நேரங்களில் இவர்களின் எண்ணிக்கை தண்டனைக் கைதிகளை விடவும் அதிகம். சிறைக் கைதிகளின் 'இயற்கை மரணங்களில்' இப்படியாக அதிக அளவில் கைதிகள் அடைக்கப்படுவதால் ஏற்படும் ஆக்சிஜன் பற்றாக்குறையும் கூட இதற்கு ஒரு காரணம்.

அதேபோல சிறைக்குள் கடைப்பிடிக்கப்படும் ஏற்றத் தாழ்வுகளும் கொடுமையானவை. சிறைகளில் இருப்போரில் பெரும்பான்மையினர் அடித்தள மக்கள், பிற்படுத்தப்பட்டோர் மற்றும் சிறுபான்மையினர்தான். இவர்களுக்குச் சிறை விதிகளின்படி அளிக்கப்படும் 'பரோல்' முதலிய உரிமைகளும் கூட முழுமையாக அளிக்கப்படுவதில்லை. சுருக்கம் கருதி விவரங்களைத் தவிர்க்கிறேன்.

ஐரோப்பாவை மையமாக வைத்து 18ஆம் நூற்றாண்டின் பிற்பகுதியில் தண்டனை நடவடிக்கையில் மேற்கொள்ளப்பட்ட சீர்திருத்தங்கள் மற்றும் நவீன சிறைச்சாலை உருவாக்கங்கள் குறித்து மிஷேல் ஃபூக்கோ முன்வைத்த ஆய்வுகள் நவீன சிந்தனை உருவாக்கத்தில் முக்கியப் பங்கு வகிப்பவையாக உள்ளன. மத்திய காலத்திலும் அதற்கு முற்பட்ட காலங்களிலும் 'நவீன சிறைச்சாலைகள்' கிடையாது. அப்போதெல்லாம் பெருங் கூட்டமாகத் திரட்டப்பட்ட மக்கள் முன் கடும் சித்திரவதைகளின் ஊடாகக் குற்றவாளிகள் கொல்லப்படுவது ஒரு சடங்கு நிகழ்வாக அரங்கேற்றப்பட்டது. நிற்க மட்டுமே முடிந்த கூண்டுகளில் அடைத்து வைத்துக் கொல்லப்படுதல், உயிருடன் தோலை உரித்துத் தொங்கவிடப்படுதல், உறுப்புகள் துண்டிக்கப்படுதல் இப்படி எல்லாம் தண்டனைகள் அரங்க நிகழ்ச்சிகள் போலக் காட்சிப்படுத்தப்பட்ட நிலை 18ம் நூற்றாண்டின் பிற்பகுதியில் மாற்றம் அடைந்தது. நவீன சிறைச்சாலைகள் உருவாயின.

இதனூடாக தண்டனை வடிவில் மாற்றங்கள் நடந்தனவே ஒழிய தண்டனைகளின் ஊடாக சமூகம் ஒழுங்கமைக்கப்படுதல் என்பது இன்னும் நுணுக்கமாகத் தொடர்ந்தது. தண்டிக்கப்பட்டவர்களின் உடல் மீதான வன்முறைகள் காட்சிப்படுத்தப்படுவது நின்றாலும் ஒழுங்கமைக்கப்பட்ட சமூகத்தின் நடுவே அதன் ஒரு பகுதியாக நிறுவப்பட்ட சிறைச்சாலைகளின் ஊடாக சமூகம் ஒழுங்கமைக்கப் படுவது நிற்பதில்லை. சிறைப்பட்டவரின் ஒவ்வொரு நடவடிக்கைகளும் கண்காணிக்கப்படுவதன் மூலம் அவர் புழங்கும் வெளியும், அவர் புழங்கும் காலமும் மிகத் துல்லியமாக ஒழுங்கமைக்கப்படுகின்றன. சமகால நவீன நிறுவனங்களான தொழிற்சாலைகள், பள்ளிகள், மருத்துவமனைகள், இராணுவ தளங்கள் அனைத்தும் இவ்வாறே அமைக்கப்பட்டுள்ளன.

இந்தப் புதிய ஒழுங்கமைப்பு நிறுவனங்களின் மூலம் இன்னும் இறுக்கமாக சமூகம் கண்காணிக்கப்பட்டு ஒழுங்கமைக்கப்படுகிறது. சிறைச்சாலைகளின் நோக்கம் குற்றங்களைக் குறைப்பதாகவோ, குற்றவாளிகளைத் திருத்துவதாகவோ, குற்றச் சமூகம் ஒன்று உருவாவதைத் தடுப்பதாகவோ அல்ல. மாறாக குற்றச் சமூகம் ஒன்று இருப்பது அரசுக்குத் தேவையாக இருக்கிறது. குற்றச் சமூகம் ஒன்று இருப்பதே அரசின் இந்தக் கண்காணிப்புகளையும், இராணுவம் மற்றும் காவல் துறை மூலம் சமூகம் கட்டுக்குள் வைக்கப்படுவதையும் நியாயப்படுத்துகிறது என்பவற்றையெல்லாம் அறிஞர் ஃபூக்கோ நிறுவியது சென்ற நூற்றாண்டின் பிற்பகுதியில் ‘குற்றவியல்’ மற்றும் ‘கண்காணிக்கப்படும் சமூகம்’ தொடர்பான புதிய விழிப்புணர்வை உலகளவில் ஏற்படுத்தியது. ‘ஆதார் அட்டை’ நம் உடல் மற்றும் வாழ்வின் பிரிக்க இயலாத ஓர் அங்கமாக ஆக்கப்படும் இன்றைய சூழலில் இந்தக் கண்காணிப்பு அதன் உச்சத்தை இன்று தொட்டுள்ளது.

இதை நாம் சரியாகப் புரிந்து கொண்டோமானால் சிறைச்சாலைகள் தொடர்பாக இப்போது எழுகின்ற இரு கேள்விகள் பொருளற்றதாகி விடுவதை உணரலாம். அவை:

1. *தண்டனை வழங்குதல் மூலம் குற்றங்கள் குறையும் என்பது ஏன் நிகழவில்லை?*
2. *தண்டனை வழங்குதல் மூலம் குற்றவாளிகள் திருந்துவார்கள் என்பதும் ஏன் உண்மையாகவில்லை?*

இந்த இரண்டு கேள்விகளுக்கும் ஒரே பதில்தான். தண்டனை வழங்குதல் மற்றும் சிறைச்சாலைகளின் நோக்கம் குற்றங்களைக் குறைப்பதோ இல்லை குற்றவாளிகளைத் திருத்துவதோ அல்ல என்பதுதான். ஒரு வகையில் அரசுகள் மற்றும் அதிகாரத்தின் இருப்பிற்குக் குற்றங்களும் தேவைப்படுகின்றன. அதேபோல குற்றவாளிகளும் தேவைப்படுகின்றனர். எனவேதான் சிறைச்சாலைச் சீர்திருத்தங்கள் குறித்த மனிதாபிமானிகள், சிந்தனையாளர்கள், எழுத்தாளர்கள், மனித உரிமை ஆர்வலர்கள் முதலானோரால் முன்வைக்கப்படும் கருத்துக்கள் இன்று அரசுகளால் மூர்க்கமாக மறுக்கப்படுகின்றன. அப்படி அரசுகள் மறுப்பதற்கு மக்களின் ஆதரவு இருப்பதையும் நாம் கவனத்தில் கொள்ள வேண்டும். சில காலங்களுக்கு முன் தமிழகத்தில் நிர்பயாவின் கொலையில் கைதான ராம்சிங்கிற்குச் சிறையில் கொடுமைகள் நிகழ்ந்தன என நாம் சொல்லத் துணிவோமானால் பெரும்பான்மை மக்களின் கடும் எதிர்ப்பைத்தான் நாம் எதிர்கொள்ள நேரிடும். எத்தனை கொடூரமான கொலையைச் செய்தவன் அவன்? அவனுக்கா மனித உரிமை வேண்டும் என்கிறாய் என்கிற கேள்வி மக்கள் மத்தியில் உடன் உருவாகிறது.

பொதுப் புத்தி எப்படி இருந்தபோதும் மனிதர் என்கிற வகையில் அவனுக்கும் உரிமைகள் வேண்டும் என்கின்றவர்கள் சிறைச்சாலைகளில் உடனடியாகச் செய்யவேண்டியன எனச் சில சீர்திருத்தங்கள் குறித்துப் பேசிக் கொண்டுதான் உள்ளனர். இவர்களில் சில இரக்கமுள்ள அதிகாரிகளும் உண்டு.

சர் கோட்ஃப்ரே லூஷிங்டன் 1885 -1895 காலகட்டத்தில் இங்கிலாந்தின் நிரந்தர உள்துறைச் செயலராக இருந்தவர். தண்டனை அமைப்பு குறித்த அரசுக் குழு ஒன்றின் முன் சாட்சியமளித்தபோது அவர் சொன்னது இங்கே குறிப்பிடத் தக்கது:

"ஒரு கைதி திருந்துவதற்குச் சிறைச்சாலைகளில் உள்ள கீழ்க்கண்ட நிலைகள் பொருத்தமாக இல்லை என நான் கருதுகிறேன். அவன் சிறையில் கழிக்கும் காலம் முழுவதும் அவனது சுயமரியாதை நசுக்கி அழிக்கப்படுகிறது; அவனிடம் எஞ்சியுள்ள அற உள்ளுணர்வுகள் வாடிச் சோர்கின்றன; இரக்கத்தை வெளிப்படுத்தவோ, அனுபவிக்கவோ உள்ள எல்லா வாய்ப்புகளும் அடைக்கப்படுகின்றன; குற்றவாளிகள்

தவிர வேறு யாருடனும் அவன் தொடர்புகொள்ள வாய்ப்புகள் அறவே மறுக்கப்படுகின்றன. ஒரு மனிதனைத் திருத்துவது அல்லது சமூகத்திற்கு அவனை திருப்பிக் கையளிப்பது என்பது நான் இப்போது சொன்ன அனைத்திற்கும் எதிர்த் திசையில் அமைகின்றது என்றே நான் நம்புகிறேன்; ஆனால் உண்மையில் இவை வெறும் கருத்துக்கள்தான். ஒரு சிறைச்சாலையில் இதெல்லாம் சாத்தியமில்லை. திருந்துவதற்குச் சாத்தியமில்லாதவை என நான் மேலே குறிப்பிட்ட அனைத்து அம்சங்களும் சிறை வாழ்விலிருந்து பிரிக்க இயலாத யதார்த்தங்களாக உள்ளன…"

வூஷிங்டன் என்ன இருந்தாலும் ஒரு அதிகாரி. அவரது அறத் தன்னிலைக்கும் அதிகார இருப்பிற்கும் உள்ள முரணை அவரே உணர்ந்துகொள்வதுதான் அவரது மேன்மை எனலாம். சிறைக் கைதிகள் இன்றைய சிறைச்சாலைகளின் ஊடாகக் கழிக்கும் தண்டனை வாழ்வின் மூலம் திருந்துவதற்கான வாய்ப்பே இல்லை என்பதைச் சரியாகவே அடையாளம் காணும் அவர் இந்தச் சிறை அமைப்பில் அது சாத்தியம் இல்லை எனப் பெருமூச்சு விடுகிறார். என்ன இருந்தாலும் அவர் ஒரு அதிகாரி. அவரால் வேறென்ன செய்ய முடியும்?

ஆனால் நம் தமிழிலக்கியத்தில் வேறெங்கும் காணக் கிடைக்காத ஓர் அற்புதம் நிகழ்கிறது. முற்றிலும் நாயகனே இல்லாத, ஒரு நாயகியை மட்டுமே தலைவியாய்க் கொண்டு இயங்கும் மகா காவியமான மணிமேகலையில் காவிய நாயகியான அன்னை மணிமேகலை முற்றிலும் புதுமையாய் ஒரு தீர்வைச் சொல்கிறார். அவள் அதிகாரி அல்லள். குடும்பச் சிறையில் அகப்பட்ட ஒரு சாதாரண மானுடப் பெண்ணும் அல்லள். அவள் புத்த நெறியை ஏற்ற ஒரு துறவி. எனவே அவளால் அதைச் சொல்ல முடிகிறது.

அவளுக்கு புத்தபிரான் அருளால் யாருக்கும் வாய்க்காத ஒரு பெரும் பேறு வாய்க்கிறது. அள்ள அள்ளக் குறையாத அமுத சுரபி ஒன்று அவளுக்கு அளிக்கப்படுகிறது. அதன் மூலம் மானுடரின் மிகப் பெரிய பிணியாகிய பசிப்பிணியை அகற்றும் பெரும் பேறுக்கு உரியவளாகிறாள் அந்த இளம் பிராயத்தில் அன்னை மணிமேகலை. சிங்கள மொழியில் 'பசி' என்பதற்கு இணையான சொல் 'படகினி'. அதன் பொருள் "வயிற்றிலே தீ". அந்தத் தீயை அணைப்பதைத் தவிர பெரும்பேறு வேறு என்னவாக இருக்க இயலும்!

அள்ள அள்ளக் குறையாத அமுதசுரபியின் ஊடாக வீதிதோறும் அலைந்து பசித்தோர்க்கு அவள் உணவளித்து வரும் அந்தச் செய்தி சோழ மன்னருக்குத் தெரிவிக்கப்படுகிறது. அழைத்து வரச் சொல்கிறார். மன்னனுக்கும் மாதவி மகளுக்கும் இப்படி அமைகிறது உரையாடல்:

“மிக்க தவமுடையாய் ! நீ யார்? கையிலேந்திய பாத்திரம் எங்கே கிடைத்தது?”

“அரசே! நெடுங்காலம் வாழ்வாயாக; யான் விஞ்சை மகள். இந்நகரில் வேற்று வடிவங்கொண்டு திரிந்தேன்; இது பிச்சைப் பாத்திரம்; இதனை அம்பலத்தேயுள்ள தெய்வமொன்று எனக்கு அருளியது; இது தெய்வத் தனமையோடு கூடியது. யானைப் பசியென்னும் தீராப்பசியைத் தீர்த்தொழித்தது; பசியால் மெலிந்தவர்களுக்கு மிருதசஞ்சீவினியாக உள்ளது.”

“மிக்க தவமுடையாய் ! நான் செய்ய வேண்டியது என்ன?”

‘சிறைச்சாலையை அறச்சாலையாகச் செய்ய வேண்டும்.”

அன்னையின் வாக்கு ஏற்றுக்கொள்ளப்பட்டது. சிறைச்சாலை அழிக்கப்பட்டது. அது அறவோர்கள் தங்கும், அறச் செயல்களுக்கான இல்லமாக ஆக்கப்பட்டது.

7.அசோகரின் தம்ம ஆட்சி இந்தியத் துணைக்கண்டம் உற்பவித்த ஒரு வியப்பு

ஐம்பெருங் காப்பியங்களில் ஒன்றாகப் போற்றப்பட்டபோதும் 'மணிமேகலை' குறித்து ஆங்கிலத்தில் வந்துள்ள அளவிற்கு ஆழமான ஆய்வுகள் தமிழில் இல்லை எனலாம். பல வகைகளில் அது தனித்துவமான ஒரு மகா காவியம்.

பவுத்தக் கோட்பாடுகளை விளக்கும் முகமான உட்கதைகள், தத்துவ விவாதங்கள், ஒரு இளம் பெண்ணை முக்கிய பாத்திரமாகக் கொண்டு இயங்கும் காப்பியக் கதையாடல் எனப் பல அம்சங்களில் அது தனிச் சிறப்புடையது. நாயகனைக் காட்டிலும் நாயகிக்கு முக்கியத்துவம் அளிக்கும் காவியம் இது. மகாபாரதத்தில் பொதுவான காப்பியப் போக்கிலிருந்து விலகி நிற்கும் தத்துவ

விசாரப் பகுதியான 'பகவத் கீதை' ஒரு பிற்சேர்க்கை என்பதை அறிஞர்கள் நிறுவி உள்ளனர். பவுத்தம் முன்வைத்த தத்துவச் சிந்தனைகளுக்கு ஒரு எதிர்வினையாக பாரதம் தோன்றிப் பல காலத்திற்குப் பின் மேற்கொள்ளப்பட்ட இடைச் செருகல்தான் கீதை என்பார்கள். மணிமேகலையின் 'சமயக் கணக்கர் திறம் கேட்ட காதை' எனும் முற்றிலும் தத்துவ விவாதப் பகுதி கதைப் போக்குடன் பிரிக்க இயலாமல் பிணைந்து கிடக்கும் ஒன்று.

இயற்கையில் காணக் கிடைக்காத அதீத கற்பனைகள் என்பன பழங் காப்பியங்களில் நிறைந்து கிடப்பதென்பது வழமைதான். கூடுவிட்டுக் கூடு பாயும் வித்தையிலிருந்து பறக்கும் கம்பளம் வரை எத்தனையோ கற்பிதங்களை நாம் காப்பியங்களில் பார்த்துள்ளோம். ஆனால் அள்ள அள்ளக் குறையாத அமுத சுரபி என்கிற கற்பிதம் தனித்துவமானது. இணை சொல்ல இயலாதது. ஏசுநாதரும் கூட இப்படியான ஓர் அற்புதத்தை நிகழ்த்துவதை விவிலியத்தில் காண்கிறோம். ஆனால் மணிமேகலை அமுதசுரபி கொண்டு பசியாற்றுவது என்பது இப்படியாக 'நிகழ்த்தப்படும்' ஓர் அற்புதமல்ல. பவுத்தத்தின் அடிப்படைகளில் ஒன்று இந்தப் பசிப்பிணி அகற்றல் என்பது. இப்படியான ஒரு அறக் கடப்பாட்டின் ஓரங்கமாகவே மணிமேகலை இந்தப் பசியகற்றும் அறப்பணியைச் செய்து அலைகிறார்.

அரசன் முன் ஒரு கோரிக்கை வைக்கும் வாய்ப்புக் கிடைத்தபோதும் கூட அவள் அறவோர் தங்க ஒரு மடாலயம் வேண்டும் என்றுதான் கோரினாள். அறவோருக்கு அளிக்கப்படும் ஒரு அடிப்படை வசதி எனும் நோக்கிலிருந்து அவள் அதைக் கோரவில்லை. அவளது நோக்கம் ஒரு மடாலயம் அமைத்தல் என்பதைக் காட்டிலும் சிறைச்சாலைகளை ஒழிப்பது என்கிற நோக்கில்தான் இருந்தது. அது கைதிகளை அடைத்து வைக்கும் கோட்டமாக இல்லாமல் அறவோர் வந்து இளைப்பாறிச் செல்லும் இல்லமாக ஆக்கப்பட வேண்டும் என்பதுதான் அவரது வேண்டுதல். அது உடனடியாக நிறைவேற்றவும் படுகிறது.

பவுத்த வரலாற்றில் இந்தக் காட்சி காப்பியத்தில் இடம்பெறும் ஒரு கற்பனை என்பதோடு நின்றுவிடவில்லை. மணிமேகலைக் காப்பியத்திற்குச் சுமார் ஐநூறு ஆண்டுகளுக்கு முன் இப்படிச் சிறைக் கோட்டத்தை அறக்கோட்டமாக ஆக்குவதை ஒரு வரலாற்று யதார்த்தம் ஆக்கிய அனுபவமும் பவுத்தத்திற்கு உண்டு. அதைச்

சாத்தியமாக்கியவர்தான் மாமன்னர் அசோகர் (கி.மு 268 –339). இன்றைய ஆப்கானிஸ்தானின் ஒரு பகுதி உள்ளிட்டு, இந்தியத் துணைக் கண்டத்தின் பெரும்பகுதியை ஒரு குடையின் கீழ் ஆண்ட மாமன்னர் அவர். 'சக்கரவர்த்தி' எனும் பெயர் அடைவு பல நாடுகளை வென்றவர் எனும் பொருளில் அவர் பெயருடன் இணைக்கப்படவில்லை. மாறாக 'தருமச் சக்கரத்தை உருட்டியவர்' எனும் பொருளிலேயே அது அவரால் பாவிக்கப்பட்டது. 'தேவனாம்பிரியர் பிரியதஸ்ஸி' என அவர் தன்னைத் தன் சாசனங்களின் ஊடாக விளித்துக் கொண்டார். இறைவனுக்குப் பிரியமானவன், கருணை ததும்பும் பார்வைக்குரியோன் என்பன இதன் பொருள்.

கிறிஸ்துவுக்குச் சுமார் முன்னூறு ஆண்டுகளுக்கு முற்பட்டவர் ஆயினும் பாறைகளிலும், குகைச் சுவர்களிலும், நிறுவப்பட்ட கற்றூண்களிலும் செதுக்கப்பட்ட அவரது சாசனங்களின் (edicts) ஊடாக அவரது வரலாறு ஓரளவு துல்லியமாக நமக்குக் கிடைக்கிறது. மத்தியதரைக் கடற் பகுதியில் உருவாகியிருந்த ஹெல்லெனிய அரசின் இரண்டாம் ஆன்டியோகஸ் (கி.மு 261 246) மற்றும் எபிரசை ஆண்ட அலெக்சான்டர் (272255) தமிழகத்தில் ஆட்சி புரிந்த முற்கால மூவேந்தர்கள் ஆகியோரது சமகாலத்தவர் அவர் என்பதற்கு இச்சாசனங்கள் சான்றாக உள்ளன. இன்றைய காபூல் தொடங்கி இன்றைய பாகிஸ்தான், நேபாளம், தெற்கே கர்நாடகம் வரை பரந்திருந்த அவரது பேரரசில் சுமார் 60 சாசனங்களை அவர் செதுக்கினார் என்பார்கள். இன்னும் அவை அனைத்தும் முழுமையாகக் கண்டுபிடிக்கப்படவில்லை. இந்தியத் தொல்லறிவுச் சேகரங்கள் எல்லாம் ஐரோப்பிய அறிஞர்களுக்கு பிரமிப்பை ஏற்படுத்திக் கொண்டிருந்த காலகட்டத்தில் (19ஆம். நூ.,) கீழைத் தேயவியல் அறிஞர்களில் ஒருவரான ஜேம்ஸ் ப்ரின்செப் என்பவர் தான் முதன் முதலில் (1837) டெல்லியில் இருந்த ஒரு கற்றூணில் அசோகச் சாசனம் ஒன்றைக் கண்டு அதை வாசிக்கவும் செய்தார். இப்போது இப்படியான ஒரு 28 சாசனங்களின் தொகுதியை நீங்கள் இணையப் பக்கங்களில் காணலாம்.

அசோகன் என்கிற மனிதனின் இயற்பண்பையும், அசோகன் என்கிற மாமன்னனின் ஆளுகை நெறியையும் அறிய உதவும் ஒரு அற்புதமான ஆவணத் தொகுதியாக இன்று நமக்கு அவை

கிடைக்கின்றன. அக்கேமெனிட் பேரரசு (இன்றைய ஈரான்) காலத்திய சாசனங்களைப் பின்பற்றித்தான் அசோகரும் இப்படியான சாசனங்களைத் தன் ஆட்சிக்குட்பட்ட பகுதிகள் முழுமையும் செதுக்கினார் என்பார்கள். ஆனால் அக்கேமெனிட் மன்னன் டேரியசின் சாசனங்கள், அவனது படைஎடுப்புகள், வெற்றிகள், அவன் கொன்று குவித்த பிரதாபங்கள் ஆகியவற்றைப் பறைசாற்றுவன என்றால் அசோகச் சாசனங்கள் போரின் அநீதிகளை வெளிப்படுத்துபவை, அதற்கென வருந்துபவை, மன்னிப்புக் கோருபவை. முதியோர், பெற்றோர், தொழிலாளிகள் ஆகியோரை மதிக்கச் சொல்வது மட்டுமின்றி மிருகங்கள் மற்றும் பறவைகளையும் அன்பு செய்யச் சொல்பவை. அந்த வகையில் அசோகச் சாசனங்களுக்கு இணையாக வரலாற்றில் வேறெதையும் சுட்டிக் காட்ட இயலுமா எனத் தெரியவில்லை.

“வரலாற்று நூல்களில் இறைந்து கிடக்கும் பல்லாயிரக் கணக்கான பேரரசர்களின் பெயர்கள் மத்தியில் அசோகரின் பெயர் மட்டும் தனித்து ஒளி வீசுகிறது. ஒரு நட்சத்திரமாக ஒளி தெறித்து மின்னுகிறது...” என எச்.ஜி.வெல்ஸ் போன்ற அறிஞர்கள் ஒரு கணம் இது குறித்து மயங்கி உழற்றுவது இந்தப் பின்னணியில்தான்.

இந்தச் சாசனங்கள் அனைத்தும் அவரது ஆட்சிக்குட்பட்ட பகுதிகள் முழுமையும் விரவிக் கிடக்கின்றன. குறிப்பாக மக்கள் கண்ணில் படும் இடங்களாகப் பார்த்து அவ்வப் பகுதி மக்களின் மொழிகளில் அவை செதுக்கப்பட்டுள்ளன; அல்லது தூண்களாக நிறுவப்பட்டுள்ளன. குகைச் சுவர்களில் செதுக்கப்பட்டவை மிகவும் அடித்தள மக்கள் பேசுகிற ‘கரோஷ்தி’ மொழியிலும், ஆப்கானிஸ்தானில் உள்ள சாசனங்கள் ’அராமிக்’ மற்றும் கிரேக்கத்திலும், கங்கைச் சமவெளியின் கிழக்குப் பகுதியில் ‘மாகதி’ (பாலி) மொழியிலும், மேற்குப் பகுதியில் கிட்டத்தட்ட சமஸ்கிருதத்தை ஒத்த ஒரு மொழியிலும் அவை செதுக்கப்பட்டுள்ளன. எழுத்துருவைப் பொறுத்தமட்டில் பெரும்பாலும் ‘பிராமி’ எழுத்து வடிவம் பயன்படுத்தப்பட்டுள்ளது. இதனை இத்தனை விளக்கமாக இங்கு சொல்வதற்குக் காரணம் என்னவெனில் தான் சொல்கிற அனைத்தும் மக்களைச் சென்றடைய வேண்டும் என்பதில் அசோகர் எந்த அளவிற்குக் குறியாக இருந்துள்ளார் என்பதைச் சுட்டிக் காட்டுவதற் காகத்தான்.

அசோகரின் இந்தச் சாசனங்களை மூன்று வகைகளாகப் பிரிக்கலாம். அவை:

1. **மக்களை நோக்கிச் சொல்பவை**
2. **அரசதிகாரிகளை நோக்கிச் சொல்பவை**
3. **சங்கத்திலுள்ள பிக்குகளை நோக்கிச் சொல்பவை.**

அதிகாரிகளை நோக்கிய தன் ஆணைகளையும் கூட அவர்கள் மட்டுமே அறிந்தால் போதும் என நினையாமல் எப்படியான ஆணைகள் இடப்பட்டுள்ளன என்பதை மக்களும் அறிந்து கொள்ள வேண்டும் என்பதில் அசோகருக்கு இருந்த கரிசனம் வியப்பளிக்கிறது.

எளிய மக்களுடன் உரையாடும் வடிவத்தில் மிகச் சாதாரண மொழியில் மட்டுமின்றி சற்றே சோர்வூட்டினும் பாதிப்பில்லை என மிக விரிவாகவும், திரும்பத் திரும்பச் சொல்வதாகவும் அவை அமைந்துள்ளன.

சிறைக்கோட்டத்தை அறக்கோட்டமாக ஆக்கும் பவுத்தத் திட்டம் பற்றிப் பேசத் தொடங்கினோம். இந்தச் சாசனங்களின் வாயிலாக அசோகரின் ஆட்சியில் அது எவ்வாறு நடைமுறைப் படுத்தப்பட்டது எனப் பார்க்கலாம். பெரியோர், முதியோர், அறவோர், விலங்கினங்கள் ஆகியவற்றின் மீது கரிசனம் கொண்டதோடு அசோகர் நிற்கவில்லை. குற்றவாளிகள் மற்றும் தண்டிக்கப்பட்டவர்கள் குறித்தும் அவர் நிரம்பக் கரிசனம் கொண்டிருந்தார்..

அசோகரது ஆட்சியில் இருவகை அதிகாரிகள் இருந்ததை இந்தச் சாசனங்களிலிருந்து அறிகிறோம். 'ராஜ்ஜுக்கள்' எனும் அதிகாரிகளின் பணி பொதுமக்கள் அளிக்கும் மனுக்களைப் பரிசீலித்து நடவடிக்கை மேற்கொள்வது, நீதிபரிபாலனம் செய்வது முதலியன. 'தர்ம மகாமாத்திரர்கள்' என்போர் இன்னொரு வகையினர். இவர்கள் மதம், மற்றும் நீதிபரிபாலனத் துறைகளுக்கான மேற்பார்வை அதிகாரிகள் *(Department of Religious and Judicial Affairs)* எனலாம். குறிப்பிட்ட கால இடைவெளிகளில் சிறைச்சாலைகளைப் பார்வையிடல், கைதிகளைச் சந்தித்து அவர்களின் நிலை அறிந்து உதவுதல், அவசியமாயின் அவர்களை

விடுதலை செய்தல் முதலியன இவர்களின் பணியாக இருந்துள்ளன.

இனி சாசனங்களில் காணப்படும் நீதி வழங்கல் மற்றும் கைதிகள் நலன் குறித்த சில வாசகங்களைப் பார்க்கலாம்:

1. நீதிவழங்குவோர் நேர்மையாகவும் நடுநிலையாகவும் நடந்து கொள்ளல் பற்றி:

“தேவனாம்பிரிய மன்னர் நீதிபரிபாலிக்கும் பணியில் உள்ள மகாமாத்திரர்களுக்கு இவ்வாறு ஆணையிடுகிறார்: ‘நீங்கள் இதைக் கவனத்தில் இருத்த வேண்டும். சட்டத்திற்குப் பணிந்து நடக்கும் சிலரும் சிறையில் அடைக்கப்படுகின்றனர். கொடுமையாக நடத்தப் படுகின்றனர். காரணமில்லாமல் கொல்லவும் படுகின்றனர். இதனால் மக்கள் துயருறுகின்றனர். ஆகையால் நீங்கள் சார்பின்றி நேர்மையாக நடக்க வேண்டும்’...”

“இந்தச் சாசனம் கீழ்க்கண்ட நோக்கத்திற்காக இயற்றப்படுகிறது: நகரங்களில் நீதிபரிபாலனம் செய்யும் அதிகாரிகள் தங்கள் கடமைகளைச் சரிவர நிறைவேற்ற வேண்டும். அவர்களது அதிகாரத்தின் கீழுள்ள மக்கள் நேர்மையற்ற முறையில் சிறையில் அடைக்கப்படுவது, அல்லது கொடுமையான தண்டனைகளுக்கு ஆட்படுத்தப்படுவது முதலியவற்றால் துன்புறாமல் பார்த்துக் கொள்வது உங்கள் கடமை. உங்கள் முழு வலிமையையும் பயன்படுத்தி இதைச் செயல்படுத்த வேண்டும்...” (கலிங்கத்துப் பாறைச் சாசனம் எண்1).

2. சிறைக் கைதிகள் நலன் அறிதல் மற்றும் முன்கூட்டி விடுதலை செய்தல், பொது மன்னிப்பு அளித்தல் ஆகியன பற்றி:

“அவர்கள் (தர்ம மகாமாத்திரர்கள்) சிறைக் கைதிகள் சரியான முறைகளில் நடத்தப்படுகின்றனரா என்று கண்காணிக்கிறார்கள். அவர்களை விடுதலை செய்வதற்கும் முயற்சிகள் மேற்கொள்கிறார்கள். ‘இந்தக் கைதிக்கு குடும்பத்தைக் காக்கும் பொறுப்பு உள்ளது’, ‘இந்தக் கைதி மன அதிர்ச்சிக்கு உள்ளாகி இருக்கிறார்’, ‘இவருக்கு வயதாகிவிட்டது’ என்றெல்லாம் இவர்கள் கருதினால் அந்தக் கைதிகளின் விடுதலைக்காகவும் அவர்கள் செயல்படுவார்கள். (பாறைச் சாசனங்கள் எண் 5.)

“எனது முடிசூட்டுக்குப் பிந்திய இந்த 26 ஆண்டுகளில் இருபத்தைந்து முறைகள் சிறைவாசிகள் மன்னிப்பு வழங்கி

விடுதலை செய்யப்பட்டுள்ளனர்." (கற்தூண் சாசனங்கள் எண் 5)

3. மரண தண்டனைக் கைதிகளுக்குத் தண்டனை குறைப்பு பற்றி:

"மக்களின் வேண்டுதல்களைக் கேட்டு நீதியை நிலைநாட்டும் பொறுப்பு ராஜ்ஜுகர்களுடையது. அவர்கள் அச்சமின்றியும் அக்கறையோடும் தம் கடமையை நிறைவேற்ற வேண்டும். சட்டத்தைச் செயல்படுத்துவதிலும், தண்டனை வழங்குவதிலும் (ஏழை / பணக்காரர், உயர்ந்தோர்/ தாழ்ந்தோர் என்கிற வேறுபாடுகள் இன்றி) அனைவர்க்கும் பொதுவாக நீதி பரிபாலிக்க வேண்டும் என்பதே என் விருப்பம். இன்னும் ஒருபடி மேலே சென்று நான் ஒன்றைச் சொல்வேன். முறையாக விசாரிக்கப்பட்டு மரண தண்டனை விதிக்கப்பட்டவர்களை உடனே தண்டனையை நிறைவேற்றாமல் அவர்களை மூன்று நாட்கள் வரை சிறையில் அடைத்திருக்கலாம். இந்த நாட்களில் அவர்களின் உறவினர்கள் அவர்களின் மரண தண்டனையை ரத்து செய்ய விண்ணப்பிக்கலாம். அப்படி விண்ணப்பிக்க யாரும் இல்லையெனில் அடுத்த உலகில் புண்ணியம் தேடிக் கொள்வதற்கு அவர்கள் தானங்கள் செய்யலாம். அல்லது உபவாசம் இருக்கலாம். எஞ்சியுள்ளது கொஞ்ச காலமே ஆனாலும் அதை அடுத்த உலக வாழ்க்கைக்கு நன்மை தேடப் பயன்படுத்த வேண்டும். மக்கள் மத்தியில் தம்மப் பயிற்சி, தானம் செய்யும் பண்பு, சுய கட்டுப்பாடு ஆகியவை வளர வேண்டும் என்பதே என் விருப்பம்." (கற்தூண் சாசனம் 4)

'தேவர்களுக்கு உகந்த மாமன்னன்' என அழைக்கப்பட்ட அசோகரது நீதிபரிபாலனம் மற்றும் சிறைக் கைதிகளின் நலன் குறித்த அணுகல்முறைகளை மேற்கண்ட சாசனங்களிலிருந்து கீழ்க்கண்டவாறு தொகுத்துக் கொள்ளலாம்:

ஏற்றத்தாழ்வுகள் இல்லாமல் மிகவும் நேர்மையாக நீதிபரிபாலனம் செய்யப்பட வேண்டும். எக்காரணம் கொண்டும் அப்பாவிகள் தண்டிக்கப்படக் கூடாது. சிறைவாசிகளை அதிகாரிகள் தொடர்ந்து சந்தித்து அவர்களின் குறைகளை அறிந்து, தேவையானோருக்கு மன்னிப்பு வழங்கி விடுதலை செய்ய ஆவன செய்ய வேண்டும். ஆண்டுதோறும் பொது மன்னிப்பு அளித்து சிறைக்கைதிகள் விடுதலை செய்யப்பட வேண்டும். மரணதண்டனைக் கைதிகளுக்கு

தண்டனை உடனே நிறைவேற்றப்படாமல் அவர்களின் தண்டனை குறைப்பிற்கு வாய்ப்பளிக்கப்படவேண்டும்.

ஒன்றை நினைவூட்டுதல் நன்று. அசோகர் புத்தருக்குச் சுமார் 300 ஆண்டுகளுக்குப் பின் வாழ்ந்தவர். ஏசுவுக்கு 300 ஆண்டுகளுக்கு முந்தியவர். நபிகளுக்குச் சுமார் 900 ஆண்டுகள் மூத்தவர்; கார்ல் மார்க்சுக்குச் சுமார் 2100 ஆண்டுகளுக்கு முன்னும் மகாத்மா காந்திக்கு 2200 ஆண்டுகளுக்கு முன்னும் வாழ்ந்தவர். 2300 ஆண்டுகளுக்கு முன் இப்படி அறம் சார்ந்த ஒரு சிறைக் கொள்கை நடைமுறையிலிருந்ததை நாம் நினைத்துப் பார்க்க வேண்டும். இன்றளவும் நம் சிறைச்சாலைகள் எப்படி உள்ளன என்பதுடனும், இன்றைய நவீன உலகின் குவான்டனமோ பே மற்றும் அபு காரிப் சிறைச்சாலைகளுடனும் அசோகரின் அணுகல்முறையை ஒப்பிட்டுப் பார்க்கும்போது நாம் நாகரிக வளர்ச்சியில் முன்னோக்கி நகர்கிறோமா இல்லை பின் நோக்கிச் செல்கிறோமா என்கிற கேள்வி உருவாவது தவிர்க்க இயலாது.

அதே நேரத்தில் அரசுருவாக்கம் குறித்து அறிந்தோருக்கு முதன் முதலில் இப்படியான ஒரு மாபெரும் அகண்ட அரசை உருவாக்கிய அசோகருக்கு சிரமண தம்மக் கோட்பாடுகள் எந்த வகையில் உதவின என்கிற கேள்வி உருவாவதும் இயல்பு. இப்படியான ஒரு கேள்வி முக்கியமான ஒன்று. ஆகத் தொன்மையான அன்றைய அரசமைப்பை அப்படியேப் பிற்கால அரசுகளோடு பொருத்திப் பார்ப்பது அபத்தம். அசோகரின் வியக்கத் தக்க இந்த அணுகல் முறைகள் அவருடைய அந்தக் காலகட்டத்தில் எந்த அளவிற்கு அவருக்குத் தேவையாக இருந்தன என்பதும் நாம் சிந்திக்க வேண்டிய ஒன்றுதான். அன்றைய சூழலில் இப்படியான ஒரு அணுகல் முறைதான் அன்றைய ஆளுகையை அதிகப் பிரச்சினைகளின்றிச் செயல்படுத்த அன்றைய அரசிற்குத் தேவைப்பட்டிருப்பது குறித்தும் நாம் சிந்தித்தல் தகும். ரொமிலா தாப்பர் போன்ற அறிஞர்கள் நம்மை இந்தத் திசையிலும் சிந்திக்கத் தூண்டுவது குறிப்பிடத் தக்கது. எப்படியான போதிலும் கொடு வன்முறைகளின் மூலமான ஒரு ஆளுகையைக் காட்டிலும் குற்றவாளிகளைக் கொடும் தண்டனைக்கு உள்ளாக்குவதைக் காட்டிலும் அவர்களிடம் ஒரு மனமாற்றத்திற்கு வித்திடும் அணுகல் முறையைப் பெரிய அளவில் முயற்சித்தமை

என்பதைப் பொறுத்தமட்டில் அசோகர் நம் நெஞ்சில் நிலைத்து நிற்கிறார்.

குறிப்பு: அசோகரின் இந்த அணுகல்முறை குறித்து ஒரு மாற்றுக் கருத்தும் உண்டு. அன்றைய அரசியல் சூழலில் இப்படியான ஒரு மனிதாபிமானம் மிக்க அணுகல்முறை அன்று அசோகருக்குத் தேவையாக இருந்தது என்பதுதான் அவரது இந்த உயர் பண்புகளுக்குக் காரணம் என்றொரு கருத்தும் உண்டு. இருக்கலாம். ஆனால் இன்று அதிகாரத்தில் உள்ள நம் தலைவர்கள் உட்பட இப்படியான ஒரு காரணத்திற்காகவும் கூட அசோகரைப் போன்ற அணுகல் முறையை ஏன் தேர்வு செய்வதில்லை. சாதி, மதம், மொழி, அரசியல் காரணங்களின் அடிப்படைகளில் எத்தனை கொடிய வெறுப்பைத் தங்கள் அதிகாரத்தின் ஊடாகத் தம் மக்கள் மீது செயல்படுத்துகின்றனர் என்பதை நாம் இத்துடன் இணைத்துப் பார்ப்பது அவசியம்.

8. அசோகரை ஏற்ற சிரமணர்களும் அவரை ஏற்காத பிராமணர்களும்

அசோகர் ஏன் 'தம்மம்' என்பதோடு நிறுத்திக்கொண்டார்? ஏன் அவர் தெளிவாகவும் ஐயத்திற்கிடமின்றியும் பவுத்தத்தை முன்வைக்கவில்லை?- இந்தக் கேள்விகளுக்குப் பதில் சொல்வது அத்தனை எளிதல்ல. அரசுருவாக்கம் (state formation) பற்றி அறிந்தோர்க்கு அசோகர் ஒருவகையில் புதிர்தான். ஒரு அடக்குமுறைக் கருவியாக அரசைப் பார்ப்போருக்கு அசோகரின் சாசனங்களில் வெளிப்படும் மனித நேயமும், மக்கள் நலமும் விளக்க இயலாத சவால்களாக அமைகின்றன. ஒருவேளை அன்றைய அரசியற் சூழலில் அதுவே அமைதியான ஒரு ஆட்சிக்கு ஏற்றதாக இருந்திருக்கலாம்.

அசோகரது ஆளுகையையும் அவரது கால அரசுருவாக்கத்தையும் விளங்கிக் கொள்ள நாம் இன்னும் கொஞ்சம் நுணுக்கமாக அவரது அரசின் செயற்பாடுகளையும் அணுகல் முறைகளையும் பார்த்தாக வேண்டும். அவரது ஆளுகையைப் புரிந்து கொள்வதற்கு நமக்கு உள்ள மிக முக்கியமான ஆதாரம் அவரது சாசனங்கள்தான். அவற்றில் நாம் ஒரு அம்சத்தை மட்டும் முந்திய அத்தியாயத்தில் பாத்தோம். பிறவற்றையும் இயன்றவரை தொகுத்துக் கொள்வோம்.

முதலில் அன்றைய இந்தியத் துணைக் கண்டத்தில் செல்வாக்குடன் விளங்கிய கருத்தியல்களில் அசோகரை எந்த இடத்தில் வைத்துப் பார்ப்பது என்பதைச் சற்று விரிவாகக் காணலாம். இங்கு யாருக்கும் ஒரு ஐயம் தோன்றலாம். அசோகர் புத்த தம்மத்தை ஏற்றுக்

கொண்டவர் என்கிறபோது ஏன் இந்தக் கேள்வி?

இரண்டு பிரச்சினைகள் இதில் உள்ளன. அசோகர் 'தம்மம்' எனச் சொல்வது புத்த தம்மத்தைத் தானா என்கிற கேள்வியைச் சிலர் எழுப்புகின்றனர். அதற்கு முதலில் விடை காணவேண்டும். அதற்குப் பின்னரே அன்றைய சமூகச் சூழலில் புதிதாக உருவான ஒரு பேரரசுக்கு அவர் தேர்வு செய்த கருத்தியல் எப்படிப் பொருத்தமாக இருந்தது என்பதைச் சிந்திக்க முடியும்.

அசோகர் குறித்த பதிவுகள் பிராமண நூல்களில் மிகக் குறைவு என்பதைத் தொடக்கத்திலேயே கூறியுள்ளேன். இது கவனத்திற்குறிய அசோகரை ஒரு பேரரசராக ஏற்றுக் கொள்ளும் தகைமை அவற்றில் இல்லை. அதே நேரத்தில் சிரமண மதங்களில் ஒன்றான பவுத்தப் பதிவுகளில் அசோகர் மிகப் பெரிய அளவில் போற்றப்படுகிறார். இங்கே அவர் 'சக்கரவர்த்தி அசோகர்' என ஏற்கப்பட்டவர். புத்தரின் காலத்திற்கும் அசோகரின் காலத்தில் கூட்டப்பட்ட மூன்றாம் பவுத்தப் பேரவைக்கும் இடைப்பட்ட காலத்தில் பவுத்தம் அப்படி ஒன்றும் மிகப்பெரிய இயக்கமாகக் கங்கைச் சமவெளியிலோ துணைக்கண்டத்தின் பிற பகுதிகளிலோ வளர்ந்திருக்கவில்லை. எனினும் இக்கால கட்டத்தில் பவுத்தம், சமணம், ஆசீவகம் உள்ளிட்ட சிரமண மதங்கள் மூன்றும் ஒட்டு மொத்தமாக பிராமணக் கருத்தியலையும் சடங்குகளையும், தத்துவ விசாரங்களையும் எதிர்கொள்ளத் தக்கவையாக உருப் பெற்றிருதன. சிரமணத்திற்கும் பிராமணத்திற்கும் இடையிலான பகையை பாம்புக்கும் கீரிக்கும் இடையிலான பகையுடன் பதஞ்சலி ஒப்பிடுவது குறித்து ஏற்கனவே இங்கு சுட்டிக்காட்டப்பட்டுள்ளது.

இந்தியத் துணைக்கண்ட வரலாற்றில் உருவான முதற் பேரரசுகளில் ஒன்றான மகதப் பேரசைப் பொறுத்தமட்டில் அது தோன்றிய காலத்திலிருந்தே சிரமண மதங்களைச் சார்ந்தே இருந்து வந்தது. பகைகொண்ட இரு பெரும் மதக் கருத்தியல்களுக்கும் இடையில் சிரமண அடையாளத்தை வெளிப்படையாக ஏற்றுக் கொண்ட பேரரசாக நாம் மௌரியப் பேரரசை அடையாளப்படுத்தும் அதே நேரத்தில் அப்படியான ஒரு தேர்வை ஒரு மிகப் பெரிய எதிர் கலாச்சார நடவடிக்கையாகப் பார்க்கவும் முடியாது. அன்று செல்வாக்குடன் விளங்கிய இரு போக்குகளில் சிரமண அணுகல்முறையைத் தேர்வு செய்த அரசாக மௌரியப் பேரரசை அடையாளங் காண்பது என்கிற அளவில் நிறுத்திக்

கொள்வதே பொருத்தம். அப்படி ஒரு பார்வையை அசோகர் செயல்படுத்தியதும் வரவேற்கத்தக்க ஒன்றுதான்.

கங்கைச் சமவெளியில் பிராமண வைதீகப் போக்கு வருண தருமத்தையும், வேள்விச் சடங்குகளையும் முன்வைத்து இயங்கியதன் ஊடாக ஏற்பட்ட இழப்புகளும் அழிவுகளும் அன்றைய சூழலில் எதிர்ப்பு இயக்கங்களாக உருவெடுத்திருந்த சிரமண இயக்கங்களின்பால் மக்களின் கவனத்தை ஈர்த்தன. இந்தப் பின்னணியில் அன்று புதிதாக உருவாகிக்கொண்டிருந்த அரசுருவாக்கங்கள் சிரமணச் சாய்வைக் கொண்டவையாக அமைந்தன. புத்தரின் காலந்தொட்டே நாம் இந்தப் போக்கை அடையாளம் காண முடியும். அசோகரின் தாத்தாவும் மௌரியப் பேரரசைத் தோற்றுவித்தவனுமான சந்திரகுப்தன் சமணத்தை ஏற்றுக்கொண்டவனாக அறியப்படுகிறான். சமண நூற்களும் அவ்வாறே அவனை அடையாளப்படுத்துகின்றன. அசோகரின் தந்தை பிந்துசாரன் ஆசீவகத்தை ஏற்றுக் கொண்டவனாகவும் அறிகிறோம். அசோகரைப் பொறுத்தமட்டில் அவரது சாசனங்களின் ஊடாக அவர் பவுத்தத்தை எற்றுக் கொண்டவராக அடையாளப்படுத்த இயலும். எனினும் அவர் தம் சாசனங்களில் பொதுவாக முன்னிலைப் படுத்துவது 'தம்மம்' எனும் அடையாளத்தையே. தம்மம் என்பது அக்கால கட்டத்தில் நற்பண்புகள், நல்லொழுக்க நடைமுறைகள், அறவாழ்க்கை, மத ஒழுக்கங்கள் எல்லாவற்றிற்குமான ஒரு பொதுக் கருத்தாக்கமாகவே இருந்தது. பிராமணீயமும் இதைத் 'தர்மம்' என ஏற்றுக் கொண்டது. என்ன இருந்தாலும் வெளிப்படையாகத் தம்மைச் சிரமண அடையாளங்களுடன் அடையாளம் கொள்ளும் சாத்தியம் அன்று இல்லை என்பதையும் சேர்த்தே நாம் இதைக் காண வேண்டும்.

பவுத்தமரபினருக்கு அசோகர் வெறும் மன்னர் மட்டுமல்ல. அவர் புத்த தம்மத்தை ஏற்றவர், கடைபிடித்தவர்; உலகெங்கிலும் பவுத்தம் பரப்ப பரப்புரைக் குழுக்களை *(missions)* அனுப்பியவர். மகனையும் மகளையும் அத்தகைய அறப்பணிக்கு அர்ப்பணித்தவர். அவர் துறவை மேற்கொள்ளாத பொது நிலையினராக இருந்த போதும் சங்கத்திலுள்ள துறவிகளுக்கும் எந்தெந்தப் புனித நூற்கள் முக்கியமானவை என அறிவுறுத்தக்கூடியவராகவும், வழிதவறும் பிக்குகளை எச்சரிக்கை செய்பவராகவும் ஏற்றுக் கொள்ளப்பட்டவர். அரசதிகாரமும் *(temporal power)*, புனித

அதிகாரமும் (sacral power) கலந்து இணைந்து நிகழ்ந்த அற்புதம் அவர். அந்த வகையில் அசோகரின் ஆளுகையை ஒரு லட்சிய பவுத்த ஆளுகையாக பவுத்தம் முன்வைக்கிறது.

பவுத்த மரபினர் இப்படி ஒரு மன்னனைப் பிக்குகளுக்கும் வழிகாட்டத்தக்கவராக ஏற்றுப் போற்றுவதை எப்படிப் பார்ப்பது? அவரது வரலாற்றையும் அரசியலையும் புரிந்து கொள்ளக் கிடைக்கிற மிக முக்கியமான ஆதாரங்களான அவரது சாசனங்களைப் பார்க்கும்போது இப்படி அவர்கள் சொல்வதில் நியாயங்கள் இருப்பதாகவே நமக்கும் தோன்றுகின்றன. வழக்கமாக உலகெங்கிலும் கிடைக்கிற அரச சாசனங்கள், கல்வெட்டுகள், பிரகடனங்கள், செப்பேடுகள் ஆகியவற்றிலிருந்து புத்தரின் இச்சாசனங்கள் பெரிதும் வேறுபட்டுள்ளதை அவற்றை வாசிக்கும் யாரும் அறிந்துகொள்ள இயலும்.

இதை எப்படிப் புரிந்துகொள்வது? இதுகாறுமான அரசுகளை ஒரு கொடும் அடக்குமுறைக் கருவியாகவே புரிந்துகொண்டுள்ள நமக்கு இது சற்றே சவாலான கேள்விதான்.

மேலே தொடர்வோம்.

ஒருவகையில் எல்லா மதங்களும் அரசுருவாக்கம் குறித்த ஒரு புனைவைத் தமது புனித இலக்கியங்களில் முன்வைக்கின்றன. பார்ப்பன மதமும் பவுத்த மதமும் இதில் எவ்வாறு வேறுபடுகின்றன என்பதை எனது 'புத்தம் சரணம்' நூலில் விரிவாக விளக்கியுள்ளேன். தேவர்களுக்கும் அசுரர்களுக்கும் போர் நிகழ்ந்தபோது அசுரர்களின் பக்கம் வெற்றி வாய்ப்பு ஏற்படாமல் தடுக்க தெய்வாம்சம் பொருந்திய தலைவன் ஒருவன் அனுப்பப்பட்டதாக உபநிடதக் கதையொன்று உண்டு (அய்த்ரேயப் பிராமணம்). பிராமண அரசுருவாக்க வரலாறு இங்குதான் தொடங்குகிறது. பொதுச் சொத்துரிமை அழிந்து தனிச் சொத்துரிமை உருவானபோது சொத்துக் குவிப்பு, திருட்டு ஆக்கியவற்றைத் தடுக்க மக்கள் தாமே கூடி அனைவர் சம்மதத்துடனும் தலைவன் ஒருவனைத் தேர்வு செய்து கொண்டதாக ஜாதகக் கதைகள் பவுத்த அரசுருவாக்கத்தை விளக்கும். அதாவது பவுத்த மரபில் அரசன் என்பவன் தெய்வாம்சம் பொருந்தியவன் அல்ல. அவன் அவர்களில் ஒருவன். அவன் "மகாசம்மதா", "கணதாசன்", "சக்கரவர்த்தின்" என்றெல்லாம் அழைக்கப்படுபவன். அதாவது அனைவரின் விருப்பினூடாகத்

தேர்வு செய்யப்பட்டவன்; மக்கள் கூட்டத்தின் சேவகன் (தாசன்); தரும சக்கரத்தை உருட்டுபவன். அவ்வளவுதான். மற்றபடி அவனது உருவாக்கத்தில் கடவுளுக்கு ஏதும் இடமில்லை.

கோட்பாட்டளவில் பவுத்த அரசுருவாக்கம் இப்படி ஒரு அறம் சார்ந்த வடிவில் முன்வைக்கப்பட்டாலும் நடைமுறையில் அது எப்படி இருந்தது? சமகால வரலாற்றைச் சற்றே ஒதுக்கி வைத்துவிட்டுப் பார்த்தாலும் கூட வரலாற்றில் அப்படியான ஒரு "தம்ம அரசு" சாத்தியமாகிய காலம் என எதையேனும் சுட்ட இயலுமா? அசோகரது ஆட்சியை பவுத்தம் அப்படித்தான் புனைகிறது. அப்படி romanticize பண்ணுவதற்கு நிச்சயமாக அவரது சாசனங்கள் ஒருவகையில் சான்றுகளாக அமையத்தான் செய்கின்றன. முந்திய அத்தியாயத்தில் நாம் பார்த்தவை அவரது நீதி வழங்கும் முறை மற்றும் சிறைச்சாலைச் சீர்திருத்தங்கள் பற்றியவை மட்டும்தான். அவற்றுக்கிணையாக நமது வரலாறுகளில் சுட்டிக் காட்ட ஏதுமில்லை என்பது உண்மையே.

அப்படியாயின் பிற அம்சங்களில்?

பிறவற்றிலும் அசோகரது அணுகல்முறை வழமைகளிலிருந்து பல வகைகளில் வேறுபட்டுத்தான் உள்ளன. சிலவற்றைப் பார்ப்போம்.

புத்தனுக்கும் அசோகருக்கும் இடைப்பட்ட காலத்தில் கங்கைச் சமவெளியில் சிரமண மதங்களுக்கும் பிராமண மதங்களுக்கிடையேயும், சிரமண மதங்களுக்கு உள்ளேயும் பல்வேறு மட்டங்களில் மோதல்களும், வாதப் பிரதிவாதங்களும் நிகழ்ந்த வண்ணம் இருந்தன. இந்த மதங்களுக்கிடையே சமயப் பொறையையும் சகிப்புத் தன்மையையும் அசோகச் சாசனங்கள் வற்புத்தியதோடு மட்டுமின்றி இத்தகைய சமயப் பொறை என்பது 'சகிப்புத் தன்மை' என்பதைத் தாண்டி ஆக்கபூர்வமாய் அமைய வேண்டும் என்பதற்கு அழுத்தம் கொடுத்தது குறிப்பிடத் தக்கது. சிரமண மதங்களைச் சேர்ந்த எல்லா துறவோர்களுக்கும் அவரவர் தவ வாழ்க்கைக்கு உதவும் முகமாகக் குகைகளைத் தானமளிப்பது, சிரமணர் மட்டுமின்றி, பிராமண அறவோர்க்கும் உரிய மரியாதை அளிப்பது, பிற மதங்களை எக்காரணம் கொண்டும் குறைத்துப் பேசாததோடு மாற்று மதங்கள் குறித்தும் ஒவ்வொருவரும் அறிந்துகொள்ளவேண்டும் என உரைப்பது என்கிற வகைகளில் மதச் சமத்துவத்தை அசோகரது சாசனங்கள் திரும்பத்திரும்ப

வற்புறுத்தின. அவற்றில் ஒன்றான 'பராபர் சாசனம்' இதற்கொரு எடுத்துக்காட்டு. பராபர் குகைகள் என்பன ஜெகனாபாத்திலிருந்து 25 கிமீ தெற்கே மக்தூம்பூர் அருகே மலைப்பாங்கான ஒரு பகுதியில் அமைந்துள்ளன. இந்தப் பழங்காலப் பாறைகளில் வெட்டப்பட்ட புத்த அறைகள் கி.பி. 3ஆம் நூற்றாண்டைச் சேர்ந்தவை மற்றும் ஆஜீவகப் பிரிவின் பிறப்பிடமாக அறியப்படுகின்றன. சிவன் கோயில் என்றும் முதலில் சித்தேஷ்வர் நாத் கோயில் என்றும் அழைக்கப்படும் பாபா சித்நாத் கோயில் என்பது பராபர் மலைத் தொடரின் மிக உயரமான சிகரங்களில் ஒன்று. கி.பி.7ஆம் நூற்றாண்டில் குப்தர் காலத்தில் கட்டப்பட்ட இக்கோயில் பாண ராஜா என்பவரால் கட்டப்பட்டதாக உள்ளூர் புராணங்கள் கூறுகின்றன.

உயிரினங்கள் பலவற்றையும் பட்டியலிட்டு அவற்றைக் கொல்லக் கூடாது எனவும், அவை பாதுகாக்கப்பட்டவை எனவும் அசோகச் சாசனங்கள் அறிவுரைத்தன (எ.கா:பாறைச் சாசனம் V). இந்த ஆணைகள் பிறருக்கு மட்டுமல்ல. அரசவையையும் இது கட்டுப்படுத்தும். அரண்மனைக் குசினியில் நாள்தோறும் ஏராளமான மிருகங்களும், பறவைகளும் கொல்லப்பட்டவை நிறுத்தப்பட்டு இப்போது தினம் இரண்டு மயில்களும் ஒரே ஒரு மானும் மட்டுமே கொல்லப்படுவதாகவும் அதுவும் கூடத் தினந்தோறும் கொல்லப்படுவதில்லை எனவும், விரைவில் அதுவும் நிறுத்தப்படும் எனவும் இன்னொரு சாசனம் பகர்கிறது (பாறைச் சாசனம் I). யாத்ரிகர்களுக்கும், விலங்கினங்களுக்கும் உதவும் பொருட்டு நிழலையும் கனி வகைகளையும் வழங்கும் மரங்களை நடுதல், குடி நீர் வசதிகள் செய்து தருதல் முதலியனவற்றைத் தம் அரசு நிறைவேற்றி வருவதையும் அவை பறைசாற்றின.

மற்ற மன்னர்களின் 'விஜயங்கள்' என்பன போர்ப் பயணங்களைக் குறிப்பன. அவை அழிவையும், கொலை, கொள்ளைகளையும் புகழுக்குரிய வெற்றியின் அடையாளங்களாகக் கொள்பவை. மாறாக அசோகரின் இத்தகைய வெற்றிப் பயணங்கள் என்பன, 'தம்ம விஜயங்கள்'. அவை யார் மீதும் அழிவை வீசியதில்லை. மாறாக அவை பிராமணர்களுக்கும் இதர துறவோர்களுக்கும், மூத்தோர்களுக்கும் தானங்களையும் அன்பையும் காணிக்கையாக்கியவை; சென்றவிடமெல்லாம் தம்மக் கோட்பாடுகளை மக்கள் மத்தியில் பரப்பிச் சென்ற 'விஜயங்கள்'

அவை (பாறைச் சாசனம் VIII).

திருமணம் முதலான நிகழ்ச்சிகளில் மேற்கொள்ளப்படும் தேவையற்ற சடங்குகளையும் அற்ப வழமைகளையும், மூட நம்பிக்கைகளையும் கண்டிக்கும் இன்னொரு சாசனம் அவற்றுக்குப் பதிலாக பணியாட்களையும் அடிமைகளையும் நல்ல முறையில் நடத்துதல், மூத்தோர்களை மதித்தல், எல்லா உயிர்களையும் நேசித்தல், பார்ப்பனர் மற்றும் சிரமணத் துறவோர்களுக்கு தானங்கள் வழங்குதல் முதலான தம்ம நடவடிக்கைகளே உண்மையான பலனைத் தரும் என்கிறது (பாறைச் சாசனம்X)I. பாரம்பரியமாக வரும் அர்த்தமற்ற சடங்குகளைத் துறந்துவிட்டு அறம் சார்ந்த பணிகளை மேற்கொள்ளுமாறு சிகாலருக்கு புத்த பகவான் அருளிய அறவுரையை நினைவூட்டுகிறது இந்தச் சாசனம் (பார்க்க: Hammalawa Saddhatissa, Buddhist Ethics).

"மிகச் சில செலவுகள், மிகச் சில உடமைகள்" போதும் என வற்புறுத்தும் இன்னொரு சாசனம் (பாறைச் சாசனம் III) இப்படிப் பிறர் மீது கரிசனம் என்பதைச் சொன்னதோடு நிற்கவில்லை. தனது வாழ்வில் அவற்றைக் கடைப்பிடிப்பதாகவும் அசோகர் அறிவுறுத்தினார். ஏதேனும் பிரச்சினை அல்லது முறையீடு எனில் தன்னை எந்த நேரத்திலும், சாப்பிட்டுக்கொண்டிருந்தாலும், அந்தப்புரத்திலிருந்தாலும், உறங்கிக்கொண்டிருந்தாலும், ஏன் தோட்டத்தில் (கழிப்பறையில்?) இருந்தாலும் கூடத் தொந்தரவு செய்யத் தயங்க வேண்டாம் என்கிறது இன்னொரு சாசனம். "ஏனெனில் நான் எனது பணிகளில் என்றும் திருப்தி அடைந்ததில்லை. உலகம் முழுமையும் நன்மை பெறும் பொருட்டு நான் இன்னும் அதிகமாக உழைக்க விரும்புகிறேன்" (பாறைச் சாசனம் III).

"தம்ம வழியில் மேற்செல்ல வேண்டும் எனில் அதற்கு இரண்டு வழிகள்தான் உண்டு. ஒன்று தம்ம விதிகளைக் கடைப்பிடிப்பது. மற்றது தம்மத்திற்குத் தம்மை முழுமையாக அர்ப்பணித்துக் கொள்வது. விதிகளைக் கடைப்பிடிப்பது என்பதைக் காட்டிலும் முழுமையான அர்ப்பணிப்பே சிறந்த வழி" (பாறைச் சாசனம் VI).

இத்தனைக்கும் அப்பால் அசோகரின் தம்மக் கோட்பாடு புத்த பகவானின் அடிப்படைகளை முழுமையாக எட்டவில்லை என்போர் ஒன்றைக் குறிப்பிடுவர். பவுத்தத்தின் இறுதி இலக்கு

பரிநிர்வாணம் எய்துவதே. "இறுதி விடுதலை" எனும் இந்தக் கருத்தாக்கம் அசோகரால் தன் சாசனங்கள் எதிலும் முன்மொழியப் படாதபோது அவர் குறிப்பிடும் 'தம்மம்' என்பது பவுத்த தம்மம்தான் என எப்படிச் சொல்ல இயலும்? பவுத்தவியலில் மிக நவீனமாகப் பல ஆய்வுகளைச் செய்துள்ள அறிஞர் ரிச்சர்ட் கோம்ப்ரிட்ஜ் இந்தக் கேள்வி அர்த்தமற்றது எனப் புறந்தள்ளுவார். பவுத்தத் துறவோர்களுக்கும், துறவோர் அல்லாது பவுத்தத்தை ஏற்ற பிறருக்குமான அறவழிகள் மற்றும் இலக்குகள் குறித்த புரியாமையின் விளைவே இந்த ஐயம் என்பது அவர் கருத்து. அசோகர் குறிப்பிடும் தம்மம் என்பது பவுத்த தம்மத்தைத்தான் என்பதற்கு அவர் சில சான்றுகளைத் தருவார்.

புத்த பகவான் அன்னை மாயாதேவியின் திருவயிறு உதித்த தலமாகிய லும்பினிக்கு அசோகர் யாத்திரை சென்று வந்ததையும் அந்த ஊருக்கு விதிக்கப்பட்ட நில வரித் தொகையில் பெரும்பகுதியை ரத்து செய்ததையும் இரு சாசனங்கள் குறிக்கின்றன (ரும்மின்டேய் சாசனம்). இன்னொரு சாசனத்தில் எண்ணில் புத்தர்களில் ஒருவரது பெயரில் விளங்கிய தூபி ஒன்றை விரித்தமைத்ததோடு அங்கு வந்து தான் வணங்கிச் சென்றதையும் அசோகர் பதிவு செய்கிறார். (நாகலிசாகர் சாசனம்). இவை இரண்டும் அவர் பவுத்தத்தை ஏற்றுக் கொண்டு ஒழுகியமைக்குச் சான்றுகளாகின்றன.

பிறிதொரு சாசனத்தில் அசோகர் பவுத்த சங்கத்தில் இருப்போர்க்கு என்னென்ன பவுத்த தம்ம நூல்களைக் கற்கவேண்டும் எனப் பரிந்துரைக்கிறார் (பாப்ரா சாசனம்). இன்னும் மூன்று சாசனங்களில் பவுத்த சங்கத்தில் இருக்கும் துறவிகள் சங்கத்தில் யாரேனும் பிளவுகள் ஏற்படுத்த முனைந்தால் அவர்கள் துவராடை களையப்பட்டு, வெள்ளாடை உடுத்தி வெளியேற்றப்படுவர் என எச்சரிக்கை செய்கிறார் (கோசம், சாஞ்சி, சாரநாத்). இவை அனைத்தும் அசோகர் புத்த தம்மத்தைத்தான் மனங் கொண்டார் என்பதற்குச் சான்றுகளாக முன்வைக்கப் படுகின்றன.

அசோகர் தனது எட்டாம் ஆட்சியாண்டில் மேற்கொண்ட கலிங்கத்துப்போரில் கிட்டத்தட்ட மூன்று லட்சம் பேர்கள் கொல்லப்பட்ட கொடுமையைக் கண்டு மனம் நொந்து, அறவழியை முதன்மைப் படுத்தும் பவுத்தத்தில் அடைக்கலம் கண்டார் என்பதுதான் அவர் குறித்து பவுத்த மரபு கட்டமைக்கும்

வரலாறு. அசோகரும் தனது 13 ஆம் பாறைச் சாசனத்தின் *(Rock Edict XIII)* ஊடாக அவ்வாறே தன்னைப் பற்றிச் சொல்லிக் கொள்கிறார். இந்த மனமாற்றம் கலிங்கப் படையெடுப்பை ஒட்டித் திடீரென நிகழ்ந்ததாகவே பவுத்த மரபிலும் பொதுக் கருத்திலும் நம்பப்படுகிறது.

எனினும் அசோகரின் வரலாற்றையும், அவரது சாசனங்களையும் கூர்மையாக வாசித்தால் இந்த மனமாற்றம் அப்படி ஒன்றும் திடீர் நிகழ்வாக உருப்பெறவில்லை, அது படிப்படியாக நிகழ்ந்த ஒன்றுதான் என்பது விளங்கும். அசோகர் முடிசூட்டிக் கொள்ளுமுன் உஜ்ஜெயின் பகுதியின் ஆளுநராக அவரது தந்தையால் அனுப்பப்பட்டபோதே அவருக்கு பவுத்தத்தின் பரிச்சயம் ஏற்பட்டிருக்க வேண்டும். ஏனெனில் அப்போது உஜ்ஜெயின் பவுத்தம் செழித்திருந்த ஒரு மையமாக விளங்கியது என்பது மத்தியப் பிரதேசத்தில் ரோஷங்காபாத்துக்கு அருகில் உள்ள பங்குராரியாவில் உள்ள சிறு பாறைச் சாசனத்திலிருந்து *(Minor Rock Edict)* அறிய வருகிறது.

முடிசூட்டப்பட்ட 13ஆம் ஆண்டில் வெளியிடப்பட்ட சிறு பாறைச் சாசனத்தில் தான் கலிங்கப் படையெடுப்பிற்குப் பின் இரண்டரை ஆண்டு காலம் ஒரு ‘உபாசகனாக’ (பவுத்த நெறிப் பயிற்சியாளனாக) இருந்ததாகவும், அதற்கு முந்திய ஓராண்டு காலமாக அதில் முன்னேற்றமில்லை எனவும் இப்போது சங்கத்திற்கும் பவுத்த நெறிக்கும் மிக நெருக்கமாகியுள்ளதாகவும் அசோகர் குறிப்பிடுகிறார். எட்டாம் பாறைச் சாசனத்தில் தான் முடிசூட்டப்பட்ட பத்தாம் ஆண்டில் புத்தகயாவிற்குச் சென்று புத்தர் நிர்வாணமடைந்த போதிமரத்தைத் தரிசித்து வந்ததைப் பதிவு செய்கிறார். இவை அனைத்தும் இந்த மாற்றம் அப்படி ஒன்றும் திடீரென நிகழ்ந்ததல்ல என்பதை நிறுவுகின்றன.

எனினும் பவுத்த மரபைப் பொறுத்தமட்டில் கலிங்கப்போருக்குப் பின்னரே மதம் மாறி புத்தர் சங்கத்தில் ஐக்கியமாகி மூன்றாம் பவுத்தப் பேரவையைக் கூட்டுவதாகவும், அந்தப் பேரவையில் பவுத்தக் கருத்தியல் ஒழுங்கமைக்கப்பட்டு தேரவாதக் கருத்தியலுக்கு இறுதி வடிவம் கொடுப்பதாகவுமே இன்று வரலாறு முன்வைக்கப்படுகிறது. இந்த மூன்றாம் பேரவை பவுத்த வரலாற்றில் மட்டுமல்ல அசோகரின் வரலாற்றிலும் ஒரு

முக்கியமான இடத்தைப் பெறுவதன்பால் ரொமிலா தாப்பார் கவனத்தை ஈர்க்கிறார். பவுத்தத்திற்கு ஒரு பேரரசின் ஏற்பும், ஒரு பேரரசனுக்கு ஒரு பெருமதத்தின் ஏற்பும் ஒருசேர அரங்கேறிய நிகழ்வு இது. ஆளுகைக்குப் புனிதத்தின் அங்கீகாரமும், புனிதத்திற்கு ஆளுகையின் அங்கீகாரமும் ஒரு சேரத் தேவைப்படுவது என்பது வரலாற்றில் எப்போதும் நிகழ்வதுதான். கிறிஸ்தவ மதத்திற்கு ஒரு கான்ஸ்டான்டினைப் போலவும், கன்ஃப்யூசியஸ் மதத்திற்கு ஒரு சாங் அரச பரம்பரையைப் போலவும் பவுத்தத்திற்கு அசோகர் அமைந்தார் எனலாம். அன்றைய காலகட்டத்தைச் சரியாகப் புரிந்துகொள்வதற்கு ஏதுவாக இது இங்கே சற்று விளக்கமாகத் தரப்படுகிறது.

9. அசோகப் பேரரசும் பவுத்தமும்

அசோகர் பவுத்தத்தை ஏற்றவர். பவுத்தம் பரப்புவதற்கெனத் தன் பிள்ளைகளை அர்ப்பணித்தவர். மூன்றாம் பவுத்தப் பேரவையைக் கூட்டி இறுக்கமான தேரவாத அடையாளத்துடன் வரையறுத்தவர். தனது சாசனங்களின் ஊடாகப் பவுத்த சங்கங்களில் உள்ள பிக்குகளுக்கு இன்னின்ன பவுத்த அடிப்படை நூல்களைக் கற்க வேண்டும் என அறிவுரைக்கும் தகுதியை வரித்துக் கொண்டவர். சங்கங்களில் பிரிவினைகளைச் செய்பவர்கள் வெளியேற்றப்படுவர் என எச்சரித்தவர். பவுத்த புனிதத் தலங்களுக்குச் சென்று சேவித்து வந்தவர். அந்தத் தலங்களுக்கு வரிச்சலுகைகளை அளித்தவர்.

இவை அனைத்தும் அசோகர் என்கிற மனிதரின் தம்மக் கடப்பாடுகளைப் புரிந்துகொள்ளப் போதுமானவையாக இருக்கலாம். ஆனால், இவை எந்தவகையில் அவரது ஆளுகைக்கும், அவரது பேரரசு உருவாக்க முயற்சிகளுக்கும் அடிப்படையாகவும் துணையாகவும் இருந்தன என்பதைப் புரிந்துகொள்ள நாம் இன்னும் கொஞ்சம் ஆழமாகவும், நுணுக்கமாகவும் அவரது சாசனங்களைக் கற்கவும், ஆய்வு செய்யவும் வேண்டியுள்ளது. மேலோட்டமாகத் தெரியும் சில முரண்பாடுகளைக் கூர்ந்து கவனிக்கவும் வேண்டி உள்ளது.

எடுத்துக் காட்டாகச் சில முரண்கள் அல்லது இயல்பாக நமக்கு உருவாகும் ஐயங்களையும் காண்போம். மரண தண்டனைக் கைதிகளின்பால் அசோகரது ஆளுகை காட்டிய கருணைப்

பார்வை என்பது வரலாற்றில் ஓர் அதிசயம் என வியக்கக் கூடிய ஒன்றாகவே இன்றளவும் உள்ளது. மரண தண்டனை அளிக்கப்பட்டவர்களுக்குத் தண்டனை குறைவுக்கான மேல் முறையீட்டிற்கு வாய்ப்பளித்தல் முதலியன அவர் காலத்தில் மேற்கொள்ளப்பட்டதை நாம் அறிகிறோம். அப்படியான மேல்முறையீட்டின் ஊடாக மன்னிப்பு அளிக்கச் சாத்தியம் இல்லாத நிலை இருந்தால் அவர்கள் தம் இறுதிக் கடப்பாடுகளையும் அறக் கடப்பாடுகளையும் நிறைவேற்றுவதற்கான வாய்ப்புகளை அளித்தல் முதலியனவற்றை வேறு அரச பலிபாலனங்களில் நாம் அத்தனை எளிதாகப் பார்க்க இயலாத ஒன்று. எனினும் நமக்கொரு கேள்வி எழுதுகிறது. ஏன் அவர் மரண தண்டனையையே ரத்து செய்திருக்கக் கூடாது?

நியாயமான கேள்விதான். எனினும் நாம் சிலவற்றைக் கவனத்தில் கொள்வது அவசியம். மரண தண்டனை ஒழிப்பு என்பதெல்லாம் மிகவும் நவீனமான சிந்தனைகள். இன்றளவும் பெரும்பான்மையான அரசுகள் அதைக் கைவிட்டதில்லை. இப்படியான மாற்றங்களை எல்லாம் கிறிஸ்து சகாப்தத்திற்கு மூன்று நூற்றாண்டுகளுக்கு முன்னதாகக் கொண்டு செல்லுதல் என்பதெல்லாம் எவ்வகையில் பொருத்தம் என்பது ஒரு நியாயமான கேள்வியாகவும் இருக்கலாம். ஆனால் பவுத்த மதத்தில் அப்படியான தண்டனை நீக்கம் முதலான கருத்தாக்கங்களும், செயல்பாடுகளும் புறக்கணிக்கப்பட வேண்டியவை அல்ல. மரண தண்டனை முதலானவற்றை பவுத்தம் பொதுவில் ஏற்றுக்கொண்டதில்லை. ஆனால் அரசாளுகை என வரும்போது பவுத்தம் உட்பட எல்லா அரசாளுகைகளும் கொடும் தண்டனைகளைக் கைவிட்டதில்லை. எல்லாவற்றையும் கணக்கில் எடுத்துக்கொண்டு அணுகினால் அசோகரின் ஆளுகையை நாம் இன்றைய இலங்கை முதலான பவுத்த அரசுகளோடு அப்படியே ஒன்றாகப் பார்க்க வேண்டியதும் இல்லை. புத்த பகவான் கரு உயிர்த்த திருத் தலத்திற்குப் புனித யாத்திரை சென்ற மாமன்னர் அசோகர் அந்தத் தலம் அமைந்திருந்த ஊருக்கு வரிச் சலுகை அளித்தார் என்பதை நாம் காண்கிறோம். எனினும் முழுமையாக அதை அவர் ரத்து செய்யவும் துணியவில்லை.

எல்லா மத நம்பிக்கைகளையும் கருத்து வேறுபாடுகளையும் மதிக்க வேண்டும் எனத் தன் மக்களை வேண்டிக்கொண்ட அசோகர், அந்த உரிமையை முழுமையாகக் கடைப்பிடிப்பதில்

உள்ள சிக்கல்களையும் நாம் கவனத்தில் கொள்ளவேண்டும். பவுத்தம் பரப்புதல் என்பதை அடிப்படையாக முன்வைத்து இயங்கும்போது பிற சமயக் கோட்பாடுகளை விமர்சிக்கும் சூழலும் அதனடியான கருத்து வேறுபாடுகளும் ஏற்படத்தான் செய்யும். இம்மாதிரியான சூழல்களில் வன்முறைகளும் கட்டாயமும் கூடாது என்கிற அளவில்தான் நிற்க முடியும். இப்படி நாம் இன்னும் சிலவற்றையும் குறிப்பிட முடியும். பவுத்தத்தைப் பரப்புதல் எனும்போது மக்களிடையே கருத்து வேறுபாடுகளைத் தவிர்த்துவிடவும் இயலாது.

அசோகச் சாசனங்களின் ஊடாக அன்றைய சம கால அரசியல் மற்றும் சமூகச் சூழல்களின் நுணுக்கங்களையும் நம்மால் ஊகிக்க முடிகிறது. இந்தச் சாசனங்கள் மூன்று வகைப்பட்டவையாக உள்ளன. விரிவான பாறைச் சாசனங்கள் *(Major Rock Edicts)*, சிறு பாறைச் சாசனங்கள் *(Minor Rock Edicts)*, தூண் சானங்கள் *(Pillar Edicts)* என ஆய்வாளர்கள் இவற்றை வகைப்படுத்துகின்றனர். இச்சாசனங்கள் இந்தியத் துணைக் கண்டத்திற்கு வட மேற்கில் அமைந்துள்ள தெற்கு ஆப்கானிஸ்தானத்தில் உள்ள கந்தகாரில் தொடங்கி கங்கைச் சமவெளியிலும், தீபகற்ப இந்தியாவெங்கிலும் விரவிக் கிடக்கின்றன. இப்பகுதியில் உள்ள சாசனங்கள் அராமிக் மற்றும் கிரேக்க மொழியில் அமைந்துள்ளன. இதைச் செதுக்கிய தச்சர் பாடா எனும் தன் பெயரைக் கரோஷ்டி எழுத்துருவில் *(script)* வடித்துள்ளார்,

தீபகற்ப இந்தியாவில் அமைந்துள்ள சிறு பாறைச் சாசனங்கள் பிராகருத மொழியில் பிராமி எழுத்துகளில் வடிக்கப்பட்டுள்ளன. பின்னாளில் இவ்வாறு அறிமுகமான பிராமி எழுத்துரு எனத் தென்னிந்தியக் கல்வெட்டுகள் உருவாக்கத்தில் இடம்பெற்ற வரலாற்றை நாம் அறிவோம்.

தீபகற்ப இந்தியாவில் (இந்தியத் துணைக் கண்டத்தின் தென்பாதி) இருந்த சாசனங்கள் பலவும் 'பெரும் கற்கால மையங்களிலேயே *(Megalithic Cites)* அமைந்துள்ளன. பெரும்பாலும் கற்காலம் என்பதை அரசுருவாக்கத்திற்கு முந்திய அல்லது முழுமையான அரசுருவாக்கம் உருப்பெற்றிராத காலகட்டம் என்பார்கள். இவை எதுவும் அச் சாசனங்கள் வடிக்கப்பட்ட காலத்தில் பவுத்தம் செழித்திருந்த பகுதிகளாக இல்லை என்பது குறிப்பிடத்தக்கது. அமராவதி போன்றவையும் கூட பிறகாலத்தில்தான் முக்கிய பவுத்த

மையங்கள் ஆகியனவே ஒழிய அசோகச் சாசனங்கள் வடிக்கப்பட்ட காலத்தில் அவை பவுத்த மையங்களாக உருப்பெறவில்லை. அப்படியான ஒரு மையமாக உருப்பெறும் சாத்தியமுள்ள பகுதிகளாக வேண்டுமானால் அவை அப்போது இருந்திருக்கலாம். இன்னொன்றும் இங்கே கருதத் தக்கது. தற்போதைய ஆந்திரம், தெலங்கானா, கர்நாடக மாநிலங்களில் உள்ள அப்பகுதிகள் அன்றைய அசோகப் பேரரசின் கவனத்துக்குரிய பகுதிகளாக இருந்ததற்கு இன்னொரு முக்கிய காரணமும் இருந்தது. ஒரு பேரசுக்குரிய வளத்திற்கும் வருமானத்திற்கும் மிக அடிப்படையாக இருக்கும் நீர்வளம் மிக்க விவசாய நிலங்களும் தங்கச் சுரங்கங்கள் இருந்த பகுதிகளாகவும் அவை இருந்தன. அரசுருவாக்கம் முழுமை அடையாத இப்பகுதிகளில் அப்போது அதிகாரம் என்பது அப்பகுதி சார்ந்த குறுநிலத் தலைவர்களிடமே *(chieftains)* இருந்தது.

அதே நேரத்தில் இன்னொரு பக்கம் அசோகப் பேரரசின் கங்கைச் சமவெளிப் பகுதிகள் வளர்ச்சியடைந்த அரசுருவாக்கத்துடன் சில நூற்றாண்டுகளாகவே நந்தர்கள், மராட்டியர்கள் ஆகியோரின் ஆட்சியின் கீழ் இருந்தன. மிக முக்கியமான தத்துவ, இலக்கிய, இதிகாச உருவாக்கங்கள், நிலையான படைகள், படை எடுப்புகள் எனப் பல்வேறு வகைகளில் வேறுபட்டிருந்த *(diversity)* பல புவிப் பகுதிகளின் தொகுப்பாக இருந்தது என்பது கவனத்துக்குரியது.

இந்தப் பின்னணியில் நாம் அசோகரின் சிறு பாறைச் சாசனங்களைச் சற்று நோக்குவோம்.

பெரும் பாறைச் சாசனங்களிலிருந்து இவை ஓரம்சத்தில் வேறுபட்டுள்ளன. பெரும்பாறைச் சாசனங்கள் அனைத்தும் ஒரே மாதிரியான உள்ளடக்கத்துடன் அமைந்துள்ளன. ஆனால் சிறு பாறைச் சாசனங்கள் சற்றே வேறுபட்ட 17 வடிவங்களில் அமைந்துள்ளன. இன்னும் இதுபோலப் பல சாசனங்கள் கிடைப்பதற்கும் வாய்ப்புகள் உள்ளன. இவற்றில் சில சுருக்கமாக உள்ளன. சில அதிகாரிகளை நோக்கிச் சொல்வதாக உள்ளன. சில சாசனங்கள் சில பகுதிகளில் மட்டுமே காணப்படுகின்றன. சிலவற்றில் மொழியும் வேறுபட்டுள்ளது.

முற்பாதி கிட்டத்தட்ட எல்லாச் சாசனங்களிலும் ஒரே மாதிரியாக உள்ளன. அடுத்த பகுதிகள் வேறுபட்டு உள்ளன. கர்நூல். பெல்லாரி, சித்துர துர்ஹா போன்ற கர்னாடக மாநிலப் பகுதிகளில் உள்ள

ஏழு சாசனங்களில் மட்டும் இரண்டாம் பகுதி கூடுதலாகச் சேர்க்கப்பட்டுள்ளது. மூன்றாம் பகுதி சித்திர துர்க்காவில் உள்ள சாசனத்தில் மட்டும் காணப்படுகிறது. இவை எதுவும் துங்கபத்ரா ஆற்றோரங்களில் காணப்படவில்லை. பிரம்மஹிரியில் உள்ள ஒரே ஒரு சாசனத்தில் அதைச் செதுக்கிய 'கபாடா' எனும் கற்தச்சர் கரோஷ்டி மொழியில் கையொப்பம் இட்டுள்ளார்.

முதற்பகுதி அதிகாரிகளை நோக்கிச் சொல்லப்படுகிறது. அதில் காணப்படும் செய்திகளை அவர்கள் மக்களுக்குக் கொண்டு செல்லவேண்டும். எனவும் அறிவுறுத்தப்படுகிறது. இதில் அசோகர் தன்னை ஒரு (பவுத்த) உபாசகராக முன்னிறுத்திக்கொள்கிறார். சரியாகப் பொருள் கொள்ள முடியாத ஒரு சொற்றொடர் இதில் காணப்படுகிறது. இதுநாள்வரை ஜம்பு தீபத்தில் (இந்தியாவில்) உள்ள கடவுளர்கள் மக்களோடு இணைந்திருக்கவில்லை. இப்போது அவர்கள் மக்களோடு கலந்துள்ளனர். என்னுடைய முயற்சியில் விளைந்தது இது. இதற்கு இப்படித்தான் பொருள் கொள்ள இயலும் எனது தம்மப் பணிகளின் ஊடாக தம்மக் கருத்துகள் மக்கள் மத்தியில் பரவி அதன் விளைவாகக் கடவுளர்கள் அவர்களை நோக்கி ஈர்க்கப்படுகின்றனர். என்பதே. அதற்கு அடுத்த வரிகளில் தம்மத்துக்குரிய நன்னடத்தைகள் யாவை எனச் சுருக்கமாகச் சொல்லப்படுகின்றன.

இரண்டாம் பகுதி கிராமப் புறத்தில் பணியாற்றும் ராஜூகர் எனும் அதிகாரிகளை நோக்கிச் சொல்லப்படுகிறது. முரசறைந்து மக்களைக் கூட்டி இவற்றை மக்களுக்குக் கூறவேண்டும் என அவர்களுக்கு ஆணையிடப்படுகிறது. பெற்றோருக்குப் பணிதல், உயிர்களிடத்தில் அன்பு செய்தல், உண்மை பேசுதல் முதலான பொதுவான அறிவுரைகள்தான் இவை. எந்த ஒரு குறிப்பிட்ட மதத்தினரையும் நோக்கியதாக அல்லாமல் எல்லோருக்குமான பொது அறிவுரைகளாக இவை உள்ளன என்பது கவனத்துக்குரியது.

மூன்றாவது பகுதியும் கிட்டத்தட்ட நற்பண்புகளை வற்புறுத்துவதுதான். இவை யானைப் பாகன்கள், வருங்காலம் உரைப்பவர்கள், எழுத்து வடிப்பவர்கள் (*scribes*), எனச் சில குறிப்பான தொழில் வல்லுனர்களை நோக்கிச் செல்லப்படுவன. தம்மிடம் பயில்வோர்களுக்கு அவர்கள் தம் தொழிலில் வேறு எவற்றை எல்லாம் பயிற்றுவிக்க வேண்டும் என்பதற்கு இதில் முக்கியத்துவம் அளிக்கப்படுகின்றது. பெரியோர்களுக்கும் தம்மைப்

பணியில் உள்ளோர்களுக்கும், இதர பயிற்சியாளர்களுக்கும் பயிற்றுவிக்க வேண்டும். குடும்பங்களில் உறவினர்கள் ஒருவருக்கு ஒருவர் மதிப்பதற்கும் சொல்லித் தர வேண்டும் என்பதுபோன்ற கருத்துக்கள் இதில் முக்கியத்துவம் அளிக்கப்படுகின்றன. இவை அனைத்தும் தீபகற்ப இந்தியாவிலும், தீபகற்ப இந்தியாவை நோக்கிய பாதைகளிலும் காணப்படுகின்றன.

சில முக்கியமான நகர்ப்புற உருவாக்கங்கள் நடந்துகொண்டிருந்த காலம் அது. அரசுருவாக்கம் முழுமை பெற்றிருந்த சூழலில் தனது ஆரிய புத்தர்கள், குமார மகாமாத்திரர்கள், ராஜுக்கள், முதலான அதிகாரிகள் மற்றும் உள்ளூர் ஆட்சியாளர்கள் ஆகியோரின் ஊடாக அசோகப் பேரரசுடன் அப்பகுதிகள் இணைக்கப்பட்டுக் கொண்டிருந்த காலம் அது. உள்ளூர்த் தலைவர்களையும் பேரரசையும் இணைக்கும் பாலமாக இந்த அதிகாரிகள் செயல்பட்டிருந்தனர்.

தொழில் செய்வோர்களைப் பற்றிச் சொல்ல வரும்போது எழுத்துரு வடிப்பவர்களால் முக்கியமாகக் குறிப்பிடப்படுவது கவனிக்கத் தக்கது. பிராமி எழுத்துகளில் கல்வெட்டுகள் உருவாகிக் கொண்டிருந்த காலம் அது. கந்தக அராமிக் மற்றும் கிரேக்க மொழியில் இந்தச் சிறு பாறைச் சாசனம் வடிக்கப் பட்டுள்ளதைக் குறிப்பிட்டேன். அருகில் உள்ள மக்களுக்கு இது தெரிவிக்கப்பட வேண்டும் என்கிற அடிப்படையில் இரு மொழிகளிலும் இது வடிக்கப்பட்டதாக இதை யூகிக்கலாம். அராமிக்கில் வடிக்கப்பட்ட சாசனத்தில் தனது நல் ஒழுக்க போதனைகளால் கடவுளர் மக்களை நெருங்கி வந்ததைச் சொல்லும்போது நல்லொழுக்கமும் இறையச்சமும் உடையோர்க்கு இறுதித் தீர்ப்பு கிடையாது என்றொரு வாசகம் வருகிறது. அராமிக் மொழி பேசுகிற சரோஷ்ட்ர நம்பிக்கையாளர்கள் இறுதித் தீர்ப்பு என்கிற கருத்தாக்கத்தை நம்புகிறவர்கள் என்பது குறிப்பிடத் தக்கது,

சுருங்கச் சொல்வதானால் இதை இப்படி முன்வைக்கலாம்: தனது பவுத்த நம்பிக்கைகளை நம்பிக்கை இல்லாதவர்களிடம் கொண்டு செல்வதில் அசோகச் சாசனங்கள் முனைப்புக் காட்டவில்லை. போரும் சிறைகளும் இல்லாமல் தான் அமைக்க விரும்பும் பேரரசுக்கு இப்படியான முயற்சிகள் ஒவ்வாது என்பதை அசோகர் நன்றாகவே உணர்ந்திருந்தார். மூன்றாம் பாறைச் சாசனம், ஒன்பதாம் தூண் சாசனம் முதலானவற்றில்

இறுதி நோக்கத்தைச் சொல்கையில் 'சொர்க்கத்தை' அடைவது பற்றிக் குறிப்பிடப்படுகிறது. 'சொர்க்கம்' என்பதை இவ்வாறு குறிப்பிடத் தயங்காத அசோகச் சாசனங்கள் பவுத்தத்தின் இறுதிக் குறிக்கோளாகிய 'நிர்வாணம்' என்பது குறித்துக் குறிப்பிட சிரத்தை எடுத்துக்கொள்ளாததும் கவனிக்கத்தக்கது. மக்கள் மத்தியில் தர்ம உபதேசம் செய்வதற்கு 'தர்மமகா மாத்திர்ரகள்' எனும் அரசு அதிகாரிகள்தான் பயன்படுத்தப்பட்டார்களே தவிர புத்த பிக்குகள் யாரும் அந்தப் பணிக்குப் பயன்படுத்தப்படவில்லை என்பதும் குறிப்பிடத்தக்கது.

இப்படி நிறையச் சொல்ல முடியும். பேரரசு உருவாக்கம் நிகழ்ந்து கொண்டிருந்த காலம் அது, அதுகாறும் முழுமையான அரசு உருவாக்கங்கள் இல்லாதவையாகவும், மொழி, பண்பாடு, நம்பிக்கைகள் ஆகியவற்றால் பிரிந்தும் கிடந்த பிரம்மாண்டமான ஒரு புவிப் பகுதியை முறையின்றி ஒரு குடையின் கீழ் ஒரு அரசாக உருவாக்குவது என்கிறபோது அது பணிகளை ஒருசேர நிகழ்த்த வேண்டியதாகிறது. அரசு நிர்வாகத்தை விரிவாக்குவது என்பது ஒன்று. மற்றது மக்களிடம் நேரடியாகப் பேசி அவர்களை மனப்பூர்வமாக ஏற்கவைத்து, அரசுக்குள் இணைப்பது என்பது. இன்னொன்று தனது கருத்துகளை மக்களின் ஒப்புதல் இல்லாமலேயே அவர்கள் மீது திணித்து ஒற்றைக் கலாச்சார சமூகம் ஒன்றை உருவாக்கம் செய்வது. அசோகரிடம் இது இருந்ததாகத் தெரியவில்லை.

அசோகர் பவுத்தத்தை ஏற்றுக்கொண்டவர் மட்டுமல்ல. ஒரு பேரரசை உருவாக்கியவரும் கூட. கலிங்கத்துப் போர் என்பது அவரது எட்டாவது ஆட்சி ஆண்டில் நடந்தது. மக்களின் விருப்பம் இல்லாத எதையும் அவர்கள் மீது திணிக்கும் நோக்கம் உள்ளவராக அவர் வெளிப்பட்டதில்லை. அவர் காலத்தில் இருந்த முக்கிய மதங்களில் ஒன்றான பவுத்தத்தை அவர் ஏற்றுக்கொண்டார். பின்னாளில் அவரது எட்டாவது ஆட்சி ஆண்டுக்குப் பின்னர் அவர் என்றும் பேரரசு இணைப்புகளுக்கெனப் போரை நாடியதில்லை. பவுத்தத்தை ஏற்றுக்கொள்வதற்காக அவர் அகிம்சையை ஏற்றுக் கொண்டாரா, இல்லை அகிம்சையைக் கடைப்பிடிப்பதற்காக அவர் பவுத்தத்தை ஏற்றுக்கொண்டாரா என்பதல்ல பிரச்சினை.

கலிங்கப் போருக்குப் பின்னர் அவர் பவுத்தத்தில் தீவிரமானார். தனது அரசதிகாரத்தைக் கொண்டு அதைப் பரப்பவும் செய்தார். எனினும் தன் நம்பிக்கைகளை மக்கள் மீது திணிப்பது அவர் நோக்கமாக இல்லை. அவரவர் நம்பிக்கை அவரவர்க்கு என்பதில் அவர் தெளிவாக இருந்தார். பல்வேறு பண்பாடுகளும் உள்ள ஒரு பேரரசைக் கட்டுவதற்கு பவுத்தமே அவருக்குத் தகுந்த நெறியாகவும், சரியான கருவியாகவும் அமைந்தது. தன்னை அவர் "இறைவனுக்குப் பிரியமானவன்" (தேவனாம்பிரியன்) என்றே அழைத்துக் கொண்டார்.

அரசை இறைமையுடன் இணைப்பது பவுத்த மரபு அல்ல. அது வைதீக மரபு. பவுத்த மரபில் அரசன் என்பவன் 'மகா சம்மதன்'. அதாவது மக்களின் சம்மதத்துடன் ஏற்றுக்கொள்ளப்பட்டவன். கலிங்கத்துப் போரில் உருப்பெற்ற அழிவுகளைக் கண்ட குற்ற உணர்ச்சியே தன்னை பவுத்தம் நோக்கித் திருப்பியது என்பதை வெளிப்படையாக ஏற்றுக்கொண்டவர் அவர். எந்த மண்ணில் அவரால் பேரழிவுகள் விளைந்தனவோ அதே கலிங்க மண்ணில் ஒரு பவுத்த நெறியாளராக வெளிப்பட்டது மட்டுமின்றி அந்த மண்ணிலேயே அவரது மாற்றங்களைச் சாசனமாக்கியவர் அவர். மன்னிப்புக் கோரலின் இன்னொரு வடிவமாக அது அமைந்தது.

அசோகர் உலக வரலாற்றில் காணக் கிடைக்காத ஒரு மாமனிதராக, ஒரு பேரரசராக வெளிப்படுகிறார் என்றால் அவர் ஏற்றுக் கொண்ட பவுத்த நெறியே அதன் பின்புலனாக அமைந்தது.

"வரலாற்றின் பக்கங்களை நிறைக்கும் ஆயிரக் கணக்கான முடியரசர்கள், அவர்களின் கம்பீரம், கருணை, அரச பெருமிதங்கள், புனித பிம்பங்கள் ஆகியவற்றின் மத்தியில் அசோகன் எனும் பெயர் ஒரு நட்சத்திரத்தைப்போல ஒளிவீசி நிற்கிறது"- என்கிற எச். ஜி. வெல்சின் இக் கூற்றை -(*H.G.Wells, The Outline of History*) யாரும் மறுத்துவிட இயலாது.

அன்றைய காலகட்டத்தை நாம் சரியாகப் புரிந்துகொள்வது அவசியம் என்பதால் நமது கதைப் போக்கின் வரலாற்றிலிருந்து இவ்வாறு சற்றே அகல வேண்டி இருந்துள்ளது.

10. மணிமேகலை, வீர சோழியம் முதலானவற்றை வாசிப்பது எப்படி?

மணிமேகலை காப்பியம் ஊடாகச் சில சிந்தனைகள்:

ஒன்று

மணிமேகலைக் காவியத்திற்கு “மணிமேகலை துறவு” என்றொரு பெயருமுண்டு, மணிமேகலை துறவு மேற்கொண்டவர். அவரது அன்னை மாதவி ஒரு கணிகை. எனினும் மணிமேகலையின் தந்தை கோவலனின் மரணத்திற்குப் பின் துறவு மேற்கொண்டு அறவாழ்வு வாழ்ந்தவர். மணிமேகலையின் இன்னொரு (பெறா) அன்னையான கண்ணகியின் வரலாறை அறிவோம். கற்புக்கரசியாய் வாழ்ந்து, தன் கற்பின் வலிமையால் நீதியை நிலைநாட்டி மறைந்தவர்.

மணிமேகலையும் மாதவியும் துறவு மேற்கொள்கின்றனர். பருவ வயதின் ஈர்ப்புகளிலிருந்து அச்சிறுமி படிப்படியாக துறவுக்குரிய மேன்மை அடையும் வரலாற்றைச் சொல்வதன் ஊடாக பவுத்த நெறிகளை முன்வைக்கிறது மணிமேகலைக் காப்பியம்.

துறவென்பது என்ன? பற்றறுப்பு எனும் பொருளில் உடன்பாடில்லை. வேறென்ன? தன் குடும்பம், தன் பிள்ளை, பிதிர், பேத்தி என்பதாக அன்றி உலக மாந்தரையே உறவுகளாய், உலகையே இல்லமாய்க் கொள்ளல் என்பதே உண்மையான துறவு. அந்த

வகையில் துறவு என்பது ஒருவகையில் அனைத்து உயிர்களின் மீதும் பற்றுக்கொள்வதே. அப்படித்தான் மணிமேகலையின் துறவு வாழ்வு அமைகிறது. அந்த வகையில் துறவு என்பது நாம் மனம் கொண்டிருப்பது போல "பற்றறுப்பு" என்பதைக் காட்டிலும் "பற்று மிகுப்பு" என்றாகிவிடுகிறது. தன் பிள்ளை, தன் குடும்பம் என்பதாகச் சுருங்காமல் உலக மக்கள் அனைவரின் நலம், அவர்தம் பசி தீர்த்தல் உள்ளிட்ட அறச் செயல்களுக்குத் தன் வாழ்வை அர்ப்பணிப்பது என்றாகிறது. இப்படியான பற்று மிகுப்பிற்குக் குடும்பம் ஒரு தடை.

"ஆற்றுநர்க்கு அளிப்போர் அறவிலை பகர்வோர்
ஆற்றா மாக்கள் அரும்பசி களைவோர்
உலகின் மெய்ந்நெறி வாழ்க்கை
மண்திணி ஞாலத்து வாழ்வோர்க்கு எல்லாம்
உண்டி கொடுத்தோர் உயிர்கொடுத் தோரே
உயிர்க்கொடை பூண்ட உரவோய் ஆகிக்
கயக்குஅறு நல்அறம் கண்டனை என்றலும்"

- என்கிறது மணிமேகலை.

இரண்டு

பழம் உலக மகா காப்பியங்கள் எல்லாமும் இயற்கைக்கு மாறான அற்புதங்களால் நிறைந்திருக்கும். ஆனால் அப்படியான எந்த உலகக் காப்பியங்களிலும் இல்லாத ஒரு கற்பிதம்தான் இந்த "அள்ள அள்ளக் குறையாத" அமுத சுரபி எனும் அற்புதக் கற்பிதம். முதன் முதலில் அமுதசுரபி அருளப் பெற்றது ஆபுத்திரனுக்கு என்பதை அறிவோம். யாரவன்?

ஆபுத்திரன் தன் தாய்க்குத் தவறான உறவில் பிறந்த ஒருவன்.

"மக்கள் தேவர் எனவிரு சாரர்க்கும்
ஒத்த முடிவின் ஓர்அறம் உரைக்கேன்
பசிப்பிணி தீர்த்தல் என்றே அவரும்
தவப்பெரு நல்லறம் சாற்றினர் - ஆதலின்

மடுத்ததீக் கொளிய மன்உயிர்ப் பசிகெட

எடுத்தனள் பாத்திரம் இளங்கொடி தான்என்”

- என்கிறது மணிமேகலை (12- 14).

ஆம். ஒருவர் மேன்மை அடைவதென்பதில் அவரது சொந்த முயற்சி, அறம் சார்ந்த வாழ்வு ஆகியனவே முக்கியப் பங்கு வகிக்கின்றன. பிறப்பு, சாதி, மதம் இவை எதற்கும் அங்கு இடமில்லை.

“நோய்களிலேயே கொடு நோய் பசிதான்” என்பார் புத்தர். எனவே உயிர்களின் பசி தீர்த்தல் என்பது நமது முக்கிய கடமை ஆகிறது. கடமை என்பதைக் காட்டிலும் நாம் ஒரு மனித உயிரியாக இருப்பதற்கு அதுவே ஆதாரமாகிறது.

“அறமெனப் படுவது யாதெனக் கேட்பின்

மறவாது இதுகேள் மன்னுயிர்க் கெல்லாம்

உண்டியும் உறையுளும் அல்லது

கண்டதில்லை” (மணி: 48, 35).

ஆம். அறங்களில் எல்லாம் பேரறம் சக மக்களின் பசி தீர்ப்பதுதான். உண்பதற்குச் சோறும், உறங்க ஒரு குடிலும் இல்லாத வாழ்வினும் கொடிது ஏதுமில்லை. அதைக் கண்டும் காணாமல் போவதைக் காட்டிலும் இழிவும் ஏதுமில்லை.

இப்படிப் பசியும், பசி ஆற்றலும் இரு முக்கிய கதை மையங்களாக மணிமேகலைக் காப்பியத்தில் அமைகின்றன. இக் காப்பியம் ஆக ஆடம்பரமாக இந்திர விழா கொண்டாடப்படுவதுடன் தொடங்குகிறது. ஆம் அத்தனை ஆடம்பரங்கள், பெரு விழாக்கள் மத்தியில்தான் மக்கள் பெரிய அளவில் பட்டினி கிடக்கவும் நேர்ந்தது. அன்றும் இன்றும் இதுவே மானுட வாழ்வாக அமைகிறது. இன்னொன்றையும் நாம் கவனம் கொள்ள வேண்டும். உலகக் காவியங்கள் ஏதிலும் இல்லாத இந்த அற்புதப் பாத்திரம் அடுத்துச் சென்றடைவது மணிமேகலையிடம்.

யார் இந்த மணிமேகலை?

கோவலனுக்கும் மாதவிக்கும் பிறந்த பெண். மாதவி ஒரு ஆடற் கலைஞர். மாதவி கோவலனின் அங்கீகரிக்கப்பட்ட “முறையான”

மனைவி அல்ல. ஆனால் அவள் பெற்றெடுத்த அந்த மகள்தான் பின் அன்றைய தமிழகத்தில் பசியால் கொத்துக் கொத்தாகச் செத்துக்கொண்டிருந்த மக்களின் பசி தீர்க்கிறாள். அள்ள அள்ளக் குறையாத அந்த அற்புதப் பாத்திரத்தின் உதவியால் பசியால் மடிந்துகொண்டிருந்த மக்களைக் காப்பாற்றுகிறாள்.

மணிமேகலைக் காப்பியம் சுமார் பதினான்கு உட்கதைகளின் ஊடாகக் கட்டமைக்கப்பட்டுள்ளது. அவற்றுள் ஆபுத்திரனின் வரலாறும் ஒன்று. அதுவே மணிமேகலைக் காப்பியத்தின் மையமும் கூட.

மூன்று

பத்தினி வழிபாட்டை பவுத்தம் ஏற்பதில்லை. எனினும் மணிமேகலை வஞ்சி சென்று சேரன் செங்குட்டுவன் கண்ணகிக்கு எடுத்த பத்தினிக் கோட்டத்தை வணங்கி வருவதாக ஒரு காட்சி சாத்தனாரின் மணிமேகலைக் காப்பியத்தில் உள்ளது ஒரு சிறு முரண்பாடு எனச் சிலர் கூறுவார்கள்.

சாத்தனார் பேரறிஞர். அதுவும் பவுத்தப் பேரறிஞர். அவர் எப்படிப் பத்தினி வழிபாட்டை ஏற்க முடியும். அதுவும் தன் கணவன் அநீதியாகக் கொல்லப்பட்டான் என்பதற்காக ஒரு நகரையே, அங்குள்ள உயிர்களோடு எரித்த கொடூரச் செயலைக் கொண்டாடவோ கோயிலெடுக்கவோ, வணங்கி நிற்கவோ எப்படி இயலும்?

நூலாசிரியர் சாத்தனார் ஒரு பேரறிஞர். தன் தந்தையின் மனைவி எனும் வகையில் தன் அன்னை கண்ணகியை வஞ்சியில் அமைக்கப்பட்டிருந்த ஆலயத்தில் சென்று மணிமேகலை வணங்கி ஆசி பெறுவதாக ஒரு காதையே மணிமேகலைக் காப்பியத்தில் உண்டுதான். ஆனால் அதை நுணுக்கமாக வாசித்தால் அப்படி மதுரையை அழித்த அந்தச் செயலை, தன் கற்பு நெறியை உலகு முன் நிறுவும் முயற்சியாய் அமைந்த அந்த நகர அழிப்பைக் கண்ணகியிடம் மணிமேகலை நேருக்கு நேராக நின்று அது எப்படிச் சரியாகும் எனக் கேட்பதாகவே அந்தக் காதை அமைக்கப்பட்டுள்ளது விளங்கும். அது மட்டுமல்ல கண்ணகி அதற்காகப் பெருமை கொள்ளாமல் மணிமேகலையின் கருத்தை

ஏற்று வருத்தம் தெரிவிப்பதாகவுமே அப்பகுதி அமைகிறது. தன் கணவனுக்கு நேர்ந்த அநீதியைக் கண்டித்து இப் பிரச்சினையில் தொடர்பில்லாத மக்கள் தன் சினத்தால் அழிக்கப்பட்டதற்குக் கண்ணகி மனதார வருத்தம் தெரிவிக்கிறாள். அந்தப் பாவச் செயலுக்காகத் தான் இன்னும் பல பிறவிகள் எடுக்க வேண்டும் எனவும் கண்ணகி ஒப்புக் கொள்கிறாள். அது மட்டுமல்ல பவுத்தத்தை ஏற்றுக்கொண்ட ஒரு பவுத்தப் பிரச்சாரகியைப் போலக் கண்ணகியை அக் கணத்தில் உருமாற்றி நிறுத்துவார் சாத்தனார். மரியாதை நிமித்தம் தன் பெறா அன்னைக்கு இந்த வணக்கத்தைச் செலுத்தினாலும் மணிமேகலையின் நோக்கம் அதைக் கண்டிப்பதே.

சாத்தனார் பேரறிஞர்.

நான்கு

பவுத்தமும் மார்க்சியமும்

(இது மார்க்சியம் அல்லது பவுத்தம் பற்றிய பதிவு அல்ல. இது தர்க்கம் logic - பற்றிய ஒரு சிறு குறிப்பு. எதையும் எவ்வாறு பார்ப்பது என்பது பற்றிய ஒரு சிறு உசாவல். "முரண்பாடு" (contradiction) என்னும் தத்துவக் கருத்தாக்கத்தை ஏற்பதில் பவுத்தமும் மார்க்சியமும் சந்திக்கும் ஒரு வியத்தகு புள்ளி குறித்த ஒரு சிறு வியப்புப் பகிர்வு)

மணிமேகலை பல்வேறு நோக்குகளில் தனித்துவமான ஒரு காவியம். அதன் இறுதி நான்கு பெரும் அத்தியாயங்கள் முழுக்க முழுக்கத் தத்துவ உரையாடல்களாகவே அமைந்து பொசுக்கென காப்பியம் முடிந்துவிடுகிறது.

இந்திய மரபில் இதெல்லாம் ஒன்றும் வியப்பில்லை எனலாம். 'மகாபாரதத்தில்' 'பகவத் கீதை' ஒரு இடைச் செருகல்தான். அதை அகற்றினாலும் காப்பியத்தின் போக்கிற்கு எந்தக் குறையும் இருக்காது. கீதை ஒரு இடைச் செருகல் எனும் கருத்து அறிஞர்களால் ஏற்கப்பட்ட ஒன்று. மணிமேகலையின் இறுதி அத்தியாயங்கள் அப்படி அல்ல. இறுதி அத்தியாயங்கள் காப்பியத்துடன் பின்னிப் பிணைந்து கிடக்கின்றன. அவற்றை நீக்கினால் காப்பியம் முடிவற்றுப் போகும். ஒன்றை மறந்துவிடலாகாது. சுருக்கம் கருதி

நாம் “மணிமேகலை” என அக்காப்பியத்தை அழைத்தாலும் அதற்கு சாத்தனார் இட்ட பெயர் “மணிமேகலைத் துறவு”. இந்தத் துணைக் கண்டத்தில் அன்று நிலவிய அனைத்துத் தத்துவங்களையும் சென்றறிந்து இறுதியில் அறவண அடிகளிடம் பவுத்த தத்துவத்தைக் கேட்டு அதனடியாக மணிமேகலை பவுத்தத் துறவியாக ஆவதைச் சொல்வதுதான் அக் காவியம். சமீபமாகத் தந்தையை இழந்த. கள்ளம் கபடமற்ற உலகறியாச் சிறு பெண்ணாகச் சோலை ஒன்றில் பூப்பறிக்க வரும் சிறுமியாகக் காப்பியத் தொடக்கத்தில் அறிமுகம் ஆகும் அச் சிறுபெண் இடையில் எதிர்கொள்ளும் அனுபவங்கள். அப்பப்பா! - அந்த அனுபவங்களின் ஊடாக அவள் மேற்கொள்ளும் பயணம் அவளை பவுத்தத் துறவு மார்க்கத்தில் கொண்டு சேர்க்கிறது.

இன்று பவுத்த தத்துவம் அதற்குரிய தனித்துவத்துடன் உலகின் முக்கிய தத்துவப் போக்குகளில் ஒன்றாக விளங்குகிறது, அதன் தனித்துவத்தை நவீன சிந்தனையாளர்களான லெவி ஸ்ட்ராஸ் முதலானோர் வரை ஏற்க்கின்றனர். மேலைத்தத்துவங்கள் அனைத்தும் அரிஸ்டாட்டலியப் பாரம்பரியத்தில் வந்தவை. அதில் ஒரு முக்கிய இடையீடாக உருப்பெற்றது மார்க்சீயம்தான்.

அதென்ன?

அரிஸ்டாட்டலியப் பாரம்பரியத்தில் - அமைப்பியல் தொடங்கி பின் நவீனம் வரை ஏற்படுத்திய மிகப் பெரிய அதிரடி மாற்றங்களைச் சற்றே ஒதுக்கிவைத்துப் பார்த்தால் - இன்றுவரை மேலைத் தத்துவமாக அறியப்பட்டவை “முரண்பாடு” *(contradiction)* என்பதை ஏற்பதில்லை என்பதை அறிய முடியும். சரியாகச் சொல்வதானால் முரண்பாடுகளின் இருப்பை மேலைத் தர்க்கம் *(logic)* அங்கீகரிப்பதில்லை. எந்த ஒரு கூற்றும் *(statement)* “உண்டு” அல்லது “இல்லை” என்கிற இருமை எதிர்வுக்குள் *(binary opposition)* அடங்க வேண்டும். எந்தக் கூற்றும் ஒன்று “சரி” யாக இருக்க வேண்டும் அல்லது “தவறு” ஆக இருக்க வேண்டும். ஏதொன்றும் இந்த இரண்டுக்கும் இடையில் - ஒரே நேரத்தில் சரியானதாகவும் தவறானதாகவும்- இருக்கும் வாய்ப்பை எதிரொலிப்பதாக அமையக் கூடாது.

அதாவது முரண்பாடுகளுக்கு இடமற்றதாகவே எந்த ஒரு கூற்றும் அமைய வேண்டும். முரண்பாடுகளுக்கு இடையில் மூன்றாவதாக

ஏதொன்றும் இருக்க முடியாது என்பதை *Principle of Excluded Middle* என மேலைத் தத்துவத்தில் குறிப்பார்கள். மூன்றாவதற்கு இடமில்லை *(tertium non datur)* என இடைப்பட்ட இருப்பு புறந்தள்ளப்படும். அதோ அந்த மலையிலிருந்து புகை வருகிறது என்றால் மேலைத் தத்துவ அடிப்படைகளின்படி அங்கே நெருப்பு இருக்க வேண்டும் என்பதே சரியான கூற்று. வேறு சாத்தியம் ஏற்கப்படுவதில்லை. ஆனால், பவுத்தம் இதை ஏற்பதில்லை. இதைச் சற்று விரிவாகப் பார்க்கலாம்.

பவுத்தத் தத்துவப் போக்குகளில் ஒன்றான நாகார்ஜுனரின் (கி.பி.150 - 250) "மாத்யமிகா" அணுகல் முறையில் (மகாயன பவுத்த மரபு) முன்வைக்கப்படும் "நான்கு மூலைகள்" (சதுஷ்கோடி) எனும் கருத்தாக்கம் இங்கே கருதத் தக்கது. "உண்மை", "பொய்" என்கிற இரண்டிற்கும் அப்பால் ஏதேனும் ஒன்றே "உண்மையாகவும் பொய்யாகவும்" இருக்க முடியும் என்பது மட்டுமல்ல, "உண்மையாகவும் இல்லாமல், பொய்யாகவும் இல்லாமலும்" கூட ஒன்று இருக்க முடியும் என்றார் அவர். இந்த நான்கு சாத்தியங்களுக்கும் நாகார்ஜுனரின் தத்துவம் இடமளிக்கிறது. மேலைத் தத்துவங்களில் காண இயலாத தனித்துவங்கள் இவை.

எல்லாவற்றையும் "ஆம் / இல்லை" என்கிற இரட்டை எதிர்விற்குள் *(binary oppositions)* அடக்கிவிட முடியாது. இரண்டிற்கும் இடைப்பட்ட சாத்தியங்கள் உண்டு என்பதை நவீன இயற்பியலும் *(physics)* ஏற்கிறது, ஐன்ஸ்டினின் சார்பியல் கோட்பாடு *(Relativity Theory)*, டீ ப்ராக்லியின் பொருட்களின் இரட்டைப் பண்பு குறித்த கோட்பாடு *(Dual Nature of Matter)*, ஹெய்சன்பர்கின் உறுதியின்மைக் கோட்பாடு *(Uncertainty Principle)* முதலியன இத்தகைய ஆம் / இல்லை எனும் இரட்டை எதிர்வுகளைச் சென்ற நூற்றாண்டில் மறுத்து நிறுவின. எனது பின்நவீனத்துவம் குறித்த கட்டுரைகளில் இது விரிவாக விளக்கப்பட்டுள்ளது.,

இந்த வகையில் பவுத்தம் மேலைத் தத்துவங்களைப் போல அல்லாமல் முரண்பாடுகளைத் தீண்டத் தகாதவையாகப் புறம் தள்ளுவதில்லை. முரண்பாடுகளை அது ஏற்கிறது.

இங்கேதான் மார்க்சியம் முரண்பாடுகளுக்குக் கொடுத்த முக்கியத்துவம் நம் நெஞ்சில் உறைக்கிறது. எல்லாவற்றுக்குள்ளும் முரண்பாடுகள் இருக்கும். முரண்பாடுகளுக்குள் மோதல் இருக்கும்.

மோதல்களின் ஊடாகவே சமூக இயக்கம் சாத்தியமாகும் என்பதுதானே மார்க்சீய இயங்கியலின் அடிப்படை.

மேலைச் சிந்தனையில் பெரும்புரட்சியை ஏற்படுத்திய 'பின் அமைப்பியல்' மற்றும் 'பின் நவீனத்துவ' கருத்துகளை விளக்க முயலுவோர் க்ளாட் லெவி ஸ்ட்ராசிலிருந்துதான் தொடங்குவார்கள். "மார்க்சியமும் புத்திசமும் ஒரே காரியத்தைத்தான் செய்கின்றன. ஆனால் வெவ்வேறு மட்டங்களில் *(Marxism and Buddhism are doing the same thing, but at different levels)*" என அவர் கூறியுள்ளது *(1955)* குறிப்பிடத் தக்கது.

பவுத்தத் தரப்பிலிருந்தும் இது ஏற்றுக்கொள்ளப்பட்டுள்ளது எனலாம்.

திபெத்தின் பதினாலாவது தலாய்லாமா வணக்கத்துக்குரிய டென்சின் கியாஸ்டோ அவர்கள்,

"நவீன பொருளாதாரக் கோட்பாடுகள் எல்லாவற்றிலும் மார்க்சியம் மட்டுமே அற அடிப்படையில் அமைந்த ஒன்று. முதலாளியத்தைப் பொறுத்தமட்டில் லாபம் மற்றும் லாபத்தை ஈட்டும் வழிகள் மட்டுமே முக்கியம். சோவியத் யூனியனின் வீழ்ச்சி என்பது என்னைப் பொறுத்தமட்டில் அது மார்க்சியத்திற்கு ஏற்பட்ட தோல்வி அல்ல. அது எதேச்சாதிகாரத்தின் *(totalitarianism)* தோல்வி மட்டுமே. இந்தக் காரணத்தால்தான் நான் இன்னும் அரை மார்க்சிஸ்ட் - அரை புத்திஸ்ட் எனச் சொல்லிக்கொள்கிறேன்"

என சோவியத் வீழ்ச்சியை மார்க்சியத்தில் தோல்வியாக முன்வைத்துப் பேசப்பட்ட சொல்லாடல்களின்போது *(1993)* அதை மறுத்து அவர் கூறியது குறிப்பிட்டடத் தக்கது.

வண. டென்சின் கியாஸ்டோ அவர்கள் அத்தோடு நிறுத்தவில்லை. தொடர்ந்து அவர், "பவுத்தம் எதை மனிதர்களுக்கான பேரின்பத்தின் உச்சம் எனச் சொல்கிறதோ அந்தச் சூன்ய நிலையில் *(state of nothingness)* மனதை வைத்துக்கொண்டு மேலும் கீழுமாக நடந்து கொண்டுள்ள ஒரு 'வாக்கிங் ஸ்டிக்' போல நான் ஆகிவிட்டேன்" எனக் கார்ல் மார்க்ஸ் கூறியுள்ளதையும் மேற்கோள் காட்டினார்.

தொழிலாளி வர்க்கம் *X* முதலாளி வர்க்கம் என்கிற முரண்பாடுகளை முன்வைப்பதோடு மார்க்சியம் நின்றுவிடுவதில்லை. இந்த இரண்டுக்கும் இடையிலான முரண்பாடுகளின் இருப்பை அது

ஏற்றுக்கொள்கிறது. சொல்லப்போனால் அதற்கு அது அதிக முக்கியத்துவம் அளிக்கிறது. அதோடு நிறுத்திவிடாமல் அந்த முரண்பாடுகளை எவ்வாறு கையாள வேண்டும் என்பது குறித்தும் அது அதிகம் பேசுகிறது.

நல்லது X கெட்டது, சரி X தவறு, எதிரி X நண்பன், ஆண் X பெண், இந்து X முஸ்லிம் முதலான இரட்டை எதிர்வுகள் *(binary oppositions)* மூலமாகவே உலகைப் பார்ப்பது வன்முறை மட்டுமல்ல. அது உலகைப் புரிந்துகொள்வதற்கான வழிமுறையும் அல்ல என்பது ஆக முக்கியம்.

ஐந்து

இரு குறிப்புகள்

1. புத்தருக்கும் நாகார்ஜுனருக்கும் இடையில் சுமார் 750 ஆண்டு கால இடைவெளி உள்ளது. புத்தருக்கும் தின்னாகர், தருமகீர்த்தி ஆகியோருக்கும் இடையில் ஓராயிரம் ஆண்டு காலம் ஓடிவிடுகிறது. இடையில் பவுத்தத்தில் பெரிய மாற்றங்கள் நிகழ்ந்து விடுகின்றன. கடவுளின் இருப்பை மறுத்தவர் புத்தர். பின்னவர்கள் புத்தரே கடவுளாக்கப்பட்ட காலத்தில் வாழ்ந்தவர்கள். இந்த வேறுபாடுகள் இருந்தபோதும் பின்னாளில் வளர்ந்தெழுந்த பவுத்த தர்க்கம் புத்தரின் அடிப்படைக் கோட்பாடுகளை விட்டுவிடவில்லை. வைதீகத் தத்துவங்களிலிருந்து அது முரண்பட்டே வந்தது. எல்லாம் இயக்கத்தில் உள்ளது என்கிற பவுத்த அடிப்படையை அது துறக்கவில்லை. இங்கு பேசப்படும் இருமை எதிர்வு என்பதும் கூட புத்தர் உரைத்த “ஓடிக்கொண்டிருக்கும் நீரில் இந்தக் கணத்தில் இருக்கும் நீர்த்துளி அடுத்த கணத்தில் இருப்பதில்லை” எனும் கருத்தாக்கத்தின் அடிப்படையில் உருவானதுதான்.

2. மார்க்ஸ் மேலைத் தத்துவ மரபுகளில் ஒன்றான ஹெகலிய மரபில் வந்தவர்தான் என்ற போதிலும் அவர் “ஹெகலைத் தலைகீழாகக் கவிழ்த்தவர்” என்பதை நாம் மறந்துவிடலாகாது. அந்த வகையில் அவரது சிந்தனைகள் அவருக்குப் பின் வந்த இன்றைய நவீன சிந்தனைகளுக்கு மிக நெருக்கமானவை. புத்தரின் பவுத்தம் தன்னளவில் அன்பையும் சமாதானத்தையும், சமத்துவத்தையும் போதித்த ஓர் உன்னதமான மதம். அதை இன்றைய பவுத்த

நாடுகளின் பின்னணியில் இருந்து மதிப்பிடுவது அபத்தம். சிலர் சொல்வது போல அது இந்து மதத்தின் கிளையும் அல்ல. பவுத்தத்தைச் சரியாகப் புரிந்துகொள்ள டி.டி.கோசாம்பியின் தந்தை தர்மானந்தரின் நூல் உள்ளது. இன்னொரு நூல் பாரதியால் பாராட்டப்பட்டதும், அம்பேத்கரை பவுத்தத்திற்கு ஈர்த்ததுமான இன்னொரு நூல் லட்சுமி நரசு அவர்கள் எழுதிய ஆங்கில நூல்.

ரைஸ் டேவிசின் *Buddhist India* நூலும் ஒரு மிகச் சிறந்த தொடக்க நூல். பவுத்த தத்துவம் குறித்த ராகுல சாங்கிருத்யாயனின் நூல் எளிமையான ஒன்று. மணிமேகலை நூலுக்கு உ.வே.சா எழுதிய முன்னுரை, மயிலை சீனி வேங்கடசாமியின் 'பவுத்தமும் தமிழும்', தமிழறிஞர் சோ.ந.கந்தசாமி அவர்களின் முனைவர் பட்ட ஆய்வு முதலியன முக்கியமானவை.

எல்லாவற்றிற்கும் மேலாக நாம் இன்று பேசும் சீத்தலைச் சாத்தனாரின் மணிமேகலை காவியம் ஆக அழகான ஒன்று.

தமிழ் பவுத்தம் குறித்த இன்னொரு காவியமான நூல் *Anne E Monius* இன் *Imagining a place for Buddhism*. உலக அளவில் மணிமேகலைக் காவியத்தின் சிறப்பைக் கொண்டு சென்றவர் அவர். இன்று அவர் நம்மோடு இல்லாது மிகப்பெரிய இழப்பு. இந்த பவுத்தக் காவியத்தால் ஈர்க்கப்பட்ட இன்னொரு வெளிநாட்டு ஆய்வாளர் *Paula Richman*. அவரது *Framed Narrative and the Dramatized Audience in Tamil Buddhist Epic* என்பதும் குறிப்பிடத் தக்கது. இப்படி இன்று உலகளவில் பவுத்தமும் மணிமேகலைக் காப்பியமும் அறியப்பட்டவையாக உள்ளன..

மற்றது *Shu Hikosaka* வின் *'Buddhism in Tamil Nadu'*.

இப்படி இன்று உலகளவில் ஏற்றுக்கொள்ளப்பட்ட ஒரு மகா காவியமாக அமைகிறது நம் மணிமேகலைக் காப்பியம்.

ஆறு

இன்று இப்படி நிறைய வெளிநாட்டு ஆய்வறிஞர்களை மணிமேகலை ஈர்த்துள்ளது. காவிய நயத்திலாகட்டும், வரலாற்றுச் சாட்சியமாகட்டும் தமிழ்க் காப்பியங்களில் ஏதொன்றுக்கும் குறையாதது மணிமேகலை. ஐம்பெரும் காப்பியங்கள் அனைத்தும் பவுத்த, சமண, சிரமண மதங்களைப் பாடுபவைதான். சிலம்பையும்

ஒரு சமணக் காப்பியமாக இன்று அறிஞர்கள் ஏற்கின்றனர். ஆனால் அது தன் சமயம் பற்றி எங்கும் புகழ்ந்து பேசுவதில்லை. சமணக் காப்பியம் எனக் கூறுவது என்பது கூர்மையான ஆய்வுப் பார்வையின் அடிப்படையில்தான்.

மணிமேகலை அப்படி அல்ல. அது ஒவ்வொரு அத்தியாயத்திலும் தன் பவுத்தச் சார்பை வலியுறுத்துகிறது. அதன் சமகால இந்திய மதங்களோடு ஒப்பிட்டு பவுத்தம்தான் உயர்ந்தது என அது வாதிடுகிறது. மற்ற சமகால மதங்களைக் காட்டிலும் பவுத்தத்தை உயர்த்திப் பிடிக்கிறது. குண்டலகேசி முதலானவை இதே காரணத்திற்காக அழிக்கப்பட்ட போதிலும் மணிமேகலை நமக்கு முழுமையாகக் கிடைப்பதற்குக் காரணம் அதன் தமிழ், வரலாற்று முக்கியத்துவம், தர்க்க முறைகள் குறித்து அதனூடாகக் கிடைக்கும் செய்திகள் ஆகியனதான்.

ஏழு

இந்தியவியல் ஆய்வுகளில் முக்கியமான பங்களிப்புகளைச் செய்துள்ளவர்களாக மார்க்சிய அறிஞர்கள் உள்ளனர். குறிப்பாகச் சொல்வதானால் டி.டி.கோசாம்பி, ராகுல சாங்கிருத்யாயன், தேவிபிரசாத் சட்டோபாத்யாயா ஆகியோர் இந்த வகையில் ஆக முக்கியமானவர்கள். உலகளவிலான சிந்தனையாளர்களும், அறிஞர்களும் ஏற்றுக்கொண்ட உண்மை இது.

இந்தியா எப்பது தனித்துவமான நீண்ட வரலாறு, பல்வேறு சிந்தனை மரபுகள், சாதி முறை, தீண்டாமை உள்ளிட்ட கடும் ஏற்றத் தாழ்வுகள், வருண சாதிச் சமூக அமைப்பு என அமைந்த ஒரு துணைக் கண்டம் இது. வரலாறு தொடங்கிய காலம் தொட்டே ஒன்றோடு ஒன்று மோதிய தத்துவச் சிந்தனைகள் ஒருபக்கம் என்றால் இன்னொரு பக்கம் ஆரோக்கியமான விவாதங்களும் தொடக்க காலங்களில் நடந்தன. நூற்றுக் கணக்கில் மிருகங்களைக் கொன்று யாகம் நடத்திய பரத்வாஜ முனிவன் போன்றோரை நேரில் சென்று வாதிட்டு மனம் மாற்றிய புத்தரின் வரலாறும் இங்குண்டு. இன்னொரு பக்கம் அடுத்த சில நூற்றாண்டுகளில் பவுத்தர்களின் தலைகளைச் சீவிக்கொண்டு வந்தவர்களுக்கு பொற்காசுகளைப் பரிசளித்த புஷ்யமித்ர சுங்கனின் ஆளுகையும்

இங்குதான் நடந்தது. சாதி மத அடிப்படையிலான ஒடுக்குமுறைகள் இன்றுவரை தொடர்வதை விளக்க வேண்டியதில்லை.

தென்னகத்திலும் கூட இப்படிப் பல்வேறு தத்துவச் சிந்தனைகள் உருவாகிப் பின்பற்றப்பட்டதை அறிகிறோம். ஐந்தாம் நூற்றாண்டுவரை விரிவான விவாதங்கள் நடந்ததற்கு எடுத்துக்காட்டாக மணிமேகலை போன்ற காப்பியங்கள் இங்குண்டு. அதே தமிழகத்தில்தான் அடுத்த சில நூற்றாண்டுகளில் பவுத்தமும், சமணமும் இங்கு அழிக்கப்பட்டன. இன்றும் கூட தமிழகத்தின் பல பகுதிகளிலும் சமண ஆலயங்களும், பண்டைய சமண முனிவர்கள் வாழ்ந்த கற்படுக்கைகளும் இவற்றுக்குச் சான்றுகளாகக் காணக் கிடைக்கின்றன,

11. பின் நவீனத்துவம் என்றால் எத்தனை நடுக்கம்

பவுத்தமும் மார்க்சியமும் குறித்த என் முந்திய பதிவு ஒன்றிலிருந்து ஒரு குறிப்பு.

(இது மார்க்சியம் அல்லது பவுத்தம் பற்றிய கட்டுரையும் அல்ல. இது தர்க்கம் logic - பற்றிய கட்டுரை. எதையும் எவ்வாறு பார்ப்பது என்பது பற்றிய ஒரு சிறு உசாவல். "முரண்பாடு" (contradiction) என்னும் தத்துவக் கருத்தாக்கத்தை ஏற்பதில் பவுத்தமும் மார்க்சியமும் சந்திக்கும் ஒரு வியத்தகு புள்ளி குறித்த சிறு குறிப்பு)

மூன்றாண்டுகளாக 'தீராநதி' இதழில் நான் எழுதிவந்த "மணிமேகலை" காப்பியம் குறித்த தொடர் கட்டுரை அதன் இறுதியை எட்டுகிறது. இன்னும் சில இதழ்களுடன் அது நிறைவுறுகிறது. மணிமேகலை பல்வேறு அம்சங்களில் தனித்துவமான ஒரு காவியம். அதன் இறுதி நான்கு பெரும் அத்தியாயங்கள் முழுக்க முழுக்கத் தத்துவ உரையாடல்களாகவே அமைந்து பொசுக்கென காப்பியம் முடிந்துவிடுகிறது.

இந்திய மரபில் அது ஒன்றும் வியப்பில்லை எனலாம். மகாபாரதத்தில் 'பகவத் கீதை' எனும் இந்துத் தத்துவம் அப்படியான ஒரு இடைச் செருகல்தான். அதைப் பிடுங்கி வெளியே அகற்றினாலும் காப்பியத்தின் போக்கிற்கு எந்தக் குறையும் இருக்காது. கீதை ஒரு இடைச் செருகல் எனும் கருத்தும் அறிஞர்களால் ஏற்கப்பட்ட

ஒன்று. மணிமேகலையின் இறுதி அத்தியாயங்கள் அப்படி அல்ல. இறுதி அத்தியாயங்கள் காப்பியத்துடன் பின்னிப் பிணைந்து கிடக்கின்றன. அவற்றை நீக்கினால் காப்பியம் முடிவற்றுப் போகும். ஒன்றை மறந்துவிடலாகாது. சுருக்கம் கருதி நாம் “மணிமேகலை” என அக்காப்பியத்தை அழைத்தாலும் அதற்கு சாத்தனார் இட்ட பெயர் “மணிமேகலைத் துறவு” என்பதை நான் பலமுறை சுட்டிக் காட்டியுள்ளேன். அன்று இந்தத் துணைக் கண்டத்தில் நிலவிய அனைத்துத் தத்துவங்களையும் அறிந்து இறுதியில் அறவண அடிகளிடம் பவுத்த தத்துவத்தைக் கேட்டு அதனடியாக அன்னை மணிமேகலை பவுத்தத் துறவியாக ஆவதைச் சொல்வதுதான் அக் காவியம். சமீபமாகத் தந்தையை இழந்த. கள்ளம் கபடமற்ற உலகறியாச் சிறு பெண்ணாகவும், சோலை ஒன்றில் பூப்பறிக்க வரும் சிறுமியாகவும்தான் காப்பியத் தொடக்கத்தில் அறிமுகம் ஆகிறாள் மணிமேகலை. எனினும் அச் சிறிபெண் இடையில் எதிர்கொள்ளும் அனுபவங்கள்... அப்பப்பா! - அந்த அனுபவங்களின் ஊடாக அவள் மேற்கொள்ளும் பயணம் அவளை பவுத்தத் துறவு மார்க்கத்தில் கொண்டு சேர்க்கிறது.

இங்கு நான் சொல்ல முயல்வது அதுவன்று. இன்று பவுத்த தத்துவம் அதற்குறிய தனித்துவத்துடன் உலகின் முக்கிய தத்துவப் போக்குகளில் ஒன்றாக விளங்குகிறது, அதன் தனித்துவத்தை நவீன சிந்தனையாளர்களான லெவி ஸ்ட்ராஸ் வரை அங்கீகரிக்கின்றனர்.

மேலைத்தத்துவங்கள் அனைத்தும் அரிஸ்டாட்டலியப் பாரம்பரியத்தில் வந்தவை. அதில் ஒரு முக்கிய இடையீடாக உருப்பெற்றது மார்க்சீயம்தான். அதென்ன?

அரிஸ்டாட்டலியப் பாரம்பரியத்தில் - அமைப்பியல் தொடங்கி பின் நவீனம் வரை ஏற்படுத்திய மிகப் பெரிய அதிரடி மாற்றங்களைச் சற்றே ஒதுக்கிவைத்துப் பார்த்தால் - இன்றுவரை மேலைத் தத்துவமாக அறியப்பட்டவை “முரண்பாடு” *(contradiction)* என்பதை ஏற்பதில்லை. சரியாகச் சொல்வதானால் முரண்பாடுகளின் இருப்பை மேலைத் தர்க்கம் *(logic)* அங்கீகரிப்பதில்லை. எந்த ஒரு கூற்றும் *(statement)* “உண்டு” அல்லது “இல்லை” என்கிற இருமை எதிர்வுக்குள் *(binary opposition)* அடங்க வேண்டும். எந்தக் கூற்றும் ஒன்று “சரி” யாக இருக்க வேண்டும் அல்லது “தவறு” ஆக இருக்கவேண்டும். ஏதொன்றும் இந்த இரண்டுக்கும் இடையில் - ஒரே நேரத்தில் சரியானதாகவும் தவறானதாகவும்-

இருக்கும் வாய்ப்பை எதிரொலிப்பதாக அமையக் கூடாது. முரண்பாடுகளுக்கு இடமற்றதாகவே எந்த ஒரு கூற்றும் அமைய வேண்டும். முரண்பாடுகளுக்கு இடையில் மூன்றாவதாக ஏதொன்றும் இருக்க முடியாது என்பதை *Principle of Excluded Middle* என மேலைத் தத்துவத்தில் குறிப்பார்கள்.

மூன்றாவதற்கு இடமில்லை *(tertium non datur)* என இடைப்பட்ட இருப்பு பறந்தள்ளப்படும். அதோ அந்த மலையிலிருந்து புகை வருகிறது என்றால் மேலைத் தத்துவ அடிப்படைகளின்படி அங்கே நெருப்பு இருக்க வேண்டும் என்பதே சரியான கூற்று. வேறு சாத்தியம் ஏற்கப்படுவதில்லை.

பவுத்தம் இதை ஏற்பதில்லை. இதைச் சற்று விரிவாகப் பார்க்கலாம்.

பவுத்தத் தத்துவப் போக்குகளில் ஒன்றான நாகார்ஜுனரின் (கி.பி150 - 250) “மாத்யமிகா” அணுகல் முறையில் (மகாயன பவுத்த மரபு) முன்வைக்கப்படும் “நான்கு மூலைகள்” (சதுஷ்கோடி) எனும் கருத்தாக்கம் இங்கே கருதத்தக்கது. “உண்மை”, “பொய்” என்கிற இரண்டிற்கும் அப்பால் ஏதேனும் ஒன்றே “உண்மையாகவும் பொய்யாகவும்” இருக்க முடியும் என்பது மட்டுமல்ல “உண்மையாகவும் இல்லாமல், பொய்யாகவும் இல்லாமலும்” கூட ஒன்று இருக்க முடியும் என்றார் அவர். இந்த நான்கு சாத்தியங்களுக்கும் நாகார்ஜுனரின் தத்துவம் இடமளிக்கிறது. மேலைத் தத்துவங்களில் காண இயலாத தனித்துவங்கள் இவை.

எடுத்துக்காட்டுகள் என எதையும் முன்வைக்காமல் உங்கள் ஊகங்களுக்கே விட்டுவிடுகிறேன். எல்லாவற்றையும் ஆம் / இல்லை என்கிற இரட்டை எதிர்விற்குள் *(binary oppositions)* அடக்கிவிட முடியாது. இரண்டிற்கும் இடைப்பட்ட சாத்தியங்கள் உண்டு என்பதை நவீன இயற்பியலும் *(physics)* ஏற்கிறது, ஐன்ஸ்டினில் சார்பியல் கோட்பாடு *(Relativity Theory)*, டீ ப்ராக்லியின் பொருட்களின் இரட்டைப் பண்பு குறித்த கோட்பாடு *(Dual Nature of Matter)*, ஹெய்சன்பர்கின் உறுதியின்மைக் கோட்பாடு *(Uncertainty Principle)* முதலியன இத்தகைய ஆம் / இல்லை எனும் இரட்டை எதிர்வுகளைச் சென்ற நூற்றாண்டில் நொறுக்கித் துவம்சமாக்கியதை நான் எனது பின்நவீனத்துவம் குறித்த கட்டுரைகளில் விரிவாக விளக்கியுள்ளேன்,

மீண்டும் தொடங்கிய இடத்திற்கு வருவோம். இந்த வகையில்

பவுத்தம் மேலைத் தத்துவங்களைப் போல அல்லாமல் முரண்பாடுகளைத் தீண்டத் தகாதவையாகப் புறம் தள்ளுவதில்லை. முரண்பாடுகளை அது ஏற்கிறது.

இங்கேதான் மார்க்சியம் முரண்பாடுகளுக்குக் கொடுத்த முக்கியத்துவம் நம் நெஞ்சில் உறைக்கிறது. எல்லாவற்றுக்குள்ளும் முரண்பாடுகள் இருக்கும். முரண்பாடுகளுக்குள் மோதல் இருக்கும். மோதல்களின் ஊடாகவே சமூக இயக்கம் சாத்தியமாகும் என்பதுதானே மார்க்சிய இயங்கியலின் அடிப்படையும்கூட.

மேலைச் சிந்தனையில் பெரும்புரட்சியை ஏற்படுத்திய 'பின் அமைப்பியல்' மற்றும் 'பின் நவீனத்துவ' கருத்துக்களை விளக்க முயலுவோர் க்ளாட் லெவி ஸ்ட்ராசிலிருந்துதான் தொடங்குவார்கள். அவர், "மார்க்சியமும் புத்திசமும் ஒரே காரியத்தைத்தான் செய்கின்றன. ஆனால் வெவ்வேறு மட்டங்களில் *(Marxism and Buddhism are doing the same thing, but at different levels)*" எனக் கூறியது (1955) குறிப்பிடத் தக்கது.

பவுத்தத் தரப்பிலிருந்தும் இது ஏற்றுக்கொள்ளப்பட்டுள்ளது. திபெத்தின் பதினான்காவது தலாய்லாமா வணக்கத்துக்குரிய டென்சின் கியாஸ்டோ*(The 14th Dalai Lama, Tenzin Gyatso)*, பொருளாதாரக் கோட்பாடுகள் எல்லாவற்றிலும் மார்க்சியம் மட்டுமே அற அடிப்படையில் அமைந்த ஒன்று என்பார். "முதலாளியத்தைப் பொறுத்தமட்டில் லாபம், மற்றும் லாபத்தை ஈட்டும் வழிகள் மட்டுமே முக்கியம். சோவியத் யூனியனின் வீழ்ச்சி என்பது என்னைப் பொறுத்தமட்டில் அது மார்க்சியத்திற்கு ஏற்பட்ட தோல்வி அல்ல. அது எதேச்சாதிகாரத்தின் *(totalitarianism)* தோல்வி மட்டுமே. இந்தக் காரணத்தால்தான் நான் இன்னும் அரை மார்க்சிஸ்ட் - அரை புத்திஸ்ட் எனச் சொல்லிக் கொள்கிறேன்" என சோவியத் வீழ்ச்சியை மார்க்சியத்தின் தோல்வியாக முன்வைத்துப் பேசப்பட்ட சொல்லாடல்களின் போது (1993) கூறியது குறிப்பிட்டத் தக்கது.

வண. டென்சின் கியாஸ்டோ அவர்கள் அத்தோடு நிறுத்தவில்லை. தொடர்ந்து அவர், "பவுத்தம் எதை மனிதர்களுக்கான பேரின்பத்தின் உச்சம் எனச் சொல்கிறதோ அந்தச் சூன்ய நிலையில் *(state of nothingness)* மனதை வைத்துக்கொண்டு மேலும் கீழுமாக நடந்து கொண்டுள்ள ஒரு 'வாக்கிங் ஸ்டிக்' போல நான் ஆகிவிட்டேன்"

என கார்ல் மார்க்ஸ் கூறியுள்ளதையும் மேற்கோள் காட்டினார்.

தொழிலாளி வர்க்கம் X முதலாளிவர்க்கம் என்கிற முரண்பாடுகளை மார்க்சியம் முன் வைப்பதோடு நிறுத்திவிடுவது இல்லை. இரண்டுக்கும் இடையிலான முரண்பாடுகளின் இருப்பை அது ஏற்றுக்கொள்கிறது. சொல்லப்போனால் அதற்கு அது அதிக முக்கியத்துவம் அளிக்கிறது. அதோடு நிறுத்திவிடாமல் அந்த முரண்பாடுகளை எவ்வாறு கையாள வேண்டும் என்பதை அது அதிகம் பேசுகிறது.

நல்லது X கெட்டது, சரி X தவறு, எதிரி X நண்பன், ஆண் X பெண், இந்து X முஸ்லிம் முதலான இரட்டை எதிர்வுகள் *(binary oppositions)* மூலமாகவே உலகைப் பார்ப்பது வன்முறை மட்டுமல்ல. அது உலகைப் புரிந்துகொள்வதற்கான வழிமுறை அல்ல என்பது ஆக முக்கியம்.

இரு குறிப்புகள்:

1. புத்தருக்கும் நாகார்ஜுனருக்கும் இடையில் சுமார் 750 ஆண்டு கால இடைவெளி உள்ளது. புத்தருக்கும் தின்னாகர், தருமகீர்த்தி ஆகியோருக்கும் இடையில் ஓராயிரம் ஆண்டு காலம் ஓடி விடுகிறது. இடையில் பவுத்தத்தில் பெரிய மாற்றங்கள் நிகழ்ந்து விடுகின்றன. கடவுளின் இருப்பை மறுத்தவர் புத்தர். பின்னவர்கள் புத்தரே கடவுளாக்கப்பட்ட காலத்தில் வாழ்ந்தவர்கள். இந்த வேறுபாடுகள் இருந்தபோதும் பின்னாளில் வளர்ந்தெழுந்த பவுத்த தர்க்கம் புத்தரின் அடிப்படைக் கோட்பாடுகளை விட்டுவிடவில்லை. வைதீகத் தத்துவங்களிலிருந்து அது முரண்பட்டு வந்தது. எல்லாம் இயக்கத்தில் உள்ளது என்கிற பவுத்த அடிப்படையை அது துறக்கவில்லை. இங்கு பேசப்படும் இருமை எதிர்வு என்பதும் கூட புத்தர் உரைத்த ‘ஓடிக் கொண்டிருக்கும் நீரில் இந்தக் கணத்தில் இருக்கும் நீர்த்துளி அடுத்த கணத்தில் இருப்பதில்லை’ எனும் கருத்தாக்கத்தின் அடிப்படையில் உருவானதுதான்.

2. மார்க்ஸ் மேலைத் தத்துவ மரபுகளில் ஒன்றான ஹெகலிய மரபில் வந்தவர்தான் என்ற போதிலும் அவர் “ஹெகலைத் தலைகீழாகக் கவிழ்த்தவர்.” அந்த வகையில் அவரது சிந்தனைகள் அவருக்குப் பின் வந்த இன்றைய நவீன சிந்தனைகளுக்கு மிக நெருக்கமானவை.

12. முரண்பாடுகளைக் கையாள்வதில் பவுத்தமும் மார்க்சியமும்

தர்க்கம் *logic* - பற்றிய ஒரு சிறு குறிப்பு: எதையும் எவ்வாறு பார்ப்பது என்பது பற்றிய ஒரு சிறு உசாவல். "முரண்பாடு" *(contradiction)* என்னும் தத்துவக் கருத்தாக்கத்தை ஏற்பதில் பவுத்தமும் மார்க்சியமும் சந்திக்கும் ஒரு வியத்தகு புள்ளி குறித்த ஒரு சிறு வியப்புப் பகிர்வு.

மணிமேகலை பல்வேறு அம்சங்களில் தனித்துவமான ஒரு காவியம். அதன் இறுதி நான்கு பெரும் அத்தியாயங்கள் முழுக்க முழுக்க தத்துவ உரையாடல்களாகவே அமைந்து உடன் காப்பியம் முடிந்துவிடுகிறது. இந்திய மரபில் அது ஒன்றும் வியப்பில்லை. மகாபாரதத்தில் 'பகவத் கீதை' ஒரு இடைச் செருகல்தான். அதை அகற்றினாலும் காப்பியத்தின் போக்கிற்கு எந்தக் குறையும் இருக்காது. கீதை ஒரு இடைச் செருகல் எனும் கருத்து அறிஞர்களால் ஏற்கப்பட்ட ஒன்று. மணிமேகலையின் இறுதி அத்தியாயங்கள் அப்படி அல்ல. இறுதி அத்தியாயங்கள் எளிதில் புரிந்து கொள்ள இயலாத அளவு ஆழமான தத்துவச் சிதனைகளுக்கு மத்தியில் காப்பியத்துடன் பின்னிப் பிணைந்து கிடக்கின்றன. அவற்றை நீக்கினால் காப்பியம் முடிவற்றுப்போகும். ஒன்றை மறந்துவிடலாகாது. சுருக்கம் கருதி நாம் "மணிமேகலை" என அக்காப்பியத்தை அழைத்தாலும் அதற்கு சாத்தனார்

இட்ட பெயர் "மணிமேகலைத் துறவு" என்பதை நாம் வாய்ப்புக் கிடைக்கும்போதெல்லாம் நினைவுபடுத்திக் கொள்வது நன்று.

இந்தத் துணைக் கண்டத்தில் நிலவிய அனைத்துத் தத்துவங்களையும் அறிந்து இறுதியில் அறவண அடிகளிடம் பவுத்த தத்துவத்தைக் கேட்டு அதனடியாக மணிமேகலை பவுத்தத் துறவியாக ஆவதைச் சொல்வதுதான் இக் காப்பியம் எனலாம். சமீபமாகத் தந்தையை இழந்த கள்ளம் கபடமற்ற உலகறியாச் சிறு பெண்ணாகச் சோலை ஒன்றில் பூப்பறிக்க வரும் ஒரு சிறுமியாகக்தான் காப்பியத் தொடக்கத்தில் அறிமுகம் ஆகிறாள் மணிமேகலை. அச் சிறுபி இடையில் எதிர்கொள்ளும் அனுபவங்கள் எராளம். அந்த அனுபவங்களின் ஊடாக அவள் மேற்கொள்ளும் பயணம் அவளை பவுத்தத் துறவு மார்க்கத்தில் கொண்டு சேர்க்கிறது.

இன்று பவுத்த தத்துவம் அதற்குறிய தனித்துவத்துடன் உலகின் முக்கிய தத்துவப் போக்குகளில் ஒன்றாக விளங்குகிறது, அதன் தனித்துவத்தை நவீன சிந்தனையாளர்களான லெவி ஸ்ற்றாஸ் வரை அங்கீகரிக்கின்றனர். மேலைத்தத்துவங்கள் அனைத்தும் அரிஸ்டாட்டலியப் பாரம்பரியத்தில் வந்தவை. அதில் ஒரு முக்கிய இடையீடாக உருப் பெற்றதுதான் மார்க்சீயம்.

அரிஸ்டாட்டலியப் பாரம்பரியத்தில் - அமைப்பியல் தொடங்கி பின் நவீனம் வரை ஏற்படுத்திய மிகப் பெரிய அதிரடி மாற்றங்களைச் சற்றே ஒதுக்கிவைத்துப் பார்த்தால் - இன்றுவரை மேலைத் தத்துவமாக அறியப்பட்டவை "முரண்பாடு" *(contradiction)* என்பதை ஏற்பதில்லை என்பதை நாம் புரிந்து கொள்ளலாம். சரியாகச் சொல்வதானால் முரண்பாடுகளின் இருப்பை மேலைத் தர்க்கம் *(logic)* அங்கீகரிப்பதில்லை. எந்த ஒரு கூற்றும் *(statement)* "உண்டு" அல்லது "இல்லை" என்கிற இருமை எதிர்வுக்குள் *(binary opposition)* அடங்க வேண்டும். எந்தக் கூற்றும் ஒன்று "சரி"யாக இருக்கவேண்டும் அல்லது "தவறு" ஆக இருக்க வேண்டும். ஏதொன்றும் இந்த இரண்டுக்கும் இடையில் - ஒரே நேரத்தில் சரியானதாகவும் தவறானதாகவும்- இருக்கும் வாய்ப்பை எதிரொலிப்பதாக அமையக் கூடாது.

முரண்பாடுகளுக்கு இடமற்றதாகவே எந்த ஒரு கூற்றும் அமைய வேண்டும் என்பதுதான். முரண்பாடுகளுக்கு இடையில் மூன்றாவதாக ஏதொன்றும் இருக்க முடியாது என்பதை *Principle of Excluded Middle* என மேலைத் தத்துவத்தில் குறிப்பார்கள்.

மூன்றாவதற்கு இடமில்லை (*tertium non datur*) என இடைப்பட்ட இருப்பு புறந்தள்ளப்படும். அதோ அந்த மலையிலிருந்து புகை வருகிறது என்றால் மேலைத் தத்துவ அடிப்படைகளின்படி அங்கே நெருப்பு இருக்க வேண்டும் என்பதே சரியான கூற்று. வேறு சாத்தியம் ஏற்கப்படுவதில்லை. பவுத்தம் இதை ஏற்பதில்லை. இதைச் சற்று விரிவாகப் பார்க்கலாம்.

பவுத்தத் தத்துவப் போக்குகளில் ஒன்றான நாகார்ஜுனரின் (கி. பி150 - 250) "மாத்யமிகா" அணுகல் முறையில் (மகாயன பவுத்த மரபு) முன்வைக்கப்படும் "நான்கு மூலைகள்" (சதுஷ்கோடி) எனும் கருத்தாக்கம் இங்கே கருதத்தக்கது. "உண்மை", "பொய்" என்கிற இரண்டிற்கும் அப்பால் ஏதேனும் ஒன்றே "உண்மையாகவும் பொய்யாகவும்" இருக்க முடியும் என்பது மட்டுமல்ல "உண்மையாகவும் இல்லாமல், பொய்யாகவும் இல்லாமலும்" கூட ஒன்று இருக்க முடியும் என்றார் அவர். இந்த நான்கு சாத்தியங்களுக்கும் நாகார்ஜுனரின் தத்துவம் இடமளிக்கிறது. மேலைத் தத்துவங்களில் காண இயலாத தனித்துவங்கள் இவை.

எடுத்துக்காட்டுகள் என எதையும் முன்வைக்காமல் உங்கள் ஊகங்களுக்கே விட்டுவிடுகிறேன். எல்லாவற்றையும் 'ஆம் / இல்லை' என்கிற இரட்டை எதிர்விற்குள் (*binary oppositions*) அடக்கிவிட முடியாது. இரண்டிற்கும் இடைப்பட்ட சாத்தியங்கள் உண்டு என்பதை நவீன இயற்பியலும் (*physics*) ஏற்கிறது, ஐன்ஸ்டினில் சார்பியல் கோட்பாடு (*Relativity Theory*), டீ ப்ராக்லியின் பொருட்களின் இரட்டைப் பண்பு குறித்த கோட்பாடு (*Dual Nature of Matter*), ஹெய்சன்பர்கின் உறுதியின்மைக் கோட்பாடு (*Uncertainty Principle*) முதலியன இத்தகைய "ஆம் / இல்லை" எனும் இரட்டை எதிர்வுகளைச் சென்ற நூற்றாண்டில் நொறுக்கித் துவம்சமாக்கியதை எனது பின்நவீனத்துவம் குறித்த கட்டுரைகளில் விரிவாக விளக்கியுள்ளேன்.

நிற்க. மீண்டும் தொடங்கிய இடத்திற்கு வருவோம். இந்த வகையில் பவுத்தம் மேலைத் தத்துவங்களைப் போல அல்லாமல் முரண்பாடுகளைத் தீண்டத்தகாதவையாகப் புறம் தள்ளுவதில்லை. முரண்பாடுகளை அது ஏற்கிறது.

இங்கேதான் மார்க்சியம் முரண்பாடுகளுக்குக் கொடுத்த முக்கியத்துவம் நம் நெஞ்சில் உறைக்கிறது. எல்லாவற்றுக்குள்ளும் முரண்பாடுகள் இருக்கும். முரண்பாடுகளுக்குள் மோதல் இருக்கும்.

மோதல்களின் ஊடாகவே சமூக இயக்கம் சாத்தியமாகும் என்பதுதான் மார்க்சீய இயங்கியலின் அடிப்படையாக இருந்துள்ளது.

மேலைச் சிந்தனையில் பெரும்புரட்சியை ஏற்படுத்திய 'பின் அமைப்பியல்' மற்றும் 'பின் நவீனத்துவ' கருத்துக்களை விளக்க முயலுவோர் க்ளாட் லெவி ஸ்ட்ராசிலிருந்துதான் தொடங்குவர். "மார்க்சியமும் புத்திசமும் ஒரே காரியத்தைத்தான் செய்கின்றன. ஆனால் வெவ்வேறு மட்டங்களில் *(Marxism and Buddhism are doing the same thing, but at different levels)* என அவர் கூறியதும் *(1955)* இங்கே குறிப்பிடத் தக்கது.

பவுத்தத் தரப்பிலிருந்தும் இது ஏற்றுக் கொள்ளப்பட்டுள்ளது. திபெத்தின் பதிநான்காவது தலாய்லாமா வணக்கத்துக்குரிய டென்சின் கியாஸ்டோ,

"நவீன பொருளாதாரக் கோட்பாடுகள் எல்லாவற்றிலும் மார்க்சியம் மட்டுமே அற அடிப்படையில் அமைந்த ஒன்று. முதலாளியத்தைப் பொறுத்தமட்டில் லாபம் மற்றும் லாபத்தை ஈட்டும் வழிகள் மட்டுமே முக்கியம்... சோவியத் யூனியனின் வீழ்ச்சி என்பது என்னைப் பொறுத்தமட்டில் அது மார்க்சியத்திற்கு ஏற்பட்ட தோல்வி அல்ல. அது எதேசாதிகாரத்தின் *(totalitarianism)* தோல்வி மட்டுமே. இந்தக் காரணத்தால்தான் நான் இன்னும் அரை மார்க்சிஸ்ட் - அரை புத்திஸ்ட் எனச் சொல்லிக் கொள்கிறேன்" - என்று சோவியத் வீழ்ச்சியை மார்க்சியத்தில் தோல்வியாக முன்வைத்து பேசப்பட்ட சொல்லாடல்களின்போது *(1993)* அவற்றை அவர் மறுத்துக் கூறியது குறிப்பிடத் தக்கது.

வண. டென்சின் கியாஸ்டோ அவர்கள் அத்தோடு நிறுத்தவில்லை. தொடர்ந்து அவர், "பவுத்தம் எதை மனிதர்களுக்கான பேரின்பத்தின் உச்சம் எனச் சொல்கிறதோ அந்தச் சூன்ய நிலையில் *(state of nothingness)* மனதை வைத்துக்கொண்டு மேலும் கீழுமாக நடந்து கொண்டுள்ள ஒரு 'வாக்கிங் ஸ்டிக்' போல நான் ஆகிவிட்டேன்" எனப் பேரறிஞர் கார்ல் மார்க்ஸ் கூறியுள்ளதையும் மேற்கோள் காட்டினார்.

மார்க்சியம் தொழிலாளி வர்க்கம் *X* முதலாளிவர்க்கம் என்கிற முரண்பாட்டை முன் வைப்பதோடு நிறுத்திவிடுவதில்லை. இரண்டுக்கும் இடையிலான முரண்பாடுகளின் இருப்பை அது

ஏற்றுக்கொள்கிறது என்பதைப் பலமுறை சுட்டிக் காட்டியுள்ளேன். சொல்லப்போனால் அதற்கு அது அதிக முக்கியத்துவம் அளிக்கிறது. அதோடு நிறுத்திவிடாமல் அந்த முரண்பாடுகளை எவ்வாறு கையாள வேண்டும் என்பதை அது அதிகம் பேசுகிறது.

நல்லது X கெட்டது, சரி X தவறு, எதிரி X நண்பன், ஆண் X பெண், இந்து X முஸ்லிம் என்பன போன்ற இரட்டை எதிர்வுகள் *(binary oppositions)* மூலமாகவே உலகைப் பார்ப்பது வன்முறை மட்டுமல்ல, அது உலகைப் புரிந்து கொள்வதற்கான வழிமுறையும் அல்ல என்பது ஆக முக்கியம்.

இரு குறிப்புகள்:

1. புத்தருக்கும் நாகார்ஜுனருக்கும் இடையில் சுமார் 750 ஆண்டு கால இடைவெளி உள்ளது. புத்தருக்கும் தின்னாகர், தருமகீர்த்தி ஆகியோருக்கும் இடையில் ஓராயிரம் ஆண்டு காலம் ஓடி விடுகிறது. இடையில் பவுத்தத்தில் பெரிய மாற்றங்கள் நிகழ்ந்து விடுகின்றன. கடவுளின் இருப்பை மறுத்தவர் புத்தர். பின்னவர்கள் புத்தரே கடவுளாக்கப்பட்ட காலத்தில் வாழ்ந்தவர்கள். இந்த வேறுபாடுகள் இருந்தபோதும் பின்னாளில் வளர்ந்தெழுந்த பவுத்த தர்க்கம் புத்தரின் அடிப்படைக் கோட்பாடுகளை விட்டுவிடவில்லை. வைதீகத் தத்துவங்களிலிருந்து அது முரண்பட்டே வந்தது. எல்லாம் இயக்கத்தில் உள்ளது என்கிற பவுத்த அடிப்படையை அது துறக்கவில்லை. இங்கு பேசப்படும் இருமை எதிர்வு என்பதும் கூட புத்தர் உரைத்த 'ஓடிக்கொண்டிருக்கும் நீரில் இந்தக் கணத்தில் இருக்கும் நீர்த்துளி அடுத்த கணத்தில் இருப்பதில்லை' எனும் கருத்தாக்கத்தின் அடிப்படையில் உருவானதுதான்.
2. மார்க்ஸ் மேலைத் தத்துவ மரபுகளில் ஒன்றான ஹெகலிய மரபில் வந்தவர்தான் என்ற போதிலும் அவர் "ஹெகலைத் தலைகீழாகக் கவிழ்த்தவர்" என அறியப்படுபவர். அந்த வகையில் அவரது சிந்தனைகள் அவருக்குப் பின் வந்த இன்றைய நவீன சிந்தனைகளுக்கு மிக நெருக்கமானவை.

ஒரே நேரத்தில் கார்ல் மார்க்சையும் மகாத்மா காந்தியையும் ஒருவர் ஏற்பதை பவுத்தத்தால் ஏற்றுக்கொள்ள முடிவது இப்படித்தான்.

13. மணிமேகலை மாண்புகளும் சிறப்புகளும்

பெருங்கூட்டமாகத் திரட்டப்பட்ட மக்கள் முன் கடுஞ் சித்திரவதைகளினூடாக குற்றவாளிகள் கொல்லப்படுவது ஒரு சடங்கு நிகழ்வாக அரங்கேற்றப்பட்ட காலம் அது. நிற்க மட்டுமே முடிந்த கூண்டுகளில் அடைத்து வைத்துக் கொல்லப்படுதல், உயிருடன் தோலை உரித்துத் தொங்கவிடப்படுதல், உறுப்புகள் துண்டிக்கப்படுதல் இப்படி எல்லாம் தண்டனைகள் அரங்க நிகழ்ச்சிகள் போலக் காட்சிப்படுத்தப்பட்ட நிலை பதினெட்டாம் நூற்றாண்டின் பிற்பகுதியில் மாற்றம் அடைந்தது. நவீன சிறைச்சாலைகள் உருவாயின.

இதனூடாகத் தண்டனை வடிவங்களில் மாற்றங்கள் நடந்தனவே ஒழிய தண்டனைகளின் ஊடாக சமூகம் கட்டமைக்கப்படுதல் என்பது இன்னும் நுணுக்கமாகத் தொடர்ந்தது. இன்றும் தொடர்கிறது என்றும் சொல்லலாம். தண்டிக்கப்பட்டவர்களின் உடல் மீதான வன்முறைகள் காட்சிப்படுத்தப்படுவது நின்றாலும் ஒழுங்கமைக்கப்பட்ட சமூகத்தின் நடுவே அதன் ஒரு பகுதியாக நிறுவப்பட்ட சிறைச்சாலைகளின் ஊடாக இப்படிச் சமூகம் ஒழுங்கமைக்கப்படுவது இன்றுவரை நிற்பதில்லை. சிறைப்பட்டவரின் ஒவ்வொரு நடவடிக்கைகளும் கண்காணிக்கப்படுவதன் மூலம் அவரது புழங்கு வெளியும், அவரது புழங்கு காலமும் மிகத் துல்லியமாக ஒழுங்கமைக்கப்

படுகின்றன. சமகால நவீன நிறுவனங்களான தொழிற்சாலைகள், பள்ளிகள், மருத்துவமனைகள், இராணுவத் தளங்கள் அனைத்தும் இவ்வாறே அமைக்கப்பட்டுள்ளன.

இந்தப் புதிய ஒழுங்கமைப்பு நிறுவனங்களின் மூலம் இன்னும் இறுக்கமாக சமூகம் கண்காணிக்கப்பட்டு ஒழுங்கமைக்கப்படுகிறது. சிறைச்சாலைகளின் நோக்கம் குற்றங்களைக் குறைப்பதோ, குற்றவாளிகளைத் திருத்துவதோ, குற்றச் சமூகம் ஒன்று உருவாவதைத் தடுப்பதோ அல்ல. ஒருவகையில் குற்றச் சமூகம் ஒன்று இருப்பது அரசுக்குத் தேவையாகவே இருக்கிறது. குற்றச் சமூகம் ஒன்று இருப்பதே அரசின் இந்தக் கண்காணிப்புகளையும், இராணுவம் மற்றும் போலீஸ் மூலம் சமூகம் கட்டுக்குள் வைக்கப்படுவதையும் நியாயப்படுத்துகிறது என்பவற்றையெல்லாம் நவீன சிந்தனையாளர்களில் முக்கியமானவரான ஃபூக்கோ நிறுவினார். இது சென்ற நூற்றாண்டின் பிற்பகுதியில் 'குற்றவியல்' மற்றும் 'கண்காணிக்கப்படும் சமூகம்' தொடர்பான புதிய விழிப்புணர்வை ஏற்படுத்தியது. 'ஆதார் அட்டை' முதலானவற்றின் ஊடாக நம் உடல் மற்றும் வாழ்வின் பிரிக்க இயலாத ஒரு அங்கமாக ஆக்கப்பட்டுள்ள இன்றைய சூழலில் இந்தக் கண்காணிப்பு அதன் உச்சத்தைத் தொட்டுள்ளதை இங்கு விளக்கமாகச் சொல்ல வேண்டியதில்லை..

இதை நாம் சரியாகப் புரிந்துகொண்டோமானால் சிறைச்சாலைகள் தொடர்பாக இப்போது எழுகின்ற இரு கேள்விகள் பொருளற்றதாகி விடுவதை உணரலாம். அவை:

1. தண்டனை வழங்குதல் மூலம் குற்றங்கள் குறையும் என்பது ஏன் நிகழவில்லை?
2. தண்டனை வழங்குதல் மூலம் குற்றவாளிகள் திருந்துவார்கள் என்பதும் ஏன் உண்மையாகவில்லை?

இந்த இரண்டு கேள்விகளுக்கும் ஒரே பதில்தான். தண்டனை வழங்குதல் மற்றும் சிறைச்சாலைகளின் நோக்கம் குற்றங்களைக் குறைப்பதோ இல்லை குற்றவாளிகளைத் திருத்துவதோ அல்ல என்பதுதான். ஒரு வகையில் அரசுகள் மற்றும் அதிகாரங்களின் இருப்பிற்குக் குற்றங்களும் தேவைப்படுகின்றன. குற்றவாளிகளும் தேவைப்படுகின்றனர். இதை நாம் கவனமாகப் புரிந்துகொள்ள வேண்டும். எனவேதான் சிறைச்சாலைச் சீர்திருத்தங்கள் குறித்த

மனிதாபிமானிகள், சிந்தனையாளர்கள், எழுத்தாளர்கள், மனித உரிமை ஆர்வலர்கள் ஆகியோரால் முன்வைக்கப்படும் கருத்துக்கள் இன்று அரசுகளால் மூர்க்கமாக மறுக்கப்படுகின்றன. அப்படி அரசுகள் மறுப்பதற்கு மக்களின் முழு ஆதரவு இருப்பதையும் நாம் கவனத்தில் கொள்ள வேண்டும். சில ஆண்டுகள் முன் இங்கு நம் கவனத்தை ஈர்த்த நிர்பயாவின் கொலையில் கைதான ராம்சிங்கிற்குச் சிறையில் கொடும் சித்திரவதைகள் நிகழ்ந்தன என நாம் சொல்லத் துணிவோமானால் பெரிய அளவில் மக்களின் கடும் எதிர்ப்புகளைத்தான் நாம் எதிர்கொள்ள நேரிடும். "எத்தனை கொடூரமான கொலையைச் செய்தவன் அவன்? அவனுக்கா மனித உரிமை வேண்டும் என்கிறாய்" என்பன போன்ற கேள்விகள் சீறி மேலெழும். மேலோட்டமாகப் பார்க்கும்போது யாரும் இதை எதிர்ப்பார்கள்.

எனினும் மனிதன் என்கிற வகையில் அவனுக்கும் உரிமைகள் வேண்டும் என்கின்றவர்கள் சிறைச்சாலைகளில் உடனடியாகச் செய்ய வேண்டியன எனச் சில சீர்திருத்தங்கள் குறித்துப் பேசிக்கொண்டுதான் உள்ளனர். இவர்களில் சில இரக்கமுள்ள அதிகாரிகளும் உண்டு. அப்படி ஒருவரை நான் தொடர்ந்து இந்த அத்தியாயத்தில் சொல்லிக்கொண்டுள்ளேன். மனசாட்சியை முற்றிலுமாகக் கைவிடாத ஒரு அதிகாரி எனும் வகையில் அவரது இன்னொரு கூற்றை மட்டும் பார்ப்போம்.

"ஒரு கைதி திருந்துவதற்குச் சிறைச்சாலைகளில் உள்ள கீழ்க்கண்ட நிலைகள் பொருத்தமாக இல்லை என நான் கருதுகிறேன். அவன் சிறையில் கழிக்கும் காலம் முழுவதும் அவனது சுயமரியாதை நசுக்கி அழிக்கப்படுகிறது; அவனிடம் எஞ்சியுள்ள அற உள்ளுணர்வுகள் வாடிச் சோர்கின்றன; இரக்கத்தை வெளிப்படுத்தவோ, அனுபவிக்கவோ உள்ள எல்லா வாய்ப்புகளும் அடைக்கப்படுகின்றன; குற்றவாளிகள் தவிர வேறு யாருடனும் அவன் தொடர்பு கொள்ள வாய்ப்புகள் அறவே மறுக்கப்படுகின்றன. ஒரு மனிதனைத் திருத்துவது அல்லது சமூகத்திற்கு அவனைத் திருப்பிக் கையளிப்பது என்பது இன்றைய இந்த அரச நடைமுறைகளுக்கு நேர் எதிரானதாகவே உள்ளது. என்பதே எதார்த்தம். அவை நான் இப்போது சொன்ன அனைத்திற்கும் எதிர்த் திசையில் அமைகின்றன என்றே நம்புகிறேன்; இன்றைய சிறைச்சாலைகளில் இதெல்லாம் சாத்தியமில்லை.

திருந்துவதற்குச் சாத்தியமில்லாதவை என நான் மேலே குறிப்பிட்ட அனைத்து அம்சங்களும் சிறை வாழ்விலிருந்து பிரிக்க இயலாத எதார்த்தங்களாக உள்ளன…"

இது நான் முன் குறிப்பிட்ட லூஷிங்டன் கூறியது. என்ன இருந்தாலும் அவர் ஒரு அதிகாரி. அவரது அறத் தன்னிலைக்கும் அதிகார இருப்பிற்கும் உள்ள முரணை அவரே உணர்ந்து கொள்வதுதான் அவரது மேன்மை எனலாம். சிறைக் கைதிகள் இன்றைய சிறைச்சாலைகளின் ஊடாகக் கழிக்கும் தண்டனை வாழ்வின் மூலம் திருந்துவதற்கான வாய்ப்பே இல்லை என்பதைச் சரியாகவே அடையாளம் காணும் அவர் இந்தச் சிறை அமைப்பில் அது சாத்தியம் இல்லை எனப் பெருமூச்சுவிடுகிறார். அவர் ஒரு அரசு அதிகாரி. அவ்வளவுதான். அவரால் வேறென்ன செய்ய முடியும்?

ஆனால், நம் தமிழிலக்கியத்தில் வேறெங்கும் காணக் கிடைக்காத ஓர் அற்புதம் காணக் கிடைக்கிறது. முற்றிலும் நாயகனே இல்லாத, ஒரு நாயகியை மட்டுமே தலைவியாய்க் கொண்டு இயங்கும் மகா காவியமான மணிமேகலையில் காவிய நாயகியான அன்னை மணிமேகலை முற்றிலும் புதுமையாய் ஒரு தீர்வை நம் முன் வைக்கிறாள். அவள் அதிகாரி அல்லள். குடும்பச் சிறையில் அகப்பட்ட ஒரு சாதாரண மானுடப் பெண்ணும் அல்லள். அவள் புத்த நெறியை ஏற்ற ஒரு துறவி. எனவே அவளால் அதைச் சொல்ல முடிகிறது.

அவளுக்கு புத்தபிரான் அருளால் யாருக்கும் வாய்க்காத ஒரு பெரும்பேறு வாய்க்கிறது. அள்ள அள்ளக் குறையாத அமுத சுரபி ஒன்று அவளுக்கு அளிக்கப்படுகிறது. அதன் மூலம் மானுடரின் மிகப் பெரிய பிணியாகிய பசிப்பிணியை அகற்றும் பெரும்பேறுக்கு உரியவளாகிறாள் அந்த இளம் பிராயத்தில் அன்னை மணிமேகலை. சிங்கள மொழியில் 'பசி' என்பதற்கு இணையான சொல் 'படகினி'. அதன் பொருள் "வயிற்றிலே தீ". அந்தத் தீயை அணைப்பதைத் தவிர பெரும்பேறு வேறு என்னவாக இருக்க இயலும்?

அள்ள அள்ளக் குறையாத அமுதசுரபியின் ஊடாக வீதிதோறும் அலைந்து பசித்தோர்க்கு அவள் உணவளித்து வரும் அந்தச் செய்தி சோழ மன்னருக்குத் தெரிவிக்கப்படுகிறது. அழைத்து வரச் சொல்கிறார். மன்னனுக்கும் மாதவி மகளான அன்னை மணிமேகலைக்கும் இப்படி அமைகிறது உரையாடல்:

"மிக்க தவமுடையாய்! நீ யார்? கையிலேந்திய பாத்திரம் எங்கே கிடைத்தது?"

"அரசே! நெடுங்காலம் வாழ்வாயாக; யான் விஞ்சை மகள். இந்நகரில் வேற்று வடிவங்கொண்டு திரிந்தேன்; இது பிச்சைப் பாத்திரம்; இதனை அம்பலத்தேயுள்ள தெய்வமொன்று எனக்கு அருளியது; இது தெய்வத் தனமையோடு கூடியது. யானைப் பசியென்னும் தீராப்பசியைத் தீர்த்தொழித்தது; பசியால் மெலிந்தவர்களுக்கு மிருதசஞ்சீவினியாக உள்ளது."

"மிக்க தவமுடையாய்! நான் செய்ய வேண்டியது என்ன?"

"சிறைச்சாலையை அறச்சாலையாகச் செய்யவேண்டும்"

அன்னையின் வாக்கு ஏற்றுக்கொள்ளப்பட்டது. சிறைச்சாலை அழிக்கப்பட்டது. அது அறவோர்கள் தங்கும், அறச் செயல்களுக்கான இல்லமாக ஆக்கப்பட்டது.

14. மணிமேகலைக் காப்பியம் ஊடாக மேலும் சில சிந்தனைகள்

ஒன்று

மணிமேகலைக் காவியத்திற்கு "மணிமேகலைத் துறவு" என்றொரு பெயருமுண்டு என்பதை அறிவோம். மணிமேகலைத் துறவு மேற்கொண்டவர். அவரது அன்னை மாதவி ஒரு கணிகை. எனினும் மணிமேகலையின் தந்தை கோவலனின் மரணத்திற்குப் பின் துறவு மேற்கொண்டு அறவாழ்வு வாழ்ந்தவள். மணிமேகலையின் இன்னொரு (பெறா) அன்னையான கண்ணகியின் வரலாறை அறிவோம். கற்புக்கரசியாய் வாழ்ந்து, தன் கற்பின் வலிமையால் நீதியை நிலைநாட்டி மறைந்தவர்.

மணிமேகலையும் மாதவியும் துறவு மேற்கொள்கின்றனர். பருவ வயதின் ஈர்ப்புகளிலிருந்து அச்சிறுமி படிப்படியாக துறவுக்குரிய மேன்மை அடையும் வரலாற்றைச் சொல்வதன் ஊடாக பவுத்த நெறிகளை முன்வைக்கிறது மணிமேகலைக் காப்பியம்.

துறவென்பது என்ன? பற்றறுப்பு எனும் பொருளில் உடன்பாடில்லை. வேறென்ன? தன் குடும்பம், தன் பிள்ளை, பிதிர், பேத்தி என்பதாக அன்றி உலக மாந்தரையே உறவுகளாய், உலகையே இல்லமாய்க் கொள்ளல் என்பதே உண்மையான துறவு. அந்த வகையில் துறவு என்பது ஒருவகையில் அனைத்து உயிர்களின்

மீதும் பற்றுக்கொள்வதே. அப்படித்தான் மணிமேகலையின் துறவு வாழ்வு அமைகிறது. அந்த வகையில் துறவு என்பது நாம் மனம் கொண்டிருப்பது போல "பற்றறுப்பு" என்பதைக் காட்டிலும் "பற்று மிகுப்பு" என்றாகிவிடுகிறது. தன் பிள்ளை, தன் குடும்பம் என்பதாகச் சுருங்காமல் உலக மக்கள் அனைவரின் நலம், அவர்தம் பசி தீர்த்தல் உள்ளிட்ட அறச் செயல்களுக்குத் தன் வாழ்வை அர்ப்பணிப்பது என்றாகிறது. இப்படியான பற்று மிகுப்பிற்குக் குடும்பம் ஒரு தடை.

"ஆற்றுநர்க்கு அளிப்போர் அறவிலை பகர்வோர்
ஆற்றா மாக்கள் அரும்பசி களைவோர்
உலகின் மெய்ந்நெறி வாழ்க்கை
மண்திணி ஞாலத்து வாழ்வோர்க்கு எல்லாம்
உண்டி கொடுத்தோர் உயிர்கொடுத் தோரே
உயிர்க்கொடை பூண்ட உரவோய் ஆகிக்
கயக்குஅறு நல்அறம் கண்டனை என்றலும்"

- என்கிற மணிமேகலையின் குரலை இங்கு இரண்டாம் முறையாக உங்கள் முன் நினைவூட்டுகிறேன்.

இரண்டு

பழம் உலக மகா காப்பியங்கள் எல்லாமும் இயற்கைக்கு மாறான அற்புதங்களால் நிறைந்திருக்கும். ஆனால் அப்படியான எந்த உலகக் காப்பியங்களிலும் இல்லாத ஒரு கற்பிதம்தான் இந்த "அள்ள அள்ளக் குறையாத" அமுத சுரபி எனும் அற்புதக் கற்பிதம். முதன் முதலில் அமுதசுரபி அருளப் பெற்றது ஆபுத்திரனுக்கு என்பதை அறிவோம். யாரவன்?

ஆபுத்திரன் தன் தாய்க்குத் தவறான உறவில் பிறந்த ஒருவன்.

"மக்கள் தேவர் எனவிரு சாரர்க்கும்
ஒத்த முடிவின் ஓர்அறம் உரைக்கேன்
பசிப்பிணி தீர்த்தல் என்றே அவரும்
தவப்பெரு நல்லறம் சாற்றினர் - ஆதலின்

மடுத்ததீக் கொளிய மன்உயிர்ப் பசிகெட

எடுத்தனள் பாத்திரம் இளங்கொடி தான்என்”

- என்கிறது மணிமேகலை *(12- 14).*

ஆம். ஒருவர் மேன்மை அடைவதென்பதில் அவரது சொந்த முயற்சி, அறம் சார்ந்த வாழ்வு ஆகியனவே முக்கியப் பங்கு வகிக்கின்றன. பிறப்பு, சாதி, மதம் இவை எதற்கும் அங்கு இடமில்லை.

“நோய்களிலேயே கொடுநோய் பசிதான்” என்பார் புத்தர். எனவே உயிர்களின் பசி தீர்த்தல் என்பது நமது முக்கியக் கடமை ஆகிறது. கடமை என்பதைக் காட்டிலும் நாம் ஒரு மனித உயிரியாக இருப்பதற்கு அதுவே ஆதாரமாகிறது.

“அறமெனப் படுவது யாதெனக் கேட்பின்

மறவாது இதுகேள் மன்னுயிர்க் கெல்லாம்

உண்டியும் உறையுளும் அல்லது

கண்டதில்லை” *(மணி: 48, 35).*

ஆம். அறங்களில் எல்லாம் பேரறம் சக மக்களின் பசி தீர்ப்பதுதான். உண்பதற்குச் சோறும், உறங்க ஒரு குடிலும் இல்லாத வாழ்வினும் கொடிது ஏதுமில்லை. அதைக் கண்டும் காணாமல் போவதைக் காட்டிலும் இழிவும் ஏதுமில்லை.

இப்படிப் பசியும், பசி ஆற்றலும் இரு முக்கிய கதை மையங்களாக மணிமேகலைக் காப்பியத்தில் அமைகின்றன. இக் காப்பியம் ஆக ஆடம்பரமாக இந்திர விழா கொண்டாடப்படுவதுடன் தொடங்குவதை அறிவோம். அத்தனை ஆடம்பரங்கள், பெரு விழாக்கள் மத்தியில்தான் மக்கள் பெரிய அளவில் பட்டினி கிடக்கவும் நேர்ந்தது. அன்றும் இன்றும் இதுவே மானுட வாழ்வாக அமைகிறது. இன்னொன்றையும் நாம் கவனம் கொள்ள வேண்டும். உலகக் காவியங்கள் ஏதிலும் இல்லாத இந்த அற்புதப் பாத்திரம் அடுத்துச் சென்றடைவது மணிமேகலையிடம்?

மணிமேகலையை நாம் அறிவோம்.

கோவலனுக்கும் மாதவிக்கும் பிறந்த பெண்ணான மாதவி ஒரு ஆடற் கலைஞர். மாதவி கோவலனின் அங்கீகரிக்கப்பட்ட “முறையான” மனைவி அல்ல அவள். ஆனால் அவள் பெற்றெடுத்த அந்த

இம்மகள்தான் பின் அன்றைய தமிழகத்தில் பசியால் கொத்துக் கொத்தாகச் செத்துக்கொண்டிருந்த மக்களின் பசி தீர்க்கிறாள். அள்ள அள்ளக் குறையாத அந்த அற்புதப் பாத்திரத்தின் உதவியால் பசியால் மடிந்துகொண்டிருந்த மக்களைக் காப்பாற்றுகிறாள்.

மணிமேகலைக் காப்பியம் சுமார் பதினான்கு உட்கதைகளின் ஊடாகக் கட்டமைக்கப்பட்டுள்ளது. அவற்றுள் ஆபுத்திரனின் வரலாறும் ஒன்று. அதுவே மணிமேகலைக் காப்பியத்தின் மையமும் கூட.

மூன்று

பத்தினி வழிபாட்டை பவுத்தம் ஏற்பதில்லை. எனினும் மணிமேகலை வஞ்சி சென்று சேரன் செங்குட்டுவன் கண்ணகிக்கு எடுத்த பத்தினிக் கோட்டத்தை வணங்கி வருவதாக ஒரு காட்சி சாத்தனாரின் மணிமேகலைக் காப்பியத்தில் உள்ளது ஒரு சிறு முரண்பாடு எனச் சிலர் கூறுவார்கள். ஆனால் அது முரண்பாடு அல்ல. சாத்தனாரின் ஆகச் சிறந்த, மகத்தான மானுடப் பார்வை வெளிப்படும் தருணம் அது.

ஆம். சாத்தனார் பேரறிஞர். அதுவும் பவுத்தப் பேரறிஞர். அவர் எப்படிப் பத்தினி வழிபாட்டை ஏற்க முடியும். அதுவும் தன் கணவன் அநீதியாகக் கொல்லப்பட்டான் என்பதற்காக ஒரு நகரையே, அங்குள்ள உயிர்களோடு எரித்த கொடூரச் செயலைக் கொண்டாடவோ கோயிலெடுக்கவோ, வணங்கி நிற்கவோ எப்படி இயலும்?

நூலாசிரியர் சாத்தனார் ஒரு பேரறிஞர். தன் தந்தையின் மனைவி எனும் வகையில் தன் அன்னை கண்ணகிக்கு வஞ்சியில் அமைக்கப்பட்டிருந்த ஆலயத்தில் சென்று மணிமேகலையை வணங்கி ஆசி பெறுவதாக ஒரு காதையே மணிமேகலைக் காப்பியத்தில் உண்டுதான். ஆனால் அதை நுணுக்கமாக வாசித்தால் அப்படி மதுரையை அழித்த அந்தச் செயலை, தன் கற்பு நெறியை உலகு முன் நிறுவும் முயற்சியாய் அமைந்த அந்த நகர அழிப்பைக் கண்ணகியிடம் மணிமேகலை நேருக்கு நேராக நின்று அது எப்படிச் சரியாகும் எனக் கேட்பதாகவே அந்தக் காதை அமைக்கப்பட்டுள்ளது விளங்கும். அது மட்டுமல்ல கண்ணகி அதற்காகப் பெருமைகொள்ளாமல் வருத்தம்

தெரிவிப்பதாகவுமே அப்பகுதி முன்வைக்கப்படுகிறது. தன் கணவனுக்கு நேர்ந்த அநீதியைக் கண்டித்து அப்பாவி மக்கள் தன் சினத்தால் அழிக்கப்பட்டதற்குக் கண்ணகியும் மனதார வருத்தம் தெரிவிக்கிறாள். அந்தப் பாவச் செயலுக்காகத் தான் இன்னும் பல பிறவிகள் எடுக்கவேண்டும் எனவும் கண்ணகி ஒப்புக் கொள்கிறாள். அது மட்டுமல்ல பவுத்தத்தை ஏற்றுக்கொண்ட ஒரு பவுத்தப் பிரச்சாரகியைப் போலக் கண்ணகியை அக் கணத்தில் உருமாற்றி நிறுத்துவார் சாத்தனார். மரியாதை நிமித்தம் தன் பெறா அன்னைக்கு இந்த வணக்கத்தைச் செலுத்தினாலும் மணிமேகலையின் நோக்கம் அதைக் கண்டிப்பதே.

சாத்தனார் பேரறிஞர்.

நான்கு

பவுத்தமும் மார்க்சியமும்

(இது மார்க்சியம் அல்லது பவுத்தம் பற்றிய பதிவு அல்ல. இது தர்க்கம் logic - பற்றிய ஒரு சிறு குறிப்பு. எதையும் எவ்வாறு பார்ப்பது என்பது பற்றிய ஒரு சிறு உசாவல். "முரண்பாடு" (contradiction) என்னும் தத்துவக் கருத்தாக்கத்தை ஏற்பதில் பவுத்தமும் மார்க்சியமும் சந்திக்கும் ஒரு வியத்தகு புள்ளி குறித்த ஒரு சிறு வியப்புப் பகிர்வு)

மணிமேகலை பல்வேறு நோக்குகளில் தனித்துவமான ஒரு காவியம். அதன் இறுதி நான்கு பெரும் அத்தியாயங்கள் முழுக்க முழுக்கத் தத்துவ உரையாடல்களாகவே அமைந்து பொசுக்கென காப்பியம் முடிந்துவிடுகிறது.

இந்திய மரபில் இதெல்லாம் ஒன்றும் வியப்பில்லை எனலாம். மகாபாரதத்தில் 'பகவத் கீதை' ஒரு இடைச் செருகல்தான். அதை அகற்றினாலும் காப்பியத்தின் போக்கிற்கு எந்தக் குறையும் இருக்காது. கீதை ஒரு இடைச் செருகல் எனும் கருத்து அறிஞர்களால் ஏற்கப்பட்ட ஒன்று. மணிமேகலையின் இறுதி அத்தியாயங்கள் அப்படி அல்ல. இறுதி அத்தியாயங்கள் காப்பியத்துடன் பின்னிப் பிணைந்து கிடக்கின்றன. அவற்றை நீக்கினால் காப்பியம் முடிவற்றுப் போகும். ஒன்றை மறந்துவிடலாகாது. சுருக்கம் கருதி நாம் "மணிமேகலை" என

அக்காப்பியத்தைக் குறிப்பிட்டாலும் அதற்கு சாத்தனார் இட்ட பெயர் “மணிமேகலை துறவு”. இந்தத் துணைக் கண்டத்தில் அன்று நிலவிய அனைத்துத் தத்துவங்களையும் சென்றறிந்து இறுதியில் அறவண அடிகளிடம் பவுத்த தத்துவத்தைக் கேட்டு அதனடியாக மணிமேகலை பவுத்தத் துறவியாக ஆவதைச் சொல்வதுதான் அக் காவியம். சமீபமாகத் தந்தையை இழந்த, கள்ளம் கபடமற்ற உலகறியாச் சிறு பெண்ணாகச் சோலை ஒன்றில் பூப்பறிக்க வரும் ஒரு சிறுமியாகக் காப்பியத் தொடக்கத்தில் அறிமுகம் ஆகும் அச் சிறுபெண் இடையில் எதிர்கொள்ளும் அனுபவங்கள்... அப்பப்பா! - அந்த அனுபவங்களின் ஊடாக அவள் மேற்கொள்ளும் பயணம் அவளை பவுத்தத் துறவு மார்க்கத்தில் கொண்டு சேர்க்கிறது.

இன்று பவுத்த தத்துவம் அதற்குறிய தனித்துவத்துடன் உலகின் முக்கிய தத்துவப் போக்குகளில் ஒன்றாக விளங்குகிறது, அதன் தனித்துவத்தை நவீன சிந்தனையாளர்களான லெவி ஸ்ற்றாஸ் முதலானோர் வரை ஏற்க்கின்றனர். மேலைத்தத்துவங்கள் அனைத்தும் அரிஸ்டாட்டலியப் பாரம்பரியத்தில் வந்தவை. அதில் ஒரு முக்கிய இடையீடாக உருப்பெற்றது மார்க்சீயம்தான்.

அதென்ன?

அரிஸ்டாட்டலியப் பாரம்பரியத்தில் - அமைப்பியல் தொடங்கி பின் நவீனம் வரை ஏற்படுத்திய மிகப் பெரிய அதிரடி மாற்றங்களைச் சற்றே ஒதுக்கிவைத்துப் பார்த்தால் - இன்றுவரை மேலைத் தத்துவமாக அறியப்பட்டவை “முரண்பாடு” *(contradiction)* என்பதை ஏற்பதில்லை என்பதை அறிய முடியும். சரியாகச் சொல்வதானால் முரண்பாடுகளின் இருப்பை மேலைத் தர்க்கம் *(logic)* அங்கீகரிப்பதில்லை. எந்த ஒரு கூற்றும் *(statement)* “உண்டு” அல்லது “இல்லை” என்கிற இருமை எதிர்வுக்குள் *(binary opposition)* அடங்க வேண்டும். எந்தக் கூற்றும் ஒன்று “சரி”யாக இருக்க வேண்டும் அல்லது “தவறு” ஆக இருக்க வேண்டும். ஏதொன்றும் இந்த இரண்டுக்கும் இடையில் - ஒரே நேரத்தில் சரியானதாகவும் தவறானதாகவும்- இருக்கும் வாய்ப்பை எதிரொலிப்பதாக அமையக் கூடாது.

அதாவது முரண்பாடுகளுக்கு இடமற்றதாகவே எந்த ஒரு கூற்றும் அமைய வேண்டும். முரண்பாடுகளுக்கு இடையில் மூன்றாவதாக ஏதொன்றும் இருக்க முடியாது என்பதை *Principle of Excluded Middle* என மேலைத் தத்துவத்தில் குறிப்பார்கள். மூன்றாவதற்கு

இடமில்லை *(tertium non datur)* என இடைப்பட்ட இருப்பு புறந்தள்ளப்படும். அதோ அந்த மலையிலிருந்து புகை வருகிறது என்றால் மேலைத் தத்துவ அடிப்படைகளின்படி அங்கே நெருப்பு இருக்க வேண்டும் என்பதே சரியான கூற்று. வேறு சாத்தியம் ஏற்கப்படுவதில்லை. ஆனால் பவுத்தம் இதை ஏற்பதில்லை. இதைச் சற்று விரிவாகப் பார்க்கலாம்.

பவுத்தத் தத்துவப் போக்குகளில் ஒன்றான நாகார்ஜுனரின் (கி.பி.150 - 250) "மாத்யமிகா" அணுகல் முறையில் (மகாயன பவுத்த மரபு) முன்வைக்கப்படும் "நான்கு மூலைகள்" (சதுஷ்கோடி) எனும் கருத்தாக்கம் இங்கே கருதத் தக்கது. "உண்மை", "பொய்" என்கிற இரண்டிற்கும் அப்பால் ஏதேனும் ஒன்றே "உண்மையாகவும் பொய்யாகவும்" இருக்க முடியும் என்பது மட்டுமல்ல "உண்மையாகவும் இல்லாமல், பொய்யாகவும் இல்லாமலும்" கூட ஒன்று இருக்க முடியும் என்றார் அவர். இந்த நான்கு சாத்தியங்களுக்கும் நாகார்ஜுனரின் தத்துவம் இடமளிக்கிறது. மேலைத் தத்துவங்களில் காண இயலாத தனித்துவங்கள் இவை.

எல்லாவற்றையும் "ஆம் / இல்லை" என்கிற இரட்டை எதிர்விற்குள் *(binary oppositions)* அடக்கிவிட முடியாது. இரண்டிற்கும் இடைப்பட்ட சாத்தியங்கள் உண்டு என்பதை நவீன இயற்பியலும் *(physics)* ஏற்கிறது, ஐன்ஸ்டினின் சார்பியல் கோட்பாடு *(Relativity Theory)*, டீ ப்ராக்லியின் பொருட்களின் இரட்டைப் பண்பு குறித்த கோட்பாடு *(Dual Nature of Matter)*, ஹெய்சன்பர்கின் உறுதியின்மைக் கோட்பாடு *(Uncertainty Principle)* முதலியன இத்தகைய ஆம் / இல்லை எனும் இரட்டை எதிர்வுகளைச் சென்ற நூற்றாண்டில் மறுத்து நிறுவின. எனது பின்நவீனத்துவம் குறித்த கட்டுரைகளில் இது விரிவாக விளக்கப்பட்டுள்ளது.,

இந்த வகையில் பவுத்தம் மேலைத் தத்துவங்களைப் போல அல்லாமல் முரண்பாடுகளைத் தீண்டத்தகாதவையாகப் புறம் தள்ளுவதில்லை. முரண்பாடுகளை அது ஏற்கிறது.

இங்கேதான் மார்க்சியம் முரண்பாடுகளுக்குக் கொடுத்த முக்கியத்துவம் நம் நெஞ்சில் உறைக்கிறது. எல்லாவற்றுக்குள்ளும் முரண்பாடுகள் இருக்கும். முரண்பாடுகளுக்குள் மோதல் இருக்கும். மோதல்களின் ஊடாகவே சமூக இயக்கம் சாத்தியமாகும் என்பதுதானே மார்க்சீய இயங்கியலின் அடிப்படை.

மேலைச் சிந்தனையில் பெரும்புரட்சியை ஏற்படுத்திய ‘பின் அமைப்பியல்’ மற்றும் ‘பின் நவீனத்துவ’ கருத்துக்களை விளக்க முயலுவோர் க்ளாட் லெவி ஸ்ட்ராசிலிருந்துதான் தொடங்குவார்கள். “மார்க்சியமும் புத்திசமும் ஒரே காரியத்தைத்தான் செய்கின்றன. ஆனால் வெவ்வேறு மட்டங்களில்” *(Marxism and Buddhism are doing the same thing, but at different levels)* என அவர் கூறியுள்ளது *(1955)* குறிப்பிடத்தக்கது.

பவுத்தத் தரப்பிலிருந்தும் இது ஏற்றுக்கொள்ளப்பட்டுள்ளது எனலாம்.

திபெத்தின் பதினாலாவது தலாய்லாமா வணக்கத்துக்குரிய டென்சின் கியாஸ்டோ அவர்கள், “நவீன பொருளாதாரக் கோட்பாடுகள் எல்லாவற்றிலும் மார்க்சியம் மட்டுமே அற அடிப்படையில் அமைந்த ஒன்று. முதலாளியத்தைப் பொறுத்தமட்டில் லாபம் மற்றும் லாபத்தை ஈட்டும் வழிகள் மட்டுமே முக்கியம்... சோவியத் யூனியனின் வீழ்ச்சி என்பது என்னைப் பொறுத்தமட்டில் அது மார்க்சியத்திற்கு ஏற்பட்ட தோல்வி அல்ல. அது எதேச்சாதிகாரத்தின் *(totalitarianism)* தோல்வி மட்டுமே. இந்தக் காரணத்தால்தான் நான் இன்னும் அரை மார்க்சிஸ்ட் - அரை புத்திஸ்ட் எனச் சொல்லிக் கொள்கிறேன்” என சோவியத் வீழ்ச்சியை மார்க்சியத்தில் தோல்வியாக முன்வைத்துப் பேசப்பட்ட சொல்லாடல்களின் போது *(1993)* அதை மறுத்து அவர் கூறியது குறிப்பிட்டத்தக்கது.

வண. டென்சின் கியாஸ்டோ அவர்கள் அத்தோடு நிறுத்தவில்லை. தொடர்ந்து அவர், “பவுத்தம் எதை மனிதர்களுக்கான பேரின்பத்தின் உச்சம் எனச் சொல்கிறதோ அந்தச் சூன்ய நிலையில் *(state of nothingness)* மனதை வைத்துக்கொண்டு மேலும் கீழுமாக நடந்து கொண்டுள்ள ஒரு ‘வாக்கிங் ஸ்டிக்’ போல நான் ஆகிவிட்டேன்” எனக் கார்ல் மார்க்ஸ் கூறியுள்ளதையும் மேற்கோள் காட்டினார்.

தொழிலாளி வர்க்கம் *X* முதலாளி வர்க்கம் என்கிற முரண்பாடுகளை முன்வைப்பதோடு மார்க்சியம் நின்றுவிடுவதில்லை. இந்த இரண்டுக்கும் இடையிலான முரண்பாடுகளின் இருப்பை அது ஏற்றுக் கொள்கிறது. சொல்லப்போனால் அதற்கு அது அதிக முக்கியத்துவம் அளிக்கிறது. அதோடு நிறுத்திவிடாமல் அந்த முரண்பாடுகளை எவ்வாறு கையாள வேண்டும் என்பது குறித்தும் அது அதிகம் பேசுகிறது.

நல்லது X கெட்டது, சரி X தவறு, எதிரி X நண்பன், ஆண் X பெண், இந்து X முஸ்லிம் முதலான இரட்டை எதிர்வுகள் *(binary oppositions)* மூலமாகவே உலகைப் பார்ப்பது வன்முறை மட்டுமல்ல. அது உலகைப் புரிந்து கொள்வதற்கான வழிமுறையும் அல்ல என்பது ஆக முக்கியம்.

ஐந்து

இரு குறிப்புகள்

1. புத்தருக்கும் நாகார்ஜுனருக்கும் இடையில் சுமார் 750 ஆண்டு கால இடைவெளி உள்ளது. புத்தருக்கும் தின்னாகர், தருமகீர்த்தி ஆகியோருக்கும் இடையில் ஓராயிரம் ஆண்டு காலம் ஓடிவிடுகிறது. இடையில் பவுத்தத்தில் பெரிய மாற்றங்கள் நிகழ்ந்து விடுகின்றன. கடவுளின் இருப்பை மறுத்தவர் புத்தர். பின்னவர்கள் புத்தரே கடவுளாக்கப்பட்ட காலத்தில் வாழ்ந்தவர்கள். இந்த வேறுபாடுகள் இருந்தபோதும் பின்னாளில் வளர்ந்தெழுந்த பவுத்த தர்க்கம் புத்தரின் அடிப்படைக் கோட்பாடுகளை விட்டுவிடவில்லை. வைதீகத் தத்துவங்களிலிருந்து அது முரண்பட்டே வந்தது. எல்லாம் இயக்கத்தில் உள்ளது என்கிற பவுத்த அடிப்படையை அது துறக்கவில்லை. இங்கு பேசப்படும் இருமை எதிர்வு என்பதும் கூட புத்தர் உரைத்த "ஓடிக் கொண்டிருக்கும் நீரில் இந்தக் கணத்தில் இருக்கும் நீர்த்துளி அடுத்த கணத்தில் இருப்பதில்லை" எனும் கருத்தாக்கத்தின் அடிப்படையில் உருவானதுதான்.

2. மார்க்ஸ் மேலைத் தத்துவ மரபுகளில் ஒன்றான ஹெகலிய மரபில் வந்தவர்தான் என்ற போதிலும் அவர் "ஹெகலைத் தலைகீழாகக் கவிழ்த்தவர்" என்பதை நாம் மறந்துவிடலாகாது அந்த வகையில் அவரது சிந்தனைகள் அவருக்குப் பின் வந்த இன்றைய நவீன சிந்தனைகளுக்கு மிக நெருக்கமானவை. புத்தரின் பவுத்தம் தன்னளவில் அன்பையும் சமாதானத்தையும், சமத்துவத்தையும் போதித்த ஓர் உன்னதமான மதம். அதை இன்றைய பவுத்த நாடுகளின் பின்னணியில் இருந்து மதிப்பிடுவது அபத்தம். சிலர் சொல்வது போல அது இந்து மதத்தின் கிளையும் அல்ல. பவுத்தத்தைச் சரியாகப் புரிந்துகொள்ள டி.டி.கோசாம்பியின் தந்தை தர்மானந்தரின் நூல் உள்ளது. இன்னொரு நூல் பாரதியால் பாராட்டப்பட்டதும், அம்பேத்கரை பவுத்தத்திற்கு ஈர்த்ததுமான

அறிஞர் லட்சுமி நரசுஸ் அவர்களின் ஆங்கில நூல்.

ரைஸ் டேவிசின் *Buddhist India* நூலும் ஒரு மிகச் சிறந்த தொடக்க நூல். பவுத்த தத்துவம் குறித்த ராகுல சாங்கிருத்தியாயன் நூல் எளிமையான ஒன்று. மணிமேகலை நூலுக்கு உ.வே.சா எழுதிய முன்னுரை, மயிலை சீனி வேங்கடசாமியின் 'பவுத்தமும் தமிழும்', தமிழறிஞர் சோ.ந.கந்தசாமி அவர்களின் முனைவர் பட்ட ஆய்வு முதலியன முக்கியமானவை.

எல்லாவற்றிற்கும் மேலாக நாம் இன்று பேசும் சீத்தலைச் சாத்தனாரின் மணிமேகலைக் காவியம் ஆக அழகான ஒன்று.

தமிழ் பவுத்தம் குறித்த இன்னொரு காவியமான ஆங்கில நூல் ஆனே மேமேனியசின் *(Anne E Monius)* *"Imagining a place for Buddhism"* மணிமேகலை குறித்த ஆக முக்கியமான நூல். உலக அளவில் மணிமேகலைக் காவியத்தின் சிறப்பைக் கொண்டு சென்றவர் அவர். இன்று அவர் நம்மோடு இல்லாதது. மிகப்பெரிய இழப்பு. இந்த பவுத்தக் காவியத்தால் ஈர்க்கப்பட்ட இன்னொரு வெளிநாட்டு ஆய்வாளர் *Paula Richman*. அவரது *Framed Narrative and the Dramatized Audience in Tamil Buddhist Epic* என்பதும் குறிப்பிடத் தக்க ஒன்று. இப்படி இன்று உலகளவில் பவுத்தமும் மணிமேகலைக் காப்பியமும் அறியப்பட்டவையாக உள்ளன *Shu Hikosaka* வின் *Buddhism in Tamil Nadu* என்பதும் சுட்டிக் காட்டப்படவேண்டிய ஒன்று.

இப்படி இவ்வாறு இன்று உலகளவில் ஏற்றுக்கொள்ளப்பட்ட ஒரு மகா காவியமாக அமைகிறது நம் மணிமேகலைக் காப்பியம்.

ஆறு

இன்று இப்படி நிறைய வெளிநாட்டு ஆய்வறிஞர்களை மணிமேகலை ஈர்த்துள்ளது. காவிய நயத்திலாகட்டும், வரலாற்றுச் சாட்சியமாகட்டும் தமிழ்க் காப்பியங்களில் ஏதொன்றுக்கும் குறையாதது மணிமேகலை. ஐம்பெரும் காப்பியங்கள் அனைத்தும் பவுத்த, சமண, சிரமண மதங்களைப் பாடுபவைதான். சிலம்பையும் ஒரு சமணக் காப்பியமாக இன்று அறிஞர்கள் ஏற்கின்றனர். ஆனால் அது தனது சமயம் குறித்து எங்கும் புகழ்ந்து பேசுவதில்லை. சமணக் காப்பியம் எனக் கூறுவது என்பது கூர்மையான ஆய்வுப்

பார்வையின் அடிப்படையில்தான்.

மணிமேகலைக் காப்பியம் அப்படி அல்ல. அது ஒவ்வொரு அத்தியாயத்திலும் தன் பவுத்தச் சார்பை வலியுறுத்தி நிற்கிறது. அதன் சமகால இந்திய மதங்களோடு ஒப்பிட்டு நோக்கித் தன்னுடையதின் சிறப்பை அது முன்வைத்து வாதிடுகிறது. மற்ற சமகால மதங்களைக் காட்டிலும் பவுத்தத்தை உயர்த்திப் பிடிக்கிறது. குண்டலகேசி முதலானவை. இதே காரணத்திற்காக அழிக்கப்பட்ட போதிலும் மணிமேகலை நமக்கு இன்று முழுமையாகக் கிடைப்பதற்குக் காரணம் அதன் தமிழ், வரலாற்று முக்கியத்துவம், தர்க்க முறைகள் குறித்து அதனூடாகக் கிடைக்கும் செய்திகள் ஆகியவையே!

ஏழு

இந்தியவியல் ஆய்வுகளில் முக்கியமான பங்களிப்புகளைச் செய்துள்ளவர்களாக மார்க்சிய அறிஞர்கள் உள்ளனர். குறிப்பாகச் சொல்வதானால் டி.டி.கோசாம்பி, ராகுல சாங்கிருத்தியாயன், தேவிபிரசாத் சட்டோபாத்யாயா ஆகியோர் இந்த வகையில் ஆக முக்கியமானவர்கள். உலகளவிலான சிந்தனையாளர்களும், அறிஞர்களும் ஏற்றுக்கொண்ட உண்மை இது.

இந்தியா ஒரு தனித்துவமான நீண்ட வரலாறு, பல்வேறு சிந்தனை மரபுகள், சாதி முறை, தீண்டாமை உள்ளிட்ட கடும் ஏற்றத் தாழ்வுகள், வருண சாதிச் சமூக அமைப்பு என அமைந்த ஒரு துணைக் கண்டம். வரலாறு தொடங்கிய காலம் தொட்டே ஒன்றோடு ஒன்று மோதிய தத்துவச் சிந்தனைகள் ஒருபக்கம் என்றால் இன்னொரு பக்கம் ஆரோக்கியமான விவாதங்களும் தொடக்க காலங்களில் நடந்தன. நூற்றுக் கணக்கில் மிருகங்களைக் கொன்று யாகம் நடத்திய பரத்வாஜ முனிவன் போன்றோரை நேரில் சென்று வாதிட்டு மனம் மாற்றிய புத்தரின் வரலாறும் இங்குண்டு. இன்னொரு பக்கம் அடுத்த சில நூற்றாண்டுகளில் பவுத்தர்களின் தலைகளைச் சீவிக் கொண்டு வந்தவர்களுக்கு பொற்காசுகளைப் பரிசளித்த புஷ்யமித்ர சுங்கனின் ஆளுகையும் இங்குதான் செயல்பட்டது. பவுத்தத்தின் அழிவோடு சாதி மத அடிப்படையிலான தீண்டாமை ஒடுக்குமுறைகள் இன்றுவரை இங்கு தொடர்வதை விளக்க வேண்டியதில்லை.

தென்னகத்திலும் கூட இப்படிப் பல்வேறு தத்துவச் சிந்தனைகள் உருவாகிப் பின்பற்றப்பட்டதை அறிகிறோம். ஐந்தாம் நூற்றாண்டுவரை விரிவான விவாதங்கள் நடந்ததற்கு எடுத்துக்காட்டாக மணிமேகலை போன்ற காப்பியங்கள் இங்குண்டு. அதே தமிழகத்தில்தான் அடுத்த சில நூற்றாண்டுகளில் பவுத்தமும், சமணமும் இங்கு அழிக்கப்பட்டன. இன்றும் கூட தமிழகத்தின் பல பகுதிகளிலும் சமண ஆலயங்களும், பண்டைய சமண முனிவர்கள் வாழ்ந்த கற்படுக்கைகளும் இவற்றுக்குச் சான்றுகளாகக் காணக் கிடைக்கின்றன,

எட்டு

பவுத்தத்தின் 'நிர்வாணம்' எனும் கோட்பாடும் தந்தை பெரியாரும்

எளிதில் புரிந்துகொள்ளக்கூடிய, புரிந்துகொள்ளவேண்டிய ஒரு கருத்து இது:

பவுத்தம் உலகின் ஆதி மதங்களில் ஒன்று. தவிரவும் அது கிறிஸ்தவம், இஸ்லாம் முதலான செமிடிக் மதங்களைப்போல பரவுதற்குரிய மதம். அதாவது இந்து மதம் சொல்வதுபோல ஒருவன் இந்துவாக இருக்க வேண்டுமானால், அவன் இந்துவாக ஒரு குறிப்பிட்ட வருணத்தில் பிறக்க வேண்டும். அப்படியான நிபந்தனைகள் எதுவும் பவுத்தத்தில் இல்லை. இதனால் பவுத்தம் பிற நாடுகளிலும் வேகமாகப் பரவியது.

இன்னொரு பக்கம் செமிடிக் மதங்களிலிருந்தும் பவுத்தம் ஒரு அம்சத்தில் விலகி இருந்தது. கிறிஸ்தவம், இஸ்லாம் முதலானவை தம்மை மூடிக் கொண்ட *(exclusive)* மதங்கள். பிற மதக் கூறுகளிலிருந்து இறுக்கமாகத் தம்மை வேறுபடுத்திக் கொள்பவை. பிறவற்றைத் தமக்குள் அனுமதிக்காதவை. ஆனால் இந்திய மதங்களோ பிற மதக் கூறுகளை ஏற்றுக்கொள்பவை *(inclusive)*. பவுத்தத்திற்கு மட்டுமல்ல, ஒருவகையில் இந்து மதத்திற்கும் இது பொருந்தும். இவை இறுக்கமான அருளப்பட்ட "ஒற்றை" வேதம் ஏதும் இல்லாதவை.

இப்படிப் பிறவற்றையும் உள்ளடக்கும் அம்சத்தில் பவுத்தம் தொடக்க கால இந்திய மதங்களின் பண்புகளைக் கொண்டிருந்தது. இதனால் வரலாற்றுப் போக்கில் அது பரவிய இடங்களில்

உள்ள பிற மதக் கூறுகளையும் ஒரு குறிப்பிட்ட அளவிற்கு உள்வாங்கிக் கொண்டது. இலங்கையில் உள்ள பவுத்த ஆலயங்களில் முருகன், விநாயகர், லக்ஷ்மி முதலான கடவுளருக்கும் ஒரு இடம் இருப்பதெல்லாம் இப்படித்தான்.

பவுத்தத்தைப் புரிந்துகொள்ள இன்னொரு அம்சத்தையும் கவனத்தில் கொள்ள வேண்டும். பவுத்தம் தோன்றிய காலத்திலிருந்து (கி.மு 5-6 ஆம் நூ) அடுத்த ஆயிரம் ஆண்டில், அதாவது மகாவம்சம், மணிமேகலை முதலானவை தோன்றிய காலத்தில் மிகப் பெரிய மாற்றங்களுக்கு உள்ளாகியது. பல உட்பிரிவுகளும் அதில் உருவாயின. தமிழகத்திலேயே அறுவகைத் தேரர்கள் இருந்ததாகத் தமிழ் நூல்களில் காணலாம்.

ஆன்மா என ஒன்று கிடையாது, எல்லாம் மாறிக்கொண்டுள்ளன, அனைத்தும் சார்புத் தன்மை உடையவை, (இறை) பக்தியின் இடத்தில் 'அறத்தை' (சீலம்) முன்வைத்தல் என்பதான பவுத்த அடிப்படைக் கோட்பாடுகளிலிருந்து இந்தப் புதிய மாற்றங்கள் பெரிதும் பிறழாமல் இருக்க முயற்சித்த போதும், நடைமுறையில் பவுத்தமும் ஒரு வகையில் வழமையான இந்திய 'மதமாக' கால வெள்ளத்தில் பயணிக்க நேர்ந்தபோது அது ஒரு வகையில் கடவுள் என்கிற கருத்தாக்கத்தையும் கூட ஏற்றுக்கொள்ள நேர்ந்தது. புத்தர் கடவுளைப்பற்றிப் பேசியதில்லை. தன்னை அவர் கடவுளாகவும் வரித்துக்கொள்ளவில்லை.

இந்தப் பின்னணியில்தான் தந்தை பெரியார் வாழ்ந்திருந்த இருபதாம் நூற்றாண்டில் பவுத்தத்தை அவர் எவ்வாறு அணுகினார் என்பது முக்கியமாகிறது. பவுத்தத்தைப் பெரியார் அதன் ஆதி வடிவில், புத்தரது ஆதி அணுகல் முறைகளைக் கடக்காமல் அணுகினார். இதைதைப் பேரா. முத்துமோகன் போன்றோர் சுட்டிக் காட்டினர்.

புத்தர் கடவுள் மற்றும் ஆன்மா ஆகியவற்றின் இருப்பை ஏற்காதவர். வைதீகம், அதுசார்ந்த வேள்வி முதலான சடங்குகள், வருண வேறுபாடுகள் ஆகியவற்றை மறுத்தவர். கடவுள் மறுப்பு என்கிற வகையில் உலகாயதக் கோட்பாட்டிற்கு நெருக்கமாக வருபவர் (சார்வாகமல்ல). ஆன்மா மற்றும் பிரும்மம் முதலானவற்றை ஏற்காதவர். எல்லாவற்றிற்கும் மேலாக "நிர்வாணம்" என்கிற கருத்தாக்கத்தை முன்மொழிந்தவர்.

இந்த 'நிர்வாணம்' எனும் கருத்தாக்கம் மிக முக்கியமான ஒன்று. தமிழ்ச் சூழலில் பெரியார், சொல்லப்போனால் பெரியார் மட்டுமே, இந்த அம்சங்களில் முழுமையாகப் புத்தரை புரிந்தேற்றவர் எனலாம். புத்தரின் மேற்குறித்த கருத்தாக்கங்களுடன் 'பகுத்தறிவு' என்பதையும் பெரியார் இணைத்துக் கொண்டார். முன் குறிப்பிட்ட ஆன்மா மற்றும் பிரும்மத்தை மறுப்பது, நிர்வாணம் என்கிற கருத்தாக்கத்தை ஏற்பது ஆகியனவே பகுத்தறிவின் அடிப்படை என்பதில் அவர் உறுதியாக இறுதிவரை நின்றார். எனவே பெரியார் இதைக் கூடுதலாகத் தரித்துக் கொண்டார் எனக் கருதத் தேவையில்லை. தனது கருத்துக்களையும் நியாயங்களையும் முன் வைப்பதற்கு இது அவருக்குத் தேவையாக இருந்தது.

'நிர்வாணமான' சிந்தனை நமக்குத் தேவை எனப் பெரியார் தொடர்ந்து வற்புறுத்துவதை அடிக்கடிக் காணலாம். அதென்ன? "அறிந்ததனின்றும் விடுதலை" - அதுவே நிர்வாணம் என்பதே பெரியாரிய விளக்கம். இது வேறொன்றும் இல்லை. நமது நம்பிக்கைகள், நாம் படிக்கும் நூல்கள், நமது பெற்றோரும் மற்றோரும் நம்மிடம் ஊட்டுவது முதலான வடிவங்களில் இருந்து நாம் அனைத்தையும் கழற்றிக் கொண்டு முற்றிலும் அம்மணமாக ஒவ்வொன்றையும் அணுகுவதுதான் அது.

"அறிந்ததனின்றும் விடுதலை" - என்பது ஒரு மிக முக்கியமான பவுத்தக் கோட்பாடு. நமது பெற்றோர்கள் கூறியவை, நமது ஆசிரியர்கள் பதித்தவை, பாட நூல்கள் சொன்னவை, திரைப்படங்களில் கண்டவை முதலான வடிவங்களில் நம்மிடம் திணிக்கப்பட்ட கருத்தாக்கங்களை வழித்து எறிந்துவிட்டு முற்றிலும் முன் விருப்பு வெறுப்புகள் இன்றி அம்மணமான நிலையில் நாம் எதிர்கொள்ளும் கருத்துக்களையும், இப்படியெல்லாம் நமக்குள் திணிக்கப்பட்ட கருத்துக்களையும் முழுமையாக அணுகும்போதே நாம் உண்மையை அடையலாம் என்பதே.

பவுத்தத்திற்கு மட்டுமல்ல பெரியாரியத்திற்கும் இதுவே அடிப்படையாக இருந்தது.

பெரியார் தனது தத்துவ நிலைபாட்டை "மெட்டீரியலிசம்" எனவும் "பிரகிருதிவாதம்" எனவும் கூறிக் கொள்வார். கடவுள், ஆன்மா, மறு பிறப்பு, மோட்சம், ஆகிய அனைத்து நம்பிக்கைகளையும் அவர் மறுப்பார். வைதீக வேள்விகள், புரோகிதம், சடங்காசாரம்

ஆகியவற்றை மறுத்த பண்டைய உலகாயதர்களுக்கு நெருக்கமாக உள்ள பெரியார் இவற்றோடு கூடுதலாக இன்றைய நவீன ஐரோப்பிய பகுத்தறிவு வாதத்தையும் இணைத்துக் கொள்வார். "ஐரோப்பிய விஞ்ஞானமுறை", "சயன்ஸ்" முதலான சொற்களை அடிக்கடிப் பயன்படுத்துவது தவிர, 'டெஸ்ட் டியூப் பேபி' உட்பட நவீன விஞ்ஞான முறைகளையும் அவர் விதந்து அறிமுகப் படுத்துவதையும் நாம் கவனத்தில் கொள்ள வேண்டும்..

இதன்பொருள் ஐரோப்பிய விஞ்ஞானமுறையை மட்டும் எடுத்துக் கொள்வது என்பதும் அல்ல.

"சிந்திக்கும் தன்மை", "தயவு தாட்சண்யமின்றி" (எதையும்) கேள்வி கேட்பது, "சொந்த அறிவும் அனுபவமும்", "அறிவும் ஆராய்ச்சியும்", "காரண காரியங்களைக் கண்டறிதல்", "பிரத்தியட்ச அனுபவம்", "விஞ்ஞான ஆராய்ச்சி", "தர்க்க விவாதம்", "ஆதாரங்களைக் கொண்டு அறிதல்", "அறிவும் நியாயமும்" - முதலான சொற்களும் கருத்தாக்கங்களும்தான் பெரியார் ஆங்காங்கு தன் அறிதல் முறையை விளக்கக் குறிப்பிடுபவை. நம்பிக்கைகளைச் சாராமல் அறிவு பூர்வமான தர்க்கத்தின் அடிப்படையில் எதையும் ஏற்க வேண்டும் என்பதே பெரியாரியமாக இருந்தது.

சரியான அறிவு உருவாக்கமே சிறந்த ஒரு வாழ்விற்கான அடிப்படையாக இருக்க முடியும். அந்த வகையில்தான் தத்துவார்த்த சிந்தனைகள் முக்கியத்துவம் பெருகின்றன. தொன்மை மிக்க கண்ணோட்டம் அல்லது மரபு என்பதால் நாம் எதையும் அப்படியே ஏற்றுவிட இயலாது. இன்றைய வாழ்க்கை முறைக்கு எது ஏற்புடையது, எது தோதானது, எது பொருந்துவது எனக் கண்டறிந்து விலக்க வேண்டியவற்றை விலக்கி, ஏற்க வேண்டியவற்றை ஏற்பது அவசியம். மதச்சார்பின்மை, பகுத்தறிவு, அறிவியற் பார்வை என்பன இந்த வகையில் முக்கியமாக. உள்ளன. பல்வேறு பண்பாடுகள் கலந்து வாழ நேர்ந்துள்ள இந்தியா போன்ற பெரும் சமூக அமைப்புகளில் இது ஆக முக்கியமான நிபந்தனை ஆகிறது. இதற்கு எதிரான போக்குகள் நாம் சுமந்துள்ள வீண் சுமைகளாக அமைகின்றன. அவையே நமது சமகால முன்னேற்றத்திற்கும் மேம்பாட்டிற்கும் தடையாகவும் உள்ளன. மத்திய கால இந்தியாவில் அதுதான் நடந்தது.

சரி. அப்படியான தேர்வுக்கான அளவுகோல் இன்று என்னவாக

இருக்க முடியும்? இந்தியச் சூழலில் மூன்று அம்சங்கள் இதில் முக்கியமானவை. அவை:

(i)சார்பின்மை, (ii)பகுத்தறிவுக் கண்ணோட்டம், (iii)அறிவியல் பார்வை

ஒன்பது

“நீலகேசி” எனும் சமணக் காப்பியம்

தமிழ் இலக்கிய மரபின் ஐஞ்சிறு காப்பியங்களில் ஒன்றாகக் கருதப்படும் “நீலகேசி” சமண மரபில் வரும் ஒரு காப்பியம்.

மணிமேகலை ஒரு பவுத்த காப்பியம். நீலகேசி ஒரு சமண காப்பியம். பிற சமயத்தவரை வென்று தம் மதத்தின் சிறப்பை நிறுவுவது என்கிற வகையில் இரண்டுக்கும் ஒரு ஒப்புமையைக் காண முடியும் என்ற போதிலும் மணிமேகலை அளவு ஒரு பெருங் காப்பியத்திற்கும் உறிய பண்புகளும் அகற்சியும் கொண்டதல்ல நீலகேசி. எனினும் பிறமதக் கருத்துக்களைக் காட்டிலும் தன் மதம் நுணுக்கமாக உலகியலையும் அறவியலையும் விளக்கத்தக்கதாக உள்ளது என்பதை நிறுவுவதில் நீலகேசிக்கு தமிழிலக்கியத்தில் ஓர் இடமுண்டு. அறிஞர் பேராசிரியர் சக்கரவர்த்தி நயினார் அவர்களின் 340 பக்க ஆங்கில முன்னுரையுடன் கூடிய நீலகேசி காப்பியம் மேலும் 487 பக்கத்தில் அமைந்துள்ள வாமனாச்சாரியார் எனப்படும் சமய திவாகர வாமன முனிவரது உரையுடன் 1936 ஆம் ஆண்டு வெளிவந்தது. நீலகேசிக்கான ஒரு சிறந்த பதிப்பாக இன்றளவும் அது விளங்குகிறது. 1984 ஆம் ஆண்டு தஞ்சை தமிழ்ப் பல்கலைக்கழகம் இதை அப்படியே “போடோ காப்பி” செய்து வெளியிட்டது.

மணிமேகலையைச் சாத்தனாரும், சிலப்பதிகாரத்தை இளங்கோ அடிகளும் படைத்ததைப்போல நீலகேசியைப் படைத்தவர் யார் எனக் கூற இயலவில்லை. தமிழின் மிக முக்கியமான மூன்று நூல்களை நீலகேசி ஆசிரியர் காப்பியப் போக்கில் குறிப்பிடுகிறார். அவை தொல்காப்பியம், நாலடியார், திருக்குறள் ஆகியன. அவற்றுக்குப் பின் வந்ததுதான் நீலகேசி என்பது உறுதி. மணிமேகலையைப் போலவே இதில் காப்பியநாயகியான நீலகேசி பிறமதத்தவரை வாதில் வெல்கிறாள். சமணத் தத்துவமே

சிறந்ததென நிறுவுகிறாள். அப்படியாக அவள் வாதில் வெல்லும் மதங்களில் ஒன்றாக ஆசீவகம் குறிப்பிடப்படுகிறது. தேவாரம், திருவாசகம் முதலான பாசுர கால இலக்கியங்கள் ஆசீவகம் குறித்துப் பேசுவதில்லை. வெறித்தனமாக பவுத்த சமண சமயங்களை மட்டுமே அவை தாக்குகின்றன என்பதை அறிவோம். அதற்குப் பிந்திய நூல்கள் எனப் பார்த்தாலும் சிவஞான சித்தியார் மட்டுமே ஆசீவகம் பற்றிக் குறிப்பிடுகின்றது என்பர். அதுவும் ஆழமாக எதுவும் சொல்வதில்லை. மொத்தத்தில் இவற்றை எல்லாம் வைத்துப் பார்க்கும்போது தொல்காப்பியம், நாலடியார், திருக்குறளுக்குப் பின்பும் பாசுரங்களின் காலத்திற்கு, அதாவது ஏழாம் நூற்றாண்டுக்குச் சற்று முன்பும் உருவானதாகவே நீலகேசி இருக்க முடியும் என சக்கரவர்த்தி நயினார் கூறுவதே ஏற்புடையது. நுணுக்கமாக இல்லாதபோதும் மேலோட்டமாகச் சொல்வதென்றால் சமணத்தில் இது திகம்பர நெறியை ஒத்தது எனலாம் எனவும் நயினார் குறிப்பிடுகிறார்.

காப்பியத் தொடக்கத்தில் (2வது பாட்டு) சமயக் கருத்துகளைத் தான் "தேவரிடம்" இருந்து கற்றுக்கொண்டதாகச் சொல்கிறார் நீலகேசி ஆசிரியர். தேவர் என வள்ளுவருக்கு ஒரு பெயருண்டு என்பதால் வள்ளுவத்தையே நீலகேசி ஆசிரியர் பின்பற்றி இருக்கலாம் எனவும் வேறு பழ மறை நூல்கள் எதையும் அது பின்பற்றியதல்ல எனவும் நயினார் கருதுகிறார்.

கதைச் சுருக்கத்தை எளிதாகச் சொல்லிவிடலாம். பழையனூர் மயானத்தில் உயிர்ப்பலி கொடுக்கும் காளியாக நீலி வாழ்கிறாள். அவள் புகழ் வடநாட்டிலும் பரவி இருந்தது. பலாலயத்தில் (வடபுலம்) நடைபெறும் உயிர்ப்பலிகளை முனிச்சந்திரன் எனும் சமண முனிவர் தடுத்து நிறுத்துகிறார். உயிர்ப்பலிக்குப் பதிலாக மண்ணுருக்களைப் பலி கொடுக்கும் வழமையை ஏற்படுத்துகிறார். உயிர்ப்பலிகளை ஏற்று வாழ்ந்துவந்த வடபுலக் காளியால் முனிச்சந்திரனை எதிர்கொள்ள முடியவில்லை. அத்தனை தவ வலிமை உடையவர் அவர். இந்த வடபுலக் காளி பழையனூர் நீலியிடம் உதவி கோருகிறாள். ஆனால் நீலியும் முனிச்சந்திரனிடம் தோற்கிறாள். தோல்வியை ஏற்று முனிச்சந்திரனிடம் சரண் புகுகிறாள். அவரிடம் சமண நெறியைப் பயின்று பிற சமயத்தவர் பலரையும் வெல்கிறாள். இதுவே நீலகேசியின் கதை.

நீலகேசி குறித்து இலக்கியத் தன்மையைக் காட்டிலும் அறிவியற்

பண்பே மிகுந்துள்ள நூல் எனச் சக்கரவர்த்தி நயினார் ஏற்றுக் கொள்கிறார். எனினும் நீலகேசி முன்வைக்கும் வாதங்கள் தற்கால அறிவியலுக்கு மிகவும் நெருக்கமானவை என்பது நயினாரின் கருத்து.

எடுத்துக்காட்டாகச் சில:

பவுத்தத்தைப் பின்பற்றுவோர் செடி கொடிகள் உயிருடையவை அல்ல என்பார்கள். பரிணாம வளர்ச்சியில் பிற உயிரினங்களைக் காட்டிலும் செடிகொடிகள் தாழ்ந்தவை ஆனாலும் அவையும் கூட உயிர்ப்பண்பு உடையவை என வலியுறுத்துகிறாள் நீலகேசி. செடி கொடிக்ளுக்கு ஐம்புல நுகர்வு இல்லை என்ற போதிலும் செடிகொடிகள் ஓரறிவு உடையன என்கிறாள். எல்லா உயிர்களையும் போல அவையும் தோன்றி, வளர்ந்து, பரம்பரை வளர்வதற்கான வித்துக்களை இட்டுப் பின் மூப்பெய்தி மடிகின்றன எனச் சுட்டிக் காட்டுகிறாள்.

ஆனால் எதிர்வாதம் புரிவோர் அதனை ஏற்பதில்லை. புற்றும், மலையும் கூடத்தான் வளர்கின்றன என அவர்கள் சுட்டிக் காட்டுகின்றனர். புற்று, மலை ஆகியவை வளரலாம். ஆனால் அவை தோன்றி வளரும்போது உருவும் வடிவும் மாறுகின்றன. ஆனால் உயிர் வளர்ச்சியில் உருவும் வடிவும் பெரிய அளவில் தொடர்கின்றன. தவிரவும் அவற்றில் பால் வேறுபாடுகளும் உள்ளன. ஆண் பனை, பெண் பனை என்கிற வேறுபாடுகளை நாம் அவற்றிலும் காண்கிறோம். அவை புலன் உணர்வும் கொண்டுள்ளன. நாம் தொட்டவுடன் தொட்டால் சிணுங்கி சுருங்கவில்லையா. அது மட்டுமல்ல. நோய்வாய்ப் படுதல் முதலியனவற்றையும் தாவரங்களிடமும், பிற உயிரினங்களிடமும் பார்க்கிறோம். சோதனைகள் செய்து அவற்றுக்கு மருந்தும் கொடுத்துக் குணமும் ஆக்குகிறோம்.

உயிர்களை ஓரறிவு உடையவை, ஐந்தறிவு உடையவை, ஆறறிவு உடையவை எனப் பகுத்தல் குறித்தும் சமணம் பேசுகிறது. சொல்லப்போனால் இந்தியத் துணைக்கண்டத்தில் தோன்றிய மதங்களில் சமணம் மட்டுமே அத்தகைய விளக்கத்தை அளிக்கிறது. தொல்காப்பியம் அவ்வாறு உயிர்களை ஓரறிவு உடையன என்பது முதல் ஐந்தறிவு உடையன என்பது வரை பிரித்தலையும், மனிதரை இவை எல்லாவற்றிலும் வேறுபட்ட ஆறறிவு உடைய

உயிராகப் பிரிப்பதையும் காண்கிறோம். தொல்காப்பியம் ஒரு சமண மரபில் வந்த நூல் என்பதற்கு இது ஒரு சான்றாகிறது. இந்நூலில் கூறப்படுவது போன்று தொல்காப்பியம், நாலடியார், திருக்குறள் ஆகிய மூன்றும் சமண மரபில் வந்தவை.

இந்தியச் சமயங்கள் யாவும் ஒலியை ஒளியினும் நுண்ணியதாகவும், உயர்ந்ததாகவும் கூறுகின்றன. ஒளி நெருப்புத் தன்மையுடையது எனவும், ஒலி வான் வழியில் விரைவாய் இயங்குகிறது எனவும் கூறுகின்றன. சமணம் மட்டுமே ஒளி ஒலியைக் காட்டிலும் வேகமுடையது எனச் சொல்கிறது என்பதையும் நீலி சுட்டிக் காட்டுகிறாள். கண்ணால் பார்ப்பதும் (காட்சியும்) காதால் கேட்பதும் (கேள்வியும்) ஒரே நேரத்தில் நிகழ்கின்றன எனச் சொல்லும்போது நீலி இடியையும் மின்னலையும் எடுத்துக்காட்டாய்ச் சொல்லி ஒளி ஒலியைக் காட்டிலும் விரைவுடைத்து என்பதை நிறுவுகிறாள்.

15. பிற சமயங்களை எதிர்கொள்வதில் தெற்கும் வடக்கும்

இன்றுவரை ஏன் வடக்குபோல, அந்த அளவிற்கு, தமிழகத்தில் மதவாத சக்திகள் ஒப்பீட்டளவில் காலூன்ற முடியவில்லை? வரலாறும் புவியியலும் இதில் என்ன பங்கு வகிக்கின்றன? சற்றுப் பார்க்கலாம்.

பழம் இந்திய மதங்கள் குறித்து டாக்டர் ராதா கிருஷ்ணன் அவர்களின் கருத்தொன்றைப் பேரா. மருதநாயகம் அவர்கள் வன்மையாகக் கண்டிப்பார். இராதாகிருஷ்ணனின் அக் கூற்று வருமாறு:

“ஏதென்ஸ் நகர வைதீக மதத்தை எதிர்த்த கிரேக்க ஞாநி சாக்ரடீசும், யூத மதத்தை எதிர்த்த ஏசுநாதரும் பிராணத்தியானம் செய்ய நேர்ந்தது.ஆனால், வேத வைதீகத்தையும், சடங்குகளையும் அவர்களைவிடத் தீவிரமாக எதிர்த்த புத்தர் எண்பது வயதுவரை வாழ்ந்து, ஏராளமான சீடர்களைப் பெற்றுத் தம் ஆயுள் காலத்திலேயே ஒரு மதஸ்தாபனத்தையும் உருவாக்கினார். பின்னர் அவர் சாந்தியுடன் காலமானார். வைதீகத்தை எதிர்த்த இவர்கள் மூவரும் வெவ்வேறு விதமாக நடத்தப்பட்டதற்கு மதம் சம்பந்தமான இந்தியாவின் மனப்பான்மையே காரணம் போலும்.”

இராதாகிருஷ்ணன் இப்படி வைதீக மதமும் பிற மதங்களும் இந்தியாவில் மிகவும் அணுக்கமாக இருந்தன எனவும், வைதீகம்

அவற்றை எப்போதுமே அணுக்கமாக அணுகியது என்பது போலவும் சொல்லி இங்கே சமயப் பொறை எந்நாளும் நிலவியது என்பதுபோலப் பதிவது வழக்கம்தான். ஆனால் அப்படியான ஒரு சான்றிதழை ஒட்டுமொத்தமாக வைதீக மதங்களுக்குத் தந்துவிட முடியாது என்பதும் உண்மைதான். ஆனால் மேலே சுட்டிக்காட்டப்பட்ட அவரது கூற்றை முற்றிலும் தவறு எனச் சொல்லிவிடவும் இயலாது. இதைச் சற்று விளக்கமாகக் காணலாம்.

கி.மு. நூற்றாண்டுகளில் கங்கை வெளியில் பல மதங்களும், சிந்தனைப் பள்ளிகளும் மிகவும் ஆரோக்கியமான விவாதங்களை மேற்கொண்டு வந்ததும், விவாதங்களின் ஊடாக ஒருவர் தம் கருத்தை மாற்றிக்கொள்வதும் வெகு சாதாரணமாக நடந்துவந்தன என்பது உண்மையே. இந்திய மதங்களுக்குள் காணப்படும் சில பொதுமைகளுக்கு அப்பால் பவுத்தம், சமணம், ஆசீவகம் முதலான அவைதீக மதங்கள் கடுமையாக வைதீகத்தை எதிர்த்து நின்றன. ஆனாலும் அந்த மதங்களுக்கு இடையேயான விவாதங்கள் ஒரு குறிப்பிட்ட காலம் வரை ஆரோக்கியமாகவும், சமயப் பொறையுடனும் நடந்து வந்தன.

எடுத்துக்காட்டாக ஒன்று. பவுத்த பீடகங்கள் ஒன்றில் உள்ள ‘வசல சுத்தத்தில்’ ஒரு காட்சியைப் பார்க்கலாம்:

‘வசல சுத்தம்’ என்பதற்கு ‘யார் தீயவன்?’ எனப் பொருள். இதற்கு ‘அக்கிக பரத்வாஜ சுத்தம்’ எனவும் ஒரு பெயருண்டு. அது நம்முன் நிறுத்தும் ஒரு காட்சியைக் காணலாம்:

ஸாவத்தி நகர் அருகிலிருந்த ஜேதவனப் பூங்காவில் அநாதபிண்டிகன் எனும் வணிகனால் கட்டப்பட்ட விகாரையில் புத்தர் தங்கி இருந்தார். ஒருநாள் புத்தர் வழக்கம்போலத் தன் சீவர ஆடையை அணிந்து கொண்டு பிட்சை ஏற்கக் கையில் கலனுடன் ஒவ்வொரு இல்லமாகச் சென்று கொண்டிருந்தார். அப்போது அக்கிக பாரத்வாஜன் எனும் பார்ப்பனனின் இல்லத்தில் வேள்வித்தீ எரிந்து கொண்டிருந்தது. தானத்திற்கும் ஏற்பாடு இருந்தது.. அந்த இல்லத்தை நோக்கி நடந்தார் புத்தர்.

புத்தர் நெருங்குவதைக் கண்ட பாரத்வாஜன் அவரை நோக்கி, “மழிக்கப்பட்ட தலையை உடைய துறவியே! அங்கேயே நில்லும்! பரிதாபத்துக்குரிய யோகியே! இழிவானவனே! அங்கேயே நில்!”

என ஆணையிட்டான். புத்தர் நிற்கவில்லை. அவனை நோக்கிப் பேசலுற்றார்:

"அந்தணரே! யார் இழிந்தவர் என உமக்குத் தெரியுமா? எவை எல்லாம் ஒருவரை இழிந்த நிலைக்கு உள்ளாக்கும் என்பதை அறிவீரா?"

"நான் அறியேன், வணக்கத்துக்குரிய கோதமரே! யார் இழிந்தவர் என்பதையோ, எவை எல்லாம் ஒருவரை இழிவாக்கும் என்பதையோ நான் அறியேன். வணக்கத்துக்குரிய கோதமர் அந்தத் தம்மங்களை எல்லாம் எனக்கு அருளினால் நான் அவற்றை அறிந்து கொள்வேன்" எனப் பாரத்வாஜன் பணிந்தான்.

புத்தர் விரிவாக விளக்கத் தொடங்குகிறார்: "பிறப்பால் யாரும் இழிவடைவதில்லை. பிறப்பால் யாரும் அந்தணரும் இல்லை. அவரவர் செயலே ஒருவரை இழிந்தவராகவும் அந்தணராகவும் ஆக்குகிறது" எனப் புத்தர் கூறி. அவன் முன்வைத்த வைதீக நம்பிக்கையை விரிவன விளக்கங்களுடன் மறுக்கிறார். அதைக் கேட்ட பரத்வாஜன்,

"வணக்கத்துக்குரிய கோதமரிடம் சரணடையும் என்னை இன்று முதல் என் இறுதிவரை மாணவனாக ஏற்றருள வேண்டுகிறேன்."

எனக் கூறிச் சரண் அடைந்ததாக பவுத்த பிடகங்கள் சொல்கின்றன. இங்கே நான் கூறியுள்ளது அந்தக் குறிப்பிட்ட சுத்தத்தின் ஒரு சிறு பகுதியே. புத்தரின் விரிவான வாதத்தை நீங்கள் இந்தச் சுத்தத்தை முழுமையாகப் படித்து அறிந்து கொள்ளலாம்.

புத்தர் இறந்து சுமார் 300 ஆண்டுகளுக்குப் பின்னர்தான் தலைமுறை தலைமுறையாக வாய்வழியாகச் சுமந்துவந்த அவரது அறவுரைகள் தொகுக்கப்படுகின்றன. எனவே அப்படியே இவை அனைத்தையும் முழு உண்மை என ஏற்க வேண்டியதில்லை. ஆனாலும் .மிக வலுவாகக் கால் பதித்திருந்த வைதீகத்துடன் முரண்பட்ட இச்சமயங்கள் அங்கு அதனூடாகத் தம் தனித்துவத்துடன் நிலை கொள்ளவும், தம் கருத்துகளையும் நெறிகளையும் பரப்பவும் முடிந்தது என்பதை யாரும் மறுக்க முடியாது. அசோகரது ஆட்சியில் பவுத்தம் பெரிய அளவில் விரிந்து பரவியது. பவுத்தத்தை வெளிப்படையாக ஏற்றுப் பரப்பிய மாமன்னர் அசோகர் பிற சமயங்களை அழிக்க முற்படவும் இல்லை. பல கருத்துக்களும் மோதும் களமாகவே அன்றைய கங்கைச் சமவெளி இருந்தது.

புஷ்யமித்திர சுங்கனது பார்ப்பன ஆட்சியில்தான் (கி.பி 1 ஆம்நூ) வடக்கில் இந்தச் சமயப்பொறை சிதைந்தது. பவுத்த துறவிகளின் தலைகளைக் கொண்டு வருபவர்களுக்குப் பரிசளித்தவன்தான் இந்தச் சுங்கன். அந்த வரலாற்றை அம்பேத்கர் அவர்கள் விரிவாக எழுதியுள்ளதை அறிவோம்.

தென்னகத்தைப் பொறுத்தமட்டில் ஐந்து, ஆறாம் நூற்றாண்டுகள் வரை இந்தச் சமயப் பொறை தொடர்ந்தது. எனது மணிமேகலைக் காப்பியம் குறித்த தொடரை வாசித்து வருபவர்கள் காஞ்சி மாநகரில் பல சமயங்களுக்கிடையே ஆரோக்கியமான உரையாடல்கள் நிகழ்ந்து வந்ததையும், பல சமயங்களும் ஒரே நேரத்தில் மிக்க சுதந்திரத்துடன் அப்போது விளங்கி வந்தையும் அறிவர். காஞ்சி ஒரு மிக முக்கியமான பவுத்த மையமாக அமைந்து வரலாற்று முக்கியத்துவம் வாய்ந்த பவுத்த விவாதங்கள் மேற்கொள்ளப் பட்டதையும், தத்துவ நூல்கள் எழுதப்பட்டதையும் நாம் மனம் கொள்ள வேண்டும்.

பவுத்தம் அது தோன்றிய கங்கைச் சமவெளியிலிருந்து அகற்றப்பட்ட போதும் அது இப்படித் தமிழகம், இலங்கை, ஜாவா, சுமத்திரா எனத் தெற்கிலும், ஜப்பான் முதலிய மேற்குத் திசை நாடுகளிலும், திபேத், சீனம், பர்மா போன்ற கிழக்குத்திசை நாடுகளிலும் விரிந்து பரவியது.சோழர் காலச் சூடாமணி விகாரை, அக்காலகட்டத்தில் எழுதப்பட்ட 'வீரசோழியம்' முதலானவையும் இத்துடன் இணைத்து நினைவுகூரத் தக்கன. இப்படித் தமிழகத்தில் சுமார் 13 ஆம் நூற்றாண்டுவரை அது கால்கொள்ள முடிந்தது.

இப்படிச் சொல்வதன் மூலம் தென்னகத்தில் எல்லாக் கால கட்டங்களிலும் சமயப் பொறை நிலவியது என்பதல்ல. ஏழாம் நூற்றாண்டில் இங்கே வைதீகம் சைவ, வைணவ உருக்கொண்டு கிளைத்தபோது அவை அரச மதங்களாக ஏற்கப்பட்டன. திருஞான சம்பந்தர் காலத்தில் சமணர்கள் கழுவேற்றப்பட்ட கதையும் நமக்குத் தெரியும். அது மட்டுமல்ல, அக் காலகட்டத்தில் எழுதப்பட்ட மிக முக்கியமான அவைதீகக் காப்பியங்கள் பலவும் இன்று நம் கைகளுக்குக் கிட்டவில்லை. பதினொன்றாம் நூற்றாண்டிலிருந்து பத்தொன்பதுவரை அவைதீக மதங்கள் இங்கே பெரிய அளவில் இல்லாதொழிக்கப்பட்டன ஆனாலும் அடுத்த சில நூற்றாண்டுகளில் இங்கே கிறிஸ்தவ மிஷனரிகள் மதம் பரப்பத் தொடங்கினர். இன்றளவும் திருச்சி நகரில் உள்ள, ஏழாம் நூற்றாண்டுக்குரியதாகக்

கருதப்படும் பள்ளிவாயில், தஞ்சைப் பெரிய கோவிலில் இஸ்லாமிய வணிகன் ஒருவன் அளித்த கொடை குறித்த பதிவு ஆகியன இங்கே அக்காலகட்டத்தில் இஸ்லாமியப் பரவலும் ஆங்காங்கு நிகழ்ந்து வந்ததற்குச் சான்றுகளாக உள்ளன.

ஞானசம்பந்தர் காலத்தில் அவ்வளவு தீவிரமாக பிற சமயங்கள் தாக்கப்பட்டாலும் சமணம் இங்கே அழிக்கப்பட்ட அளவிற்கு 13ஆம் நூற்றாண்டுவரை பவுத்தத்தை அப்படி ஒன்றும் செய்ய இயலவில்லை. சீனர்களுடன் சோழர்கள் கொண்டிருந்த வணிக உறவு, மேற்குக் கடற்கரை ஊடாக நேர்ந்த மாப்பிளாக்களின் வருகை, எனக் கடல்களூடாக இருந்த வணிகத் தொடர்புகள் இதில் முக்கியப் பங்கு வகிக்கின்றன. சூடாமணி விகாரை சீன வணிகர்களின் கொடையுடன் உருவாக்கப்பட்டது என்பதையும் பெரும் பெரும் சைவக் கோவில்களை எழுப்பிய சோழர்கள் அந்த பவுத்த விகாரைக்கும் கொடை அளிக்க நேர்ந்ததையும். நாம் மறந்துவிடலாகாது.

சங்க காலம் தொடங்கி தமிழகத்திற்கு யவனர் முதலானோருடன் இருந்த வெளிநாட்டுத் தொடர்புகள், அவர்களின் நகர்ப்புற இருப்பு முதலியன வடநாட்டில் காண முடியாத ஒரு சகிப்புத் தன்மை இங்கு தொடர்வதற்கு அடித்தளமாக இருந்தன.

16. சமண பவுத்தக் காப்பியங்கள் – சில குறிப்புகள்

மணிமேகலையையும் சிலப்பதிகாரத்தையும் இரட்டைக் கப்பியங்கள் என்று சொல்வார்கள். மாதவி, கண்ணகி, மணிமேகலை எனப் பல பாத்திரங்கள் இரண்டிலுமே உலவுவர். ஒருவகையில் சிலப்பதிகாரத்திற்குப் பிந்திய கதையைச் சொல்வதாகவும் மணிமேகலையைப் பார்க்கலாம்.

கோவலன் கொலையுண்டு, கண்ணகி பத்தினித் தெய்வமாகியதற்குப் பிந்திய என்கிற அடிப்படையில் மட்டுமல்ல காப்பியம் விவரிக்கும் நிலப்பரப்பு *(landscape)*, காப்பியத்தின் வாசகப் பரப்பு எல்லாமே மாறி அடுத்தக் கட்டத்திற்குச் செல்லுகிறது. புகார், மதுரை வஞ்சி என்கிற நகரக் காட்சிகள் மாறி காப்பியப் பரப்பில் திடீரென காஞ்சிமாநகர் தோன்றுகிறது. கடலை ஒட்டிய வணிகப் பட்டினமான புகார், அதனுடைய செழிப்பு, கோலாகலங்கள் என்பதற்கப்பாலான மிகப்பெரிய தத்துவ விசாரங்கள் நடக்கும் பூமி, *intellectual centre* ஒன்றும் அத்தகைய விவாதங்களைப் புரிந்து கொள்ளும் ஒரு வாசகத் தளம் ஒன்றும் உருவாகியுள்ளதையும் நாம் காண்கிறோம்

இரண்டும் சமண, பவுத்த அவைதீக மரபில் தோன்றியவை. கிட்டத்தட்ட தமிழ்க் காப்பியங்கள் எனச் சொல்லப்படும் அத்தனையுமே இம்மரபில் வந்தவைதான். இவற்றில் பவுத்தக் காப்பியங்கள் பலவும் அழிந்து பட்டதுதான் மிகப் பெரிய இழப்பு. இந்த அவைதீக மரபின்றி தமிழில்லை எனச் சொல்லும் அளவிற்கு

தமிழ் சமண பவுத்த மரபுகளுடன் இரண்டறக் கலந்துள்ளது.

தமிழுக்கு மட்டுமின்றி இந்தியா முழுமைக்கும் ‘பிராமி’ எழுத்து வடிவத்தைக் கொடை அளித்ததும் சமணம்தான் என்பதை நாம் மறந்துவிட முடியாது. பிராமி என்பவள் ஆதிநாதரின் இரு புதல்வியரில் ஒருத்தி. மற்றவள் ‘எண்களின் நாயகி’. “எண்ணும் எழுத்தும் கண்ணெனத் தகும்” என்றாரல்லவா சமண மரபில் வந்த திருவள்ளுவர் கூறினார்.

அகம், புறம், திணைக் கோட்பாடு என்பன தமிழ் மரபுக்கே உரித்தான சிறப்புக் கூறுகள். காப்பிய மரபின் ஊடாக இந்தத் தமிழ் மரபின் தொடர்ச்சி அறுபட்டு, வடமொழியின் அலங்கார சாத்திர மரபின் தாக்கம் இங்கு ஏற்படுகிறது என்பார்கள். ஆனால் பவுலா ரிச்மான், பார்த்தசாரதி, ஆன்னி மோனியஸ் ஆகிய நவீன ஆய்வாளர்கள் உண்மையில் இவ்விரு காப்பியங்களும் எப்படி அகம், புறம் எனும் திணை மரபின் தொடர்ச்சியாகவே அமைந்துள்ளன் என்பதை நிறுவுகின்றனர்.

சிலம்பில் எவ்வாறு ஊடல் அல்லது காதற் துரோகக் காட்சிகள் மருதத் திணைப் பின்புலத்திலும், பரத்தையர் பிரிவு என்பது முல்லைத் திணைப் பின்புலத்திலும், இப்படி ஒவ்வொரு கதை நிகழ்வும் அதற்குரிய திணைப் பின்னணியுடன் எவ்வாறு இளங்கோ அடிகளால் அமைக்கப்பட்டுள்ளது என்பதை ஆழ்ந்து வாசிப்போர் உணர முடியும்.

சமண, பவுத்த மரபுகள் அற வாழ்வை வற்புறுத்துபவை. பக்தி மரபு என்பதில் அறத்தை காட்டிலும் பக்தியே முதன்மையான வாழ்வு நெறியாக அமையும். சமண பவுத்தக் காப்பியங்கள் தமது காப்பிய இலக்கணத்தை மீறாமல் இந்த அறவாழ்வை வலியுறுத்தும் பாங்கு குறிப்பிடத்தக்கது.

சிலம்பில் ஒரு காட்சி, சிலம்பை விற்றுப் புது வாழ்வு தொடங்கும் நோக்குடன் கண்ணகியும் கோவலனும் மதுரை நோக்கிச் செல்கின்றனர். புகாருக்கருகிலுள்ள சோமகுண்டம், சூரியகுண்டம் எனும் புனிதக் குளங்களில் நீராடிச் சென்றால் முற்பிறவிச் சாபம் நீங்கும் என்று கண்ணகிக்கு அறிவுரை வழங்கப்படுகிறது. “பீடன்று”, அதாவது எமக்கு அது வழக்கமல்ல எனக் கண்ணகி மறுத்துத் தன் பயணத்தைத் தொடர்வாள். “தீர்த்த மூடம், தெய்வமூடம்” என இத்தகைய செயல்களை சமணம் மறுக்கும்.

தண்டியலங்காரத்தில் வட மரபு தழுவி எண்வகைச் சுவைகள் குறிப்பிடப்படும். ஆனால் பவுத்த நூலான வீர சோழியம் என்னும் பவுத்த காவியம் "சாந்தம்" (அமைதி) என்னும் ஒன்பதாவது சுவையைக் கூடுதலாக இணைக்கும். தமிழ்த் தொல்காப்பிய மரபுடன் பவுத்த மரபு இணைந்து உருவாகியதுதான் பவுத்த இலக்கண நூலான வீரசோழியம். பவுத்த அறத்துடன் கூடிய ஒரு புதிய இலக்கணவியல் பார்வைக்குக் கட்டியங்கூறுகிறது வீர சோழியம்.

பவத்திறம் அறுகெனப் பாவை நோற்றிய காதை முற்றிற்று

மணிமேகலைக்குப் பெறு மழைப் புலவர் பொ வே சோமசுந்தரனார் வகுத்த சொற்பொருள் உரையும் விளக்கவுரையும் முற்றுப் பெற்றன.

மணிமேகலையின் கண் சொல்நுட்பம் பொருள் நுட்பம் ஆகியன பெரிதும் அமைந்து நிற்பலின் கற்பாற்குக் கழிபேர் உகவை யளிக்கும் ஆழ்ந்த கருத்துக்கள் ஆராய்வார் தம் அறிவு நலத்திற்கேற்பத் தோன்றுவனவாம், என்பது துறைமங்கலம் சிவப்பிரகாச அடிகளாரின் பின்வரும் திருவெங்கைக் கோவைச் செய்யுளால் இனிது புலப்படும்.

மந்தா கிணியணி வெணப்பிரான்
வெங்கை மன்னவநீ
கொந்தார் குழன் மணிமேகலை
நுட்பங்கொள்வ தெங்ஙன்
சிந்தா மணியுந் திருக்கோ
வையுமெழு திக்கொளினும்
நந்தாவுரையை எழுது வாறு
நவின்றருளே

17. மணிமேகலை தமிழ்க் காப்பியம் மட்டுமல்ல; அது பவுத்த காப்பியமும் கூட!

ஐம்பெரும் காப்பியங்கள் மட்டுமல்ல, தமிழின் முக்கிய இலக்கண நூல்கள், நிகண்டுகள் எல்லாமும் கூட சமண பவுத்த மதங்களின் கொடை என்பதை நாம் மறந்துவிடக் கூடாது. இவற்றில் பவுத்த நூல்கள் பலவும் அழிந்துபட்டன. முழு வடிவில் எஞ்சியிருப்பவை தமிழின் மணி முடிகளில் ஒன்றான மணிமேகலைக் காப்பியமும் இலக்கண நூலான வீரசோழியமும் மட்டுந்தான். எனினும் சில நூறு ஆண்டுகள் பின் தோன்றிய வீரசோழியத்தில் எங்கும் மணிமேகலை பற்றிய குறிப்பே இல்லை. மணிமேகலையில் எங்கும் நாம் இதுகாறும் பேசி வந்த அசோகச் சக்கரவர்த்தி பற்றி ஏதுமில்லை. இவை குறித்து ஏன் எனச் சிந்திக்கும்போது தமிழ் பவுத்தம் குறித்த சில கூடுதல் தெளிவுகள் கிடைக்க வாய்ப்புண்டு.

2500 ஆண்டுகளுக்கும் மேற்பட்டு விரிந்து கிடக்கும் தமிழ் இலக்கிய வரலாற்றை நாம் பல்வேறு வகைகளில் வகைப்படுத்திப் புரிந்து கொள்ள இயலும். சங்க காலத்தை 'வீர யுகம்' என வகைப்படுத்தும் அறிதல் முறை ஒன்றுள்ளது. அதேபோல ஆறாம் நூற்றாண்டுக்குப் பிந்திய சைவ, வைணவ பாசுரங்களின் காலத்தைப் 'பக்தி யுகம்' எனச் சொல்வதுண்டு. இதற்கு இடைப்பட்ட ஐம்பெருங் காப்பிய காலத்தை ஒரு வகையில் 'அற யுகம்' எனச் சொல்லல் தகும்.

இந்த ஐம்பெருங் காப்பியங்கள் மட்டுமின்றி திருக்குறள் உட்பட்ட பிற்சங்க நூல்கள் பலவும் அறநெறிகளை உயர்த்திப் பிடித்தவை. அற வாழ்வின் மூலம் மட்டுமே நீங்கள் இறுதி நிலையை (நிர்வாணத்தை) எட்ட முடியும் எனக் கூறியவை. அடுத்த கட்டமாக வெளிப்படும் பாசுரங்கள் அறத்தின் இடத்தில் பக்தியை வைத்தன. இறை பக்தியையும், இறையடியார்களுக்குச் செய்யும் சேவையையும் இறுதி உய்விற்கு அவை நிபந்தனையாக்கின. ஆனால் அற நூல்களோ அற வாழ்வை மட்டுமே முதன்மைப்படுத்தின.

சமண மரபில் வந்துள்ளதாகக் கருதப்படும் சிலப்பதிகாரத்தில் ஒரு காட்சி. கனாத்திறம் உரைத்த காதையில், 55 64 ம் வரிகளில் தேவந்தி, கண்ணகிக்கு அறிவுரைப்பாள். முற்பிறவியில் கண்னகி தன் கணவனுக்காக நோன்பிருக்கத் தவறியதால் விளைந்த சாபத்தின் விளைவே இப்பிறவியில் அவள் அனுபவிக்கும் துன்பங்களுக்கெல்லாம் காரணம் எனக் கூறி, இத்துன்பம் நீங்க புகாருக்கு அருகில் உள்ள சோமகுண்டம், சூரியகுண்டம் எனும் இரு பொய்கைகளில் புண்ணிய தீர்த்தமாடிக் காமவேளை வணங்கிச் செல்லுமாறு தேவந்தி கூறுவாள். “பீடன்று”, அதாவது அது எங்கள் இயல்பன்று எனக் கூறி அகல்வாள் கண்ணகி. ‘தீர்த்த மூடம்’, ‘தெய்வ மூடம்’ என இவற்றைச் சமணம் விலக்கும். சிரமண மதங்களைப் பொறுத்தமட்டில் இவை மூட நம்பிக்கைகள். துயர் நீங்க அறவாழ்வு மட்டுமே ஒரே வழி.

அதே நேரத்தில் சிரமண மரபிற்குள் சிலம்பும், மணியும் மட்டும்தான் முற்றிலும் தமிழ் மரபில் உருவான கதைகள் என்பதையும் நாம் காணத் தவறக் கூடாது. கண்ணகியின் கதை சங்கம் தொட்டுப் பழகி வந்த ஒன்று (புறம் 144, நற்றிணை 216). மணிமேகலை சிலம்பின் தொடர்ச்சியாக அமைந்த ஒன்று. கண்ணகி, மணிமேகலை, மாதவி, சித்திராபதி, மாசாத்துவன், அறவணர், இளங்கோ, சாத்தனார் ஆகிய கதைமாந்தர்கள் இரண்டு காப்பியங்களிலுமே பொதுவானவர்களாக உள்ளனர். என்றபோதிலும் பல்வேறு நிலைகளில் இரண்டுக்கும் குறிப்பிடத்தக்க வேறுபாடுகளும் உண்டு. மணிமேகலை உறுதியாகவும் வெளிப்படையாகவும் பவுத்த அறங்களை உயர்த்திப் பிடிப்பது மட்டுமின்றிப் பிற மதங்களின் தர்க்கங்களை வெல்வதாகவும், சில நேரங்கள் அவற்றை இழிவு செய்வதாகவும் அமையும். சிலம்பை அப்படிச் சொல்ல இயலாது. ஓரளவு சமயப் பொறையுடையது எனக் கூறத்தக்கதாக அது

அமைகிறது. திருக்குறள், சிலப்பதிகாரம் முதலியன சமணக் கருத்தாக்கங்கள் தமிழ்ச் சூழலில் பிரிக்க இயலாமல் விரவிக்கிடந்த ஒரு காலகட்டப் படைப்புகள் மட்டுமன்று, அவற்றை ஏற்றுக் கொண்டவையும் கூட.

இறுதியில் வெளிப்படுத்தும் அறச்சீற்றம் தவிர பிற அம்சங்களில் சிலப்பதிகாரக் கண்ணகி வெறும் காவிய நாயகி மட்டுமே. ஆனால் மணிமேகலையோ ஒரு காவிய நாயகி மட்டுமல்ல. அறக் கோட்பாடுகளைப் பிரச்சாரம் செய்தவள்; நடைமுறைப்படுத்திவள்; வாதிட்டு வென்றவள். *intellectual* எனும் சொல்லுக்கு எல்லா வகையிலும் பொருத்தமானவள்.

பவுத்த தர்க்கம் அதன் உச்சங்களைத் தொட்டுக் கொண்டிருந்த ஒரு காலகட்டப் படைப்பு மணிமேகலை. முந்தைய தமிழ் இலக்கியங்களில் காணப்படும் புகார், மதுரை, வஞ்சி முதலான நகரங்களுக்கு அப்பால் காஞ்சி எனும் ஒரு புதிய நகரம் முதன் முதலில் இதில்தான் தலை காட்டுகிறது. துறைமுக வசதியற்ற அந்நகர் ஒரு மிக முக்கியமான அறிவு மையமாக உருப்பெறுகிறது. மிகப் பெரிய அளவில் பவுத்த தத்துவ விவாதங்கள் அங்கு அப்போது நடைபெற்றுக் கொண்டிருந்தன. முக்கிய பவுத்த தர்க்க நூல்கள் பலவும் கூட அப்போது எழுதப்பட்டன.

இந்தப் பின்னணியில்தான் .சமகால பவுத்த தர்க்கங்களத் தான் விளங்கிக் கொண்ட அளவிற்குத் தன் காவியத்தில் பதிவு செய்கிறார் வளங்கெழு கூலவணிகன் சாத்தனார். வசதி மிக்க ஒரு தானிய வணிகக் குலத்தில் பிரந்தவர் என்பது தவிர கூடுதலான தகவலேதும் அவர் குறித்து நமக்கில்லை. சங்கப் பாடல்களில் காணப்படும் சீத்தலைச் சாத்தனார் இவரில்லை என்பது மட்டும் உறுதி.

அகவற்பாவில் எழுதப்பட்ட இலக்கியம் மணிமேகலை. சாத்தனார் மற்றும் மணிமேகலையின் காலக் கணிப்பில் கவனம் கொள்ள வேண்டிய புள்ளிகளில் ஒன்று இது எனினும் அதன் மொழி, உள்ளுறை ஆகியவற்றைப் பார்க்கும்போது அதைச் சங்க காலத்தை நோக்கி ரொம்பவும் பின்னுக்குத் தள்ளிவிடவும் இயலாது. திருக்குறளுக்குப் பிந்தியது. விருத்தத்திற்கு முந்தியது என மணிமேகலையின் காலத்தைக் கணிக்கலாம். அந்த வகையில் கி.பி 5ஆம் நூற்றாண்டு என்கிற காலக் கணிப்புதான் ஓரளவு பொருத்தமாகத் தெரிகிறது. அப்படியாயின் அது களப்பிரர் அல்லது

பல்லவ மன்னர்கள் எழுச்சி பெற்ற காலம் என்றாகிறது. எனில் மணிமேகலையில் மூவேந்தர்கள் புகழப்படுவது ஏன் என்கிற கேள்விக்கு நம்மிடம் விடை இல்லை.

நன்னூலுக்கு மயிலைநாதர் எழுதிய உரையில்தான் (கி.பி 14ம் நூ.,) முதன்முதலில் ஐம்பெருங் காப்பியங்கள் எனும் சொற்றொடர் காணப்படுகிறது என்பர். காப்பியங்களுக்குள்ள அழகுகளும் அலங்காரங்களும் குறைவுபடாமல் நிறைந்திருந்த போதிலும் சிலம்பையும் மணியையும் முழுக்கவும் வடமொழிக் காவிய மரபில் பொருத்திப் பார்த்துவிட முடியாது. ஏழாம் நூற்றாண்டில் எழுதப்பட்ட தண்டியின் 'காவ்யதர்சம்' தமிழில் தண்டியலங்காரமாக உருப்பெற்றது 12ஆம் நூற்றாண்டில்தான். சிலம்பும் மணியும் இவை கூறும் வடமொழிக் காவ்ய மரபுகளைக் காட்டிலும், தனித்துவமான தமிழ் இலக்கியக் கொள்கைககளாக அறியப்படும் அகம், புறம் மற்றும் திணை, துறைக் கோட்பாடுகளை ஏற்றுக் கொண்டவை என்பதை மிக விரிவாக பார்த்தசாரதி, பவ்லா ரிச்மான் முதலானோர் நிறுவியுள்ளனர்.

சிலப்பதிகாரத்தின் அரங்கேற்று காதையின் 171-176 ஆவது வரிகள்; அந்திமாலை சிறப்புசெய் காதையின் 33-43 வரிகள்: கடலாடு காதையின் 125-127 வரிகள் என்பன பரத்தையர் சேர்க்கையின் ஊடாக சொத்துக்களை அழித்தல் முதலிய முல்லைத் திணைக்குரிய கூறுகளுடனும், கானல் வரியின் 11-24, 28-46, 48-52 முதலான வரிகள் காதற் துரோகம் மற்றும் ஊடல் என்கிற மருதத் திணைக் கூறுகளுடனும், வேனிற் காதையின் 66-77 வரிகள் பிரிவாற்றாமை என்னும் நெய்தற் திணைக் கூறுகளுடனும், கனாத்திறம் உரைத்த காதையின் 72-79 வரிகள் உடன்போக்கு என்னும் பாலைத் திணைக்குரிய கூறுகளுடனும் எவ்வாறு அமைந்துள்ளன என்று பார்த்தசாரதி மிக விரிவாகத் தன் நூலில் (R.Parthasarathi, The Cilappatikaram:The Tale of an Anklet) விளக்குவார்.

மணிமேகலை எவ்வாறு தமிழ் இலக்கியக் கொள்கைகளோடு தனக்கே உரிய தனித்துவத்துடன் பொருந்திப் போகிறது என்பதை இக்கட்டுரைத் தொடரின் போக்கில் விரிவாகப் பார்ப்போம். இங்கு நாம் கவனம் கொள்ள வேண்டியது இதுதான். வடமொழிக் காப்பியக் கொள்கைகளான குறைகளற்ற நாயகன், அறம், பொருள், இன்பம் முதலான நான்கு புருஷார்த்தங்கள், விரிவான போர்க்களக் காட்சிகள், முடிசூடல் அல்லது திருமண வைபவம்

போன்ற மங்கலக் காட்சிகள் அமைதல் என்பன போன்ற வடமொழி இலக்கணங்களிலிருந்து பெரிய அளவில் நம் தமிழ்க் காப்பியங்கள் வேறுபட்டுள்ளன. அதனால்தான் இவற்றைக் குறிக்க அடியார்க்குநல்லார் ‘தொடர்நிலைச் செய்யுள்’ எனும் ஒரு கருத்தாக்கத்தைத் தேர்வு செய்தார்.

சமஸ்கிருத இலக்கியக் கோட்பாடுகளும் இறுக்கமாகப் பின்பற்றப்படவில்லை, வைதீக மதிப்பீடுகளும் ஏற்றுக்கொள்ளப் படவில்லை என்கிற காரணங்களுக்காகவே இடைக்காலத்தில் பக்தி இலக்கியத்திற்கு முந்திய இலக்கியங்கள் தமிழ்ச் சூழலில் புறக்கணிக்கப்பட்டன. அவற்றைப் பயில்வது மத விரோதம், ஒழுக்கக் கேடு என்கிற கருத்து இங்கு வலுவாக முன்வைக்கப்பட்டது. ஒரு கட்டத்தில் அது ஒட்டுமொத்தமாக தமிழையே பழிக்கும் நிலைக்கும் இட்டுச் சென்றது. ‘இலக்கணக் கொத்து’ ஆசிரியரான சுவாமிநாத தேசிகர் (17ம் நூ) சிவஞான சுவாமிகள் ஆகியோர் இவ்வகையில் குறிப்பிடத் தக்கவர்கள். தமிழ் சமஸ்கிருதத்தைச் சார்ந்துள்ளது எனவும். சமஸ்கிருதத்தைவிடக் கீழானது எனவும் தேசிகர் குறிப்பிட்டார். ஒரு வகையான தணிக்கை முறைக்கு தமிழ் ஆட்படுத்தப்பட்டது. தேசிகர் படிக்கக் கூடாதவை எனத் தணிக்கை செய்தவற்றுள் சிலப்பதிகாரம், மணிமேகலை, சங்கப்பாட்டு ஆகியன அடக்கம். தீவிர சைவரான அவர் இராமன் கதையையும் தவிர்க்கச் சொன்னார். இவை மட்டுமல்ல நன்னூல் போன்ற “குப்பைகளை” கற்பவர்களையும் அவர் “வாணாளை வீணே கழிப்பர்” என்றார்.

18ஆம் நூற்றாண்டைச் சேர்ந்த சிவஞான சுவாமிகளும் சிந்தாமணி, சிலப்பதிகாரம், மணிமேகலை, சூளாமணி ஆகிவற்றை வாசிக்கலாகாது என்றார். நல்ல சைவர்களுக்கும், வைணவர்களுக்கும் இது தகுதியானதல்ல என்பது அவர் கருத்து. அவரது மாணவரான கச்சியப்ப முனிவர் தமது மாணவர்கள் சமண நூல்களில் ஆர்வம் கொண்டிருப்பதைக் கவனம் கொண்டு அவர்களை ஈர்ப்பதற்காக கடும் சைவைக் கருத்துக்கள் திணிக்கப்பெற்ற ‘தணிகைப் புராணத்தை’ எழுதினார். இப்படியான தணிக்கை ஒரு நூற்றாண்டு காலம் தீவிரமாகக் கடைபிடிக்கப்பட்டதன் விளைவாக நான்கைந்து தலைமுறை மாணவர்கள் இவற்றை அறியாமற் போயினர். இதனூடாக இந்நூற் சுவடிகளைப் பாதுகாப்போரும் குறையலாயினர். பழம் நூல்கள்

பல அழிவுற்றதற்கு இதுவும் ஒரு காரணம். 19ஆம் நூற்றாண்டில் புகழ்பெற்றிருந்த ஆசிரியரான மினாட்சிசுந்தரம் பிள்ளையும் இத்தகையோரே. அவரது புகழ்மிக்க மாணவரும் இவ்வாறு தடைசெய்யப்பட்ட பல நூல்களைப் பதிப்பித்தவருமான உ.வே. சாமினாத அய்யர் இந்நுல்களில் பல உள்ளதை அவரிடமிருந்து வெளியேறின பின்பே அறிய நேர்ந்தது.

இக்கால கட்டத்தில்தான் தமிழ் முது நூல்கள் பலவும் அச்சேறின. அந்தப் பதிப்பு முயற்சிகளிலும் இது வெளிப்பட்டது. பல திருத்தங்கள், இணைப்புகள், செருகல்கள், நீக்கல்கள் ஆகியவற்றுடன் இந்த அச்சுப் பதிப்புகள் வெளியாயின. கம்ப இராமயணத்தைப் பதிப்பித்த ஒரு வைணவர் இராமன் இலங்கைக்குச் செல்லுமுன் இராமேசுவரத்தில் சிவனை வணங்கிய வரலாற்றைச் சொல்லும் இராமேஸ்வரப் படலத்தையே நீக்கிப் பதிப்பித்ததாக தொழுவூர் வேலாயுத முதலியார் தனது 'ஏரெழுபது' மற்றும் 'திருக்கை வழக்கம்' நூற்பதிப்பில் (1886) பதிவு செய்துள்ளார். இப்படி நிறையச் சொல்லலாம்.

மணிமேகலைக்குச் சற்றுப் பிந்திய சமண நூலான நீலகேசி அதனை 'மணிமேகலைத் துறவு' எனக் குறிப்பிடுவதிலிருந்து அப்படி ஒரு பெயரும் அதற்கு விளங்கியது தெரிகிறது. பெண்கள் அறிவில் யாருக்கும் இளைத்தோர் அல்ல எனச் சொல்வதோடு நிற்காமல் வீடு பேறடைவதற்கான வழிகளில் ஒன்றான துறவு நிலைக்குரியவர்களாகவும் பவுத்தம் கட்டமைத்தது. சிரமண மரபில் வந்த காவியங்களான மணிமேகலை, நீலகேசி, குண்டலகேசி மூன்றிலுமே பெண்கள் துறவு நிலை அடைவது முக்கிய பாடுபொருளாகின்றது. இம்மூவருமே மாற்றுத் தத்துவங்களில் வல்லவர்களாக உள்ள ஆடவர்களை வெல்வதாகப் படைக்கப்பட்டுள்ளது குறிப்பிடத்தக்கது. பாலியலுக்கும் நிர்வாணத்திற்கும் உள்ள தொடர்பும் சமண, பவுத்த நூல்களில் தொடர்ந்து விவாதப் பொருளாக்கப்பட்டன. பெண்களின் ஞானத் தேடலுக்கும் ஆன்மீக நாட்டத்திற்கும் அவை தம் கதவுகளை எப்போதுமே திறந்து வைத்திருந்தன. குடும்பத்தின் குறுகிய சுவர்களிலிருந்து அவர்கள் விடுபட்டு ஞானவெளியில் சஞ்சரிக்க அவர்களுக்கு அனைத்து வாய்ப்புகளையும் அளித்தன. அந்த மதங்கள் மட்டுமல்ல அவற்றின் மடாலயக் கதவுகளும் அவர்களுக்குத் திறந்திருந்தன.

சமண நெறி 'ரிஷபதேவர்' தொடங்கி 'மகாவீரர்' ஈறாக 24 தீர்த்தங்கரர்களை ஜீன நிலை அடைந்த வணக்கத்துக்குரியவர்களாகப் போற்றுகிறது. இந்த வரிசையில் 19 வது தீர்த்தங்கரராக அவர்கள் வணங்கும் மல்லிநாதரை ஸ்வேதாம்பரர்களும் யாப்பானியர்களும் ஒரு பெண் தீர்த்தங்கரர் ஆக ஏற்றுக் கொண்டனர். எனினும் இன்னொரு சமணப்பிரிவினரான திகம்பரர்கள் அவரைப் பெண்ணாக ஏற்பதில்லை.

ஸ்வேதாம்பரர்கள் மல்லிபாயை ஜீன நிலை அடைந்தவராக ஏற்பதற்கு பெண்ணாக இருந்த போதும் அவரிடம் இருந்த ஆண் தன்மையே ('பும்வாத') காரணம் என விளக்கம் அளிப்பர். எனினும் மேற்கு கர்நாடகப் பகுதியில் செழித்திருந்த சமணப் பிரிவினரான யாப்பானியர்கள் அப்படிக் கருதுவதில்லை. ஜீன நிலை அடைய பாலியல் ஒரு பொருட்டல்ல என்பது அவர்களின் கருத்து. எப்படி காமம், கர்வம் முதலான உணர்வுகள் எல்லாம் ஆண்களுக்கும் பெண்களுக்கும் சமமாக உள்ளனவோ அதேபோல எல்லாவற்றையும் கடந்த உயர்நிலையை அடைய பாலியல் அடையாளம் ஒரு தடையல்ல என்பது அவர்களின் கருத்து. நிர்வாணம் அடைய 'சம்யக் ஞானம்', 'சம்யக் தர்சனம்', 'சம்யக் சரித்ரா' (சரியான அறிவு, சரியான பார்வை, சரியான நடத்தை) ஆகியன இருந்தாலே போதும்.

18. அசோகரின் சிறைச்சாலைச் சீர்திருத்தங்கள்

அசோகரின் ஆளுகையில் நாம் வியக்க நிறைய உள்ளன.

மௌரிய ஆட்சியின் மூன்றாவது பேரரசராகிய அசோகர் *(268 -232 BCE)* இந்தியத் துணைக்கண்டத்தில் மட்டுமின்றி இன்றைய ஆப்கானிஸ்தான் உள்ளிட்ட பகுதிகளையும் ஒன்றிணைத்து ஆண்ட மாமன்னர்.

இங்கு அப்போது மேலுக்கு வந்திருந்த வைதிக பிராமண நெறியிலிருந்து வேறுபட்டு நின்ற அவைதிக சிரமண தம்மப் பாதையை மேற்கொண்ட பேரரசராக இன்று அடையாளப் படுத்தும் அளவிற்கு வாழ்ந்து மறைந்தவர். பவுத்த தம்ம நெறிக்கு நெருக்கமான அரசாளுகை ஒன்றைச் செயல்படுத்தியவர். பவுத்தம் உலகளவிலான ஒரு மதமாக உருப்பெற்றதற்கு முன்கை எடுத்தவர். அறம் சார்ந்த ஒரு ஆளுகையை நிலைநாட்டிய வகையில் அவருக்கு இணையாக வரலாற்றில் சுட்டிக் காட்ட எடுத்துக்காட்டுகள் ஏதுமில்லை எனச் சொன்னால் அதில் மிகை இல்லை.

தமது இந்தக் கொள்கைகளையும் அரச அறிவிப்புகளையும் அவர் பாறைகளிலும், தூபிகளிலும், குகைச்சுவர்களிலும் மக்கள் மொழியில் எழுதிவைத்தார். 19ம் நூற்றாண்டில் இந்தியாவில் பவுத்தம் மீள் கண்டுபிடிப்பு செய்யப்பட்டபோது இணையாக அசோகரின் இந்தச் சாசனங்களும் கண்டுபிடிக்கப்பட்டன. இன்னும்

முழுமையாக அவை அனைத்தும் கண்டுபிடிக்கப்படவில்லை. ஒரு 28 சாசனங்கள் முக்கியமாகத் தொகுக்கப்பட்டுள்ளன.

அவற்றில் ஒரு மூன்று தலைப்புகளில் அவர் கூறியுள்ளவற்றில் சிலவற்றை மட்டும் இங்கே உங்கள் பார்வைக்குத் தொகுத்தளிக்கிறேன். உள்ளே போகுமுன் ஒன்றை நினைவூட்டுதல் நன்று. அது: அசோகர் புத்தருக்குச் சுமார் 300 ஆண்டுகளுக்குப் பின் வாழ்ந்தவர். ஏசுவுக்கு 300 ஆண்டுகளுக்கும், நபிகளுக்குச் சுமார் 900 ஆண்டுகளுக்கும் முன் வாழ்ந்தவர்; கார்ல் மார்க்சுக்குச் சுமார் 2100 ஆண்டுகளுக்கு முன்னும் காந்திக்கு 2200 ஆண்டுகளுக்கு முன்னும் வாழ்ந்தவர்.

இனி அசோகரது 12ம் (XII) சாசனத்திலிருந்து சில:

“தேவனாம்பிரியர் அரசர் பிரியதஸ்ஸி (அதாவது இறைவனுக்குப் பிரியமான பிரியதஸ்ஸி மன்னன்) எல்லாச் சமயங்களையும் சார்ந்த துறவிகளுக்கும் இல்லறத்தாருக்கும் பலவகைத் தானங்களையும் மரியாதைகளையும் வழங்கி அவர்களைப் போற்றி மதித்து வருகிறார். ஆனால் அவர் இப்படி தானங்கள் வழங்குவதைக் காட்டிலும் அதிகமாக மதிப்பது இதைத்தான்:

“எல்லாச் சமயங்களிலும் தலையாய கொள்கைகள், இன்றியமையாத கூறுகள் வளர வேண்டும். தலையாய கொள்கைகளை வளர்ப்பது பல்வேறு வழிகளில் சாத்தியம். ஆனால் அவை அனைத்தும் நாவடக்கத்தையே வேறாகக் கொண்டுள்ளன.

“அதாவது, தனது சொந்த சமயத்தைப் புகழ்ந்து கூறுவது, அல்லது எவ்வித நியாயமான காரணங்களும் இல்லாமல் மற்றவர்களின் மதத்தைக் குறைத்துக் கூறுவது என்பது கூடாது. அப்படிக் குறை கூறுவதற்கு ஏதேனும் காரணம் இருக்குமேயானால் அது மென்மையான முறையில் விவாதிக்கப்பட வேண்டும். எனினும் மற்ற சமயங்களைப் போற்றி மதிப்பதே சிறந்ததாகும். ஏனெனில் அதன்மூலம்தான் ஒருவரின் சொந்த சமயம் நன்மை அடையும் அதே நேரத்தில் மற்ற சமயங்களும் அவ்வாறே நன்மை அடைகின்றன.

அவ்வாறு போற்றி மதிக்காமல் பிற மதங்களைக் கண்டனம் செய்தால் அது அவற்றிற்குத் தீங்கு செய்வது மட்டுமின்றி கண்டிப்பவரின் சொந்த சமயத்திற்கே கேடு விளைவிக்கிறது.

அளவுக்கு மீறிய ஆர்வப் பற்றோடு யாரொருவரும் தன் சொந்த சமயத்தை வானளாவப் புகழ்ந்து, அதற்குப் பெரும் புகழையும் பெயரையும் தேடித்தரும் என நினைத்து, பிற சமயங்களைத் தாழ்த்திப் பேசும்போது, அவர் தன் சமயத்திற்குத்தான் தீங்கிழைத்துக் கொள்வார்.

எனவே சமயங்களுக்குள் நல்ல தொடர்பு இருப்பது நலம். ஒருவர் பிற சமயக் கோட்பாடுகளைக் கூர்ந்து கவனித்து அவற்றை மதிக்க வேண்டும். தேவனாம்பிரிய அரசர் பிரியதஸ்ஸி அனைவரும் மற்ற சமயங்களின் கோட்பாடுகளையும் நன்றாக கற்றுக் கொண்டு அவற்றைப் போற்றி மதிக்க வேண்டும் என்றே விரும்புகிறார்...”

★★★

இந்தச் சாசனம் இத்தோடு முடியவில்லை. இன்னும் சில சாசனங்களிலும் சமய நல்லிணக்கம் பற்றிப் பேசுகிறார். ஒரு மாமன்னர் என்கிற முறையில் அவருக்கு இது குறித்த தேவை அன்று என்ன என்பது குறித்து மார்ச் மாத இதழொன்றில் என் கட்டுரை வெளிவந்தபின் இங்கு பதிவேன். இப்போதைக்கு அவர் சமயப் பொறை குறித்து இங்கு சொன்னவற்றைத் தொகுத்துக் கொள்வோம். அவை:

1. *ஒரு அரசு எல்லாச் சமயங்களுக்கும் சமமாக தானங்களும் மரியாதைகளும் அளிப்பதோடு நின்றுவிடக் கூடாது. அதைக்காட்டிலும் முக்கியம், எல்லாச் சமயங்களின் கொள்கைகளும் வளர அது உதவ வேண்டும்.*
2. *சமயப் பொறைக்கு மிகவும் இன்றியமையாத பண்பு தம் மதம்தான் சிறந்தது எனப் பீற்றாமல் இருப்பதும் பிற மத்தைக் குறைசொல்லாமல் இருப்பதும்தான்.*
3. *ஏதேனும் பிரச்சினை வந்து விமர்சிக்க வேண்டியது அவசியமானால் அது மென்மையாகவும், விவாத வடிவத்திலும்தான் அமையவேண்டும்.*
4. *அளவுக்கு மீறிய சுய மதப் பற்றோடு ஒருவர் தன் மதத்தைத் தானே புகழும்போது அவர் தன்னை அறியாமலேயே தன் நம்பிக்கைக்குத் தீங்கு விளைவிக்கிறார்.*
5. *சமயப் பொறை என்பது பிற மதங்களை இகழாமை மட்டுமல்ல, அவற்றின் கொள்கைகளையும் நாம் தெரிந்து அவற்றுக்கு*

அவமரியாதை செய்வதைத் தவிர்ப்பதே.

ஒரு குறிப்பு: பா.ஜ.க மற்றும் ஆர்.எஸ்.எஸ் முதலான இந்துத்துவ அமைப்புகள் காந்தி, நேரு ஆகியோருக்கு அடுத்தபடியாகக் கடுமையாக எதிர்ப்பது அசோகரைத்தான் என்பதும், இந்திய தேசியக் கொடியில் உள்ள அசோகரின் தம்மச் சக்கரம் மற்றும் அரசு முத்திரையில் உள்ள அசோகச் சின்னம் ஆகியவற்றை நீக்க வேண்டும் என்பது அவர்களின் கோரிக்கைகளில் ஒன்று என்பதையும் நினைவிற் கொள்ள வேண்டும்.

அடுத்து சிறைச்சாலைச் சீர்திருத்தம் - *prison reforms*- பற்றிய அசோகரின் ஆணைகளைக் காணலாம்.

சிறைக் கைதிகள் மன்னிப்பு குறித்த பவுத்த அணுகல்முறை

சுமார் 2300 ஆண்டுகளுக்கு முன்னர் மரண தண்டனை விதிக்கப்பட்டவர்களுக்கு கருணை மனு அளிக்க ஏற்பாடுகள், சிறையிலிருப்போரைச் சந்தித்து அவர்களின் நிலையை அறிந்து அவர்களை விடுதலை செய்ய வழி முறைகள் என நம்மை வியக்க வைக்கும் செய்திகளை அசோகச் சாசனங்கள் முன்வைக்கின்றன.

அசோகரின் ஆட்சியில் இருவகை அதிகாரிகள் இருந்தது இந்தச் சாசனங்களிலிருந்து விளங்குகிறது.

1. ‘ராஜுகாக்கள்’ எனும் அதிகாரிகள்: பொதுமக்கள் அளிக்கும் மனுக்களைப் பரிசீலித்து நடவடிக்கை மேற்கொள்வது, நீதிபரிபாலனம் செய்வது இவர்களின் பணி.

2. ‘தர்ம மகாமாத்திரர்கள்’ என்போர். இந்த இரண்டாம் வகையினர் ஒரு வகையில் மதம், மற்றும் நீதி பரிபாலனம் ஆகிய துறைகளுக்கான மேற்பார்வை அதிகாரிகள் *(Department of Religious and Judicial Affairs)* எனலாம். குறிப்பிட்ட கால இடைவெளிகளில் சிறைச்சாலைகளைப் பார்வையிடல், கைதிகளைச் சந்தித்து அவர்களின் நிலை அறிந்து உதவுதல், விடுதலை செய்தல் முதலியன இவர்களின் பணியாக இருந்ததை இச்சாசனங்களிலிருந்து அறிகிறோம்.

இனி சாசன வாசகங்கள் சிலவற்றைக் காணலாம்:

1.5 ஆம் பாறைச் சாசனத்திலிருந்து.

“அவர்கள் (தர்ம மகாமாத்திரர்கள்) சிறைக் கைதிகள் சரியான

முறைகளில் நடத்தப்படுகின்றனரா என்று கண்காணிக்கிறார்கள். அவர்களை விடுதலை செய்வதற்கும் முயற்சிகள் மேற்கொள்கிறார்கள். "இந்தக் கைதிக்கு குடும்பத்தைக் காக்கும் பொறுப்பு உள்ளது",

"இந்தக் கைதி மன அதிர்ச்சிக்குள்ளாகியுள்ளார்",

"இவருக்கு வயதாகிவிட்டது" - என்றெல்லாம் இந்த அதிகாரிகள் யாரொரு கைதி குறித்தும் கருதினால் அந்தக் கைதியின் விடுதலைக்காகவும் அவர்கள் செயல்படுவார்கள்.

2.1 ஆம் கலிங்கத்துப் பாறைச் சாசனத்திலிருந்து:

"தேவனாம்பிரிய மன்னர் நீதிபரிபாலிக்கும் பணியில் உள்ள மகாமாத்திரர்களுக்கு இவ்வாறு ஆணையிடுகிறார்: 'நீங்கள் இதைக் கவனத்தில் இருத்த வேண்டும். சட்டத்திற்குப் பணிந்து நடக்கும் சிலரும் சிறையில் அடைக்கப்படுகின்றனர். கொடுமையாக நடத்தப் படுகின்றனர். காரணமில்லாமல் கொல்லவும் படுகின்றனர். இதனால் மக்கள் துயருறுகின்றனர். ஆகையால் நீங்கள் சார்பின்றி நேர்மையாக நடக்க வேண்டும்'..."

"... இந்தச் சாசனம் கீழ்க்கண்ட நோக்கத்திற்காக இயற்றப்படுகிறது: நகரங்களில் நீதிபரிபாலனம் செய்யும் அதிகாரிகள் தங்கள் கடமைகளைச் சரிவர நிறைவேற்ற வேண்டும். அவர்களது அதிகாரத்தின் கீழுள்ள மக்கள் நேர்மையற்ற முறையில் சிறையில் அடைக்கப்படுவது, அல்லது கொடுமையான தண்டனைகளுக்கு ஆட்படுத்தப்படுவது முதலியவற்றால் துன்புறுத்தப் படாமல் பார்த்துக் கொள்வது உங்கள் கடமை. உங்கள் முழு வலிமையையும் பயன்படுத்தி இதை நீங்கள் செயல்படுத்த வேண்டும்..."

3.4 ஆம் கற்தூபிச் சாசனத்திலிருந்து:

"மக்களின் வேண்டுதல்களைக் கேட்டு நீதியை நிலைநாட்டும் பொறுப்பு ராஜ்ஜுகர்களுடையது. அவர்கள் அச்சமின்றியும் அக்கறையோடும் தம் கடமையை நிறைவேற்ற வேண்டும். சட்டத்தைச் செயல்படுத்துவதிலும், தண்டனை வழங்குவதிலும் (ஏழை / பணக்காரர் உயர்ந்தோர் / தாழ்ந்தோர் என்கிற வேறுபாடுகள் இன்றி) அனைவர்க்கும் பொதுவாக நீதி பரிபாலிக்க வேண்டும் என்பதே என் விருப்பம்.

இன்னும் கூட நான் ஒன்றைச் சொல்வேன். முறையாக விசாரிக்கப்பட்டு மரண தண்டனை விதிக்கப்பட்டவர்களை உடனே தண்டனையை நிறைவேற்றாமல் அவர்களை மூன்று நாட்கள்வரை சிறையில் அடைத்திருக்கலாம். இந்த நாட்களில் அவர்களின் உறவினர்கள் அவர்களின் மரண தண்டனையை ரத்து செய்ய விண்ணப்பிக்கலாம். அப்படி விண்ணப்பிக்க யாரும் இல்லையெனில் அடுத்த உலகில் புண்ணியம் தேடிக் கொள்வதற்கு அவர்கள் தானங்கள் செய்யலாம். அல்லது உபவாசம் இருக்கலாம். எஞ்சியுள்ளது கொஞ்ச காலமே ஆனாலும் அதை அடுத்த உலக வாழ்க்கைக்கு நன்மை தேடப் பயன்படுத்த வேண்டும். மக்கள் மத்தியில் தம்மப் பயிற்சி, தான்ம் செய்யும் பண்பு, சுய கட்டுப்பாடு ஆகியவை வளர வேண்டும் என்பதே என் விருப்பம்."

4.5 ஆம் கற்தூபிச் சாசனத்திலிருந்து...

"எனது முடிசூட்டுக்குப் பிந்திய இந்த 26 ஆண்டுகளில் இருபத்தைந்து முறைகள் சிறைவாசிகள் மன்னிப்பு வழங்கி விடுதலை செய்யப்பட்டுள்ளனர்."

★★★

ஏற்றத்தாழ்வுகள் இல்லாமல் மிகவும் நேர்மையாக நீதிபரிபாலனம் செய்யப்படவேண்டும், எக்காரணம் கொண்டும் அப்பாவிகள் தண்டிக்கப்படக் கூடாது, சிறைவாசிகளை தொடர்ந்து அதிகாரிகள் சந்தித்துக் குறைகளை அறிந்து, தேவையானோருக்கு மன்னிப்பு வழங்கி விடுதலை செய்ய ஆவன செய்ய வேண்டும். ஆண்டுதோறும் பொது மன்னிப்பு அளித்து சிறைக்கைதிகள் விடுதலை செய்யப்பட வேண்டும், மரணதண்டனைக் கைதிகளுக்குத் தண்டனை உடனே நிறைவேற்றப்படாமல் அவர்களின் தண்டனை குறைப்பிற்கு வாய்ப்பளிக்கப்பட வேண்டும்.

இவையே தேவர்களுக்கு உகந்த மாமன்னராகிய அசோகரின் சிறைச் சீர்திருத்தம் மற்றும் நீதிபரிபாலனக் கொள்கைகளாக இருந்தன.

19. மார்க்சியமும் பவுத்தமும் : புத்தர் நாகார்ஜுனர் கார்ல் மார்க்ஸ் தலாய்லாமா : ஒரு குறிப்பு

புத்தர் மிகப்பெரிய தத்துவ விசாரங்களில் தன்னை ஈடுபடுத்திக்கொண்டதில்லை. அன்று கங்கைச் சமவெளியில் நடந்துகொண்டிருந்த பல்வேறு தத்துவப் போக்குகள் மற்றும் அவற்றின் மூலம் எழுப்பப்படும் கேள்விகள் ஆகியவற்றிற்கு புத்தர் உரிய முக்கியத்துவம் அளித்து அவற்றை எதிர்கொள்ளவில்லை என்கிற விமர்சனத்தை அவர் மீது அவரது சீடர்கள் வைத்ததையும் இத் தொடரில் முன்பொருமுறை கண்டோம்.எனினும் புத்தருக்குப் பிந்திய ஆறேழு நூற்றாண்டுகளில் பவுத்த தர்க்கம் அதற்கே உரிய தனித்துவத்துடன் பிற இந்தியத் தத்துவங்களை எதிர்கொண்டது. அதில் காஞ்சி நகரை மையமாகக் கொண்டு இயங்கிய தமிழ் பவுத்த அறிஞர்களின் பங்கு மிக முக்கியமானது என்பது மட்டுமல்ல அவை பிற இந்தியப் போக்குகளிலிருந்து மட்டுமல்லாது அரிஸ்டாட்லியப் பாரம்பரியத்தில் வந்த மேலைத் தத்துவ மரபிலிருந்தும் வேறுபட்டுத் தனித்துவத்துடன் விளங்கிய ஒன்று அது குறித்துச் சற்றுச் சுருக்கமாகப் பார்க்கலாம்,

இன்று பவுத்த தத்துவம் அதற்குறிய தனித்துவத்துடன் உலகின் முக்கிய தத்துவப் போக்குகளில் ஒன்றாக விளங்குகிறது, அதன் தனித்துவத்தை நவீன சிந்தனையாளர்களான லெவி ஸ்ட்ராஸ் வரை அங்கீகரிக்கின்றனர். மேலைத் தத்துவங்கள் அனைத்தும் அரிஸ்டாட்டலியப் பாரம்பரியத்தில் வந்தவை. அதில் ஒரு

முக்கிய இடையீடாக உருப்பெற்றது மார்க்சியம்தான். இதைச் சற்று விளக்கமாகப் பார்க்கலாம்.

அரிஸ்டாட்டலியப் பாரம்பரியத்தில் அமைப்பியல் தொடங்கி பின் நவீனம் வரை இன்று ஏற்படுத்தியுள்ள மிகப் பெரிய அதிரடி மாற்றங்களைச் சற்றே ஒதுக்கிவைத்துப் பார்த்தால் இதுவரை மேலைத் தத்துவமாக அறியப்பட்டவை "முரண்பாடு" (contradiction) என்பதை ஒரு தத்துவார்த்தக் கருத்தாக்கமாக ஏற்றதில்லை. சரியாகச் சொல்வதானால் முரண்பாடுகளின் இருப்பை அரிஸ்டாட்டில் தொடங்கி மேலைத் தர்க்கப் (logic) பாரம்பரியம் அங்கீகரிப்பதில்லை. எந்த ஒரு கூற்றும் (statement) "உண்டு" அல்லது "இல்லை" என்கிற இருமை எதிர்வுக்குள் (binary opposition) அடங்க வேண்டும். எந்தக் கூற்றும் ஒன்று "சரி" யாக இருக்க வேண்டும் அல்லது "தவறு" ஆக இருக்க வேண்டும். ஏதொன்றும் இந்த இரண்டுக்கும் இடையில் ஒரே நேரத்தில் சரியானதாகவும் தவறானதாகவும்- இருக்கும் வாய்ப்பை எதிரொலிப்பதாக அமையக் கூடாது. முரண்பாடுகளுக்கு இடமற்றதாகவே எந்த ஒரு கூற்றும் அமைய வேண்டும். முரண்பாடுகளுக்கு இடையில் மூன்றாவதாக ஏதொன்றும் இருக்க முடியாது என்பதை "இடைப்பட்ட ஒன்றை ஏற்க மறுக்கும் கோட்பாடு" (*Principle of Excluded Middle*) என மேலைத் தத்துவத்தில் குறிப்பர். மூன்றாவதற்கு இடமில்லை (*tertium non datur*) என இடைப்பட்ட இருப்பு பறந்தள்ளப்படும். அதோ அந்த மலையிலிருந்து புகை வருகிறது என்றால் மேலைத் தத்துவ அடிப்படைகளின்படி அங்கே நெருப்பு இருக்க வேண்டும் என்பதே

சரியான கூற்று. வேறு சாத்தியம் ஏற்கப்படுவதில்லை. பவுத்தம் இதை ஏற்பதில்லை. இதைச் சற்று விரிவாகப் பார்க்கலாம்.

பவுத்தத் தத்துவப் போக்குகளில் ஒன்றான நாகார்ஜுனரின் (கி.பி150-250) "மாத்யமிகா" அணுகல் முறையில் (மகாயன பவுத்த மரபு) முன்வைக்கப்படும் "நான்கு மூலைகள்" (சதுஷ்கோடி) எனும் கருத்தாக்கம் இங்கே கருதத்தக்கது. "உண்மை", "பொய்" என்கிற இரண்டிற்கும் அப்பால் ஏதேனும் ஒன்று ஒரே நேரத்தில் "உண்மையாகவும் பொய்யாகவும்" இருக்க முடியும் என்பது மட்டுமல்ல "உண்மையாகவும் இல்லாமல், பொய்யாகவும் இல்லாமலும்" கூட ஒன்று இருக்க முடியும் என்றார் அவர். இந்த நான்கு சாத்தியங்களுக்கும் நாகார்ஜுனரின் தத்துவம் இடமளிக்கிறது. மேலைத் தத்துவங்களில் காண இயலாத தனித்துவம் இது.. எடுத்துக்காட்டாக "அதோ அந்த மலையிலிருந்து புகை வருகிறது" எனும் கூற்றைச் சொல்வார்கள். புகை இருந்தால் நெருப்பிருக்கும் என்பதாக மட்டுமே கொண்டு ஏதேனும் ஒரு முடிவுக்கு வந்துவிடக் கூடாது. வேறு சாத்தியங்களும் உண்டு.

எல்லாவற்றையும் ஆம் / இல்லை என்கிற இரட்டை எதிர்விற்குள் (binary oppositions) அடக்கிவிட முடியாது. இரண்டிற்கும் இடைப்பட்ட சாத்தியங்கள் உண்டு என்பதை நவீன இயற்பியலும் (physics) ஏற்கிறது, ஐன்ஸ்டினில் சார்பியல் கோட்பாடு (Relativity Theory), டீ ப்ராக்லியின் பொருட்களின் இரட்டைப் பண்பு குறித்த கோட்பாடு (Dual Nature of Matter), ஹெய்சன்பர்கின் உறுதியின்மைக் கோட்பாடு (Uncertainty Principle) முதலியன இத்தகைய ஆம் / இல்லை எனும் இரட்டை எதிர்வுகளைச் சென்ற நூற்றாண்டில் நொறுக்கித் துவம்சமாக்கியதை நான் எனது பின்நவீனத்துவம் குறித்த கட்டுரைகளில் விரிவாக விளக்கியுள்ளேன்,

மீண்டும் தொடங்கிய இடத்திற்கு வருவோம். இந்த வகையில் பவுத்தம் மேலைத் தத்துவங்களைப்போல அல்லாமல் முரண்பாடுகளைத் தீண்டத் தகாதவையாகப் புறம் தள்ளுவதில்லை. முரண்பாடுகளை அது ஏற்கிறது. இங்கேதான் மார்க்சியம் முரண்பாடுகளுக்குக் கொடுத்த முக்கியத்துவம் நம் நெஞ்சில் உறைக்கிறது. எல்லாவற்றுக்குள்ளும் முரண்பாடுகள் இருக்கும். முரண்பாடுகளுக்குள் மோதல் இருக்கும். மோதல்களின் ஊடாகவே சமூக இயக்கம் சாத்தியமாகும் என்பதுதான் மார்க்சீய இயங்கியலின் அடிப்படை.

மேலைச் சிந்தனையில் பெரும்புரட்சியை ஏற்படுத்திய 'பின் அமைப்பியல்' மற்றும் 'பின் நவீனத்துவ' கருத்துக்களை விளக்க முயலுவோர் க்ளாட் லெவி ஸ்ட்ராசிலிருந்துதான் தொடங்குவர். அவர், "மார்க்சியமும் புத்திசமும் ஒரே காரியத்தைத்தான் செய்கின்றன. ஆனால் வெவ்வேறு மட்டங்களில் *(Marxism and Buddhism are doing the same thing, but at different levels)* எனக் கூறியது *(1955)* குறிப்பிடத்தக்கது.

பவுத்தத் தரப்பிலிருந்தும் இது ஏற்றுக்கொள்ளப்பட்டுள்ளது. திபெத்தின் 14வது தலாய்லாமா வணக்கத்துக்குரிய டென்சின் கியாஸ்டோ அவர்கள்,

"நவீன பொருளாதாரக் கோட்பாடுகள் எல்லாவற்றிலும் மார்க்சியம் மட்டுமே அற அடிப்படையில் அமைந்த ஒன்று. முதலாளியத்தைப் பொறுத்தமட்டில் லாபம் மற்றும் லாபத்தை ஈட்டும் வழிகள் மட்டுமே முக்கியம்... சோவியத் யூனியனின் வீழ்ச்சி என்பது என்னைப் பொறுத்தமட்டில் அது மார்க்சியத்திற்கு ஏற்பட்ட தோல்வி அல்ல. அது எதேசாதிகாரத்தின் *(totalitarianism)* தோல்வி மட்டுமே. இந்தக் காரணத்தால்தான் நான் இன்னும் என்னை ஒரு அரை மார்க்சிஸ்ட் அரை புத்திஸ்ட் எனச் சொல்லிக் கொள்கிறேன்"- என சோவியத் வீழ்ச்சியை மார்க்சியத்தில் தோல்வியாக முன்வைத்துப் பேசப்பட்ட சொல்லாடல்களின் போது *(1993)* கூறியது குறிப்பிட்டத்தக்கது.

வணக்கத்துக்குரிய டென்சின் கியாஸ்டோ அவர்கள் அத்தோடு நிறுத்தவில்லை. தொடர்ந்து அவர், "பவுத்தம் எதை மனிதர்களுக்கான பேரின்பத்தின் உச்சம் எனச் சொல்கிறதோ அந்தச் சூன்ய நிலையில் *(state of nothingness)* மனதை வைத்துக்கொண்டு மேலும் கீழுமாக நடந்து கொண்டுள்ள ஒரு 'வாக்கிங் ஸ்டிக்' போல நான் ஆகிவிட்டேன்" என கார்ல் மார்க்ஸ் ஒருமுறை கூறியுள்ளதையும் மேற்கோள் காட்டினார். மார்க்சியம் தொழிலாளி வர்க்கம் *X* முதலாளிவர்க்கம் என்கிற முரண்பாடுகளை முன் வைப்பதோடு நிறுத்திவிடுவது இல்லை. இரண்டுக்கும் இடையிலான முரண்பாடுகளின் இருப்பை அது ஏற்றுக்கொள்கிறது. சொல்லப்போனால் அதற்கு அது அதிக முக்கியத்துவம் அளிக்கிறது. அதோடு நிறுத்திவிடாமல் அந்த முரண்பாடுகளை எவ்வாறு கையாள வேண்டும் என்பதை அது அதிகம் பேசுகிறது.

நல்லது *X* கெட்டது, சரி *X* தவறு, எதிரி *X* நண்பன், ஆண் *X* பெண், இந்து *X* முஸ்லிம் முதலான இரட்டை எதிர்வுகள் *(binary oppositions)* மூலமாகவே உலகைப் பார்ப்பது வன்முறை மட்டுமல்ல. அது உலகைப் புரிந்துகொள்வதற்கான வழிமுறை அல்ல என்பது ஆக முக்கியம்.

மார்க்ஸ் மேலைத் தத்துவ மரபுகளில் ஒன்றான ஹெகலிய மரபில் வந்தவர்தான் என்ற போதிலும் அவர் "ஹெகலைத் தலைகீழாகக் கவிழ்த்தவர்" என அறிஞர்களால் வகைப்படுத்தப்பட்டவர். அந்த வகையில் அவரது சிந்தனைகள் அவருக்குப் பின் வந்த இன்றைய நவீன சிந்தனைகளுக்கு மிக நெருக்கமானவை.

புத்தருக்கும் நாகார்ஜுனருக்கும் இடையில் சுமார் 750 ஆண்டு கால இடைவெளி உள்ளது. புத்தருக்கும் தின்னாகர், தருமகீர்த்தி ஆகியோருக்கும் இடையில் ஓராயிரம் ஆண்டு காலம் ஓடி விடுகிறது. இடையில் பவுத்தத்தில் பெரிய மாற்றங்கள் நிகழ்ந்து விடுகின்றன. கடவுளின் இருப்பை மறுத்தவர் புத்தர். பின்னவர்கள் புத்தரே கடவுளாக்கப்பட்ட காலத்தில் வாழ்ந்தவர்கள். இந்த வேறுபாடுகள் இருந்தபோதும் பின்னாளில் வளர்ந்தெழுந்த பவுத்த தர்க்கம் புத்தரின் அடிப்படைக் கோட்பாடுகளை விட்டுவிடவில்லை. வைதீகத் தத்துவங்களிலிருந்து அது முரண்பட்டே வந்தது. எல்லாம் இயக்கத்தில் உள்ளது என்கிற பவுத்த அடிப்படையை அது துறக்கவில்லை. இங்கு பேசப்படும் இருமை எதிர்வு என்பதும் கூட

புத்தர் உரைத்த ‘ஓடிக்கொண்டிருக்கும் நீரில் இந்தக் கணத்தில் இருக்கும் நீர்த்துளி அடுத்த கணத்தில் இருப்பதில்லை’ எனும் கருத்தாக்கத்தின் அடிப்படையில் உருவானதுதான்.

இந்தப் பின்னணியோடு நாம் மணிமேகலைக்குத் திரும்புவோம். ஒரு முக்கிய தத்துவ விசாரங்களின் மையமாக காஞ்சி உருப்பெற்றுக் கொண்டிருந்த தொடக்கத்தில் இயற்றப்பட்டது மனிமேகலை. பவுத்த தர்க்கப் போக்கை உருவாக்கியவர்களில் ஒருவரான தின்னாகர்தான் சாத்தனாரின் கைவண்ணத்தில் அறவண அடிகளாக இடம்பெறுகிறார் என்றொரு கருத்தும் உண்டு.

நூல் குறித்த ஒரு முன்னுரைப்பாக அமைகிறது மணிமேகலையின் பதிகம். இதனைக் “கதை பொதி பாட்டு” எனக் கூறுவதும் உண்டு. அதாவது நூலின் அமைவு, கதைப்போக்கு ஆகியவற்றைச் சுருக்கமாக அறிமுகம் செய்யும் பகுதி இது. அன்று விளங்கிய பல தத்துவப் போக்குகளையும் ஒரு ஆணைப் போல பொய் உருக் கொண்டு கேட்டறிந்த மணிமேகலை அப்பொய்யுருவைக் களைந்து ஒரு தவமுனியாய் வடிவு கொண்டு அறவணரின் பாதத்தை வணங்கி தரும நெறிகளைக் கேட்கலானாள் என காவியத்தின் இறுதிப் பகுதி குறித்துக் கூறுகிறது இப்பதிகம். “மணிமேகலை துறவு” எனும் இக்காவியம் முப்பது பாட்டுக்களாக அமைக்கப்பெற்றது எனவும், பெரும் வண்மை மிக்க தமிழ்த்திறம் கொண்டதாக இதனை ஆக்கியவர் வளம்மிக்க தானிய வணிகரான சாத்தனார் எனவும், அவர் கூற இளங்கோ அடிகள் அருள்கூர்ந்து அதனைக் கேட்டதாகவும் கூறும்.

இவ்வாறு நூற்பாயிரம் மணிமேகலைக் காவியத்தை “மணிமேகலை துறவு” எனக் கூறுவது கவனத்துக்குரியது. நீலகேசி உரையிலும் இக்காவியம் பற்றி இவ்வாறே ஒரு குறிப்பு உண்டு. காவியம் என்பதற்கான பொருள் *(subject matter)* குறித்து விளக்கும்போது அறம், பொருள், இன்பம், வீடு எனும் நான்கு நிலைகளையும் அது தன்னகத்தே கொண்டிருக்க வேண்டும் என இந்தியக் காவிய மரபு வகுப்பதை அறிவோம். பல்வேறு வகைகளில் தனித்துவம் மிக்கதாக விளங்கும் இன்னொரு முக்கிய தமிழ்க் காப்பியமான சிலப்பதிகாரம், காப்பியம் உரைக்க வேண்டிய இறுதி நிலையாகிய “துறவு” என்பதில் முடிவதில்லை. மணிமேகலையோ ஒரு வகையில் மாதவியின் துறவோடு தொடங்குகிறது. மணிமேகலை எனும் சிறுபெண், பல்வேறு இடர்ப்பாடுகளை எல்லாம் தாண்டி,

துறவுக்குரிய ஏதுக்களை எல்லாம் அடைந்து முற்றிக் கனிந்து துறவு நிலை அடையும் வரலாற்றைச் சொல்வது. அந்த வகையில் இந்த இரு காப்பியங்களையும் ஒருசேரக் கொண்டு அறம், பொருள், இன்பம், வீடு எனும் நான்கு நிலைகளையும் அகத்தே கொண்ட இரட்டைக் காப்பியங்களாகக் குறிப்பதுண்டு.

சிலப்பதிகாரத்தின் அடைக்கலக் காதையில் கோவலன் மாடலனிடம் தான் கண்ட தீய கனவொன்றைச் சொல்வான். "பெருநகர் ஒன்றில் கீழ்மகன் ஒருவனால் கண்ணகி நடுங்கித் துயருறும் நிலை ஏற்படுகிறது. நான் ஆடையின்றி எருமை ஒன்றின் மீது ஊர்ந்து செல்கிறேன். அதன் பின் என் அழகிய மனைவியோடு பிறப்பறுத்தார் பெறும் பேறை அடைகிறேன். பின்னர் காமக் கடவுள் வெறுத்துப் போய்த் தன் மலரம்புகளை எறிந்துவிட்டு கையறுநிலை அடைந்து ஏங்கும் வண்ணம் அணிதிகழும் போதி அறவோனிடம் மாதவி மணிமேகலையை அடைக்கலமாக்குகிறாள்..." (சிலம்பு *15: 95 -105)* எனக் கண்ட கனவின் ஊடாக மணிமேகலை பவுத்த துறவி ஆவாள் என்பதைச் சொல்வான். இதன் ஊடாக இளங்கோ அடிகள் இரு காப்பியங்களையும் இணைத்து அறம்,பொருள், இன்பம், வீடு எனும் நான்கு புருடார்த்தங்களும் தோன்றப் பெறும் இரட்டைக் காப்பியங்களாக முன்னிறுத்துவதாகவும், இரண்டு காப்பியங்களையும் இப்படி ஒன்றாக இணைத்துப் பார்க்க வேண்டும் என்கிற எண்ணம் இளங்கோ அடிகளுக்கே இருந்தது எனவும் இதற்கு விளக்கமளிப்பதுண்டு

(Dr.S.Krishnaswami Iyangar, Manimekalai in its Historical Settings).

20. புத்த நெறியும் பக்தி வழியும்

(சென்னைப் பல்கலைக்கழக அறக்கட்டளைச் சொற்பொழிவு)

அமைப்பாக்கப்பட்ட இந்தியப் பெரு மதங்கள் யாவும் ஏதோ ஒரு வகையில் வேத உபநிடதங்களுடன் தொடர்பு உடையனவாகவே உள்ளன. வேதங்களைப் பிரமாணமாகக் கொண்டோ, இல்லை மறுத்தோ, இல்லை அவற்றுடன் சமரசமாகியோதான் இந்திய மதங்கள் அனைத்தும் உருவாயின.

கிறுஸ்துவுக்கு முந்தைய அப்தத்தில் கங்கைச் சமவெளியில் மெல்லப் பரவிய வைதிக மதத்தின் வேள்விச் சடங்குகள், வருணப் பிரிவினைகள், இவற்றோடு உருவான அரசுருவாக்கங்கள் பழங்குடியரசுகளை அழித்துத் தம்வயமாக்ம்நிலை, தனிச் சொத்தின் பெருக்கம், பொருள் வேட்கை, போர்கள் ஆகியவற்றுக்கு எதிராக அன்று உருவான சிரமணப் பிரிவுகள் எவ்வாறு ஒரு எதிர்க் கலாச்சார இயக்கமாக விளங்கின என்பதை ரொமிலா தப்பார் முதலானோர் சுட்டிக்காட்டியுள்ளனர்(1). “த்வாஸட்டி திட்டி கதானி” என்கிற பாலி மொழி வாக்கிலிருந்து அன்று குறைந்தது 62 சிரமணப் பிரிவுகள் இருந்ததாகத் தெரிகிறது. இவற்றுள் மகாவீரர், பூரண கஸ்யபன், மற்கலி கோசலன், அஜித கேசகம்பலன், பகுத கச்சாயனன், சஞ்சய பேலட்ட புத்தன், நிகண்ட நாத புத்தன், ஆகியோரது சங்கங்களுடன் இறுதியில் தன்னை இணைத்துக் கொண்ட கோதம புத்தனின் ஆக இளைய சங்கம் விரைவாகப் பெரியதாய் வளர்ந்தது. வைதிகத்தின் அடிப்படைகளை மறுத்த

இவற்றைப் பொதுவாக அவைதிக மதங்கள் *(hetrodox / heretic)* என அழைக்கலாம். 'மதங்கள்' என்பதைக் காட்டிலும் 'மதப் பிரிவுகள்' அல்லது 'நெறிகள்' எனச் சொல்வது பொருத்தம்.

வேத உபநிடதங்களின் ஊடாக, பிரபஞ்சம், மனித இருப்பு, முக்தி முதலானவற்றிற்கு வைதிகம் அளித்த விளக்கங்களுக்கும் அவற்றினூடாக எழும்பிய கேள்விகளுக்கும் இச் சிரமண இயக்கங்கள் வெவ்வேறு வகைகளில் பதிலிறுத்தன. பவுத்தம் இவற்றை எதிர்கொண்ட விதத்தைப் பார்க்கும் முன் ஒன்றை நாம் மனதிற்கொள்ள வேண்டும். வைதிகத்திலிருந்து மட்டுமன்றி உலகப் பெரு மதங்கள் பலவற்றிலிருந்தும் பவுத்தம் முக்கியமான பல அம்சங்களில் வேறுபட்டு நின்றது. பவுத்த அளவையியல் குறித்து விரிவாக ஆய்வு செய்த ருஷ்ய அறிஞர் ஷெர்பாட்ஸ்கியால் "இந்தியாவின் காண்ட்" என அழைக்கப்பட்டவரும் புத்தருக்கு ஆயிரம் ஆண்டுகளுக்குப் பின் தமிழ்நாட்டில் தோன்றியவருமான தருமகீர்த்தி, "முட்டாள்தனத்தின் ஐந்து பண்புகள்" எனக் கீழ்க் கண்டவற்றைக் குறிப்பார். அவை:

1. வேதங்களின் ஆணையை ஏற்றுக் கொள்ளுதல்,
2. ஒருவனைப் படைத்தவனாக அங்கீகரித்தல்,
3. புனித முழுக்கிட்டுப் பெருமைகளைத் தேடுதல்,
4. சாதீயத்தின் பொய்மை,
5. பாவங்களைப் போக்கிக் கொள்வதற்காக உடலை வருத்துதல்.

இவை அனைத்தும் உலக மதங்கள் பலவற்றின் பொதுப் பண்புகளாக இருப்பதை ஒருவர் எளிதில் உணர இயலும். கடவுளாக ஒருவரை ஏற்பது, அருளப்பட்ட புனித நூலாக ஒன்றைத் தொழுவது, புனிதத்தலங்களுக்கு யாத்திரை செல்வது, சமூக ஏற்றத் தாழ்வுகளுக்கு ஏற்பு வழங்குவது, நோன்பு முதலான வடிவங்களில் உடலை வருத்தச் செய்து பாவங்களைப் போக்கிக்கொள்வது ஆகியவற்றையே உலகத் துயர்களிலிருந்து மட்டுமின்றிப பிறவித் துயரிலிருந்தும் விடுபடும் வழிமுறைகளாகவே உலக மதங்கள் கூறிவந்துள்ளன.

இந்த 'முட்டாள் தனங்களை' பவுத்தம் மறுப்பதால்தான் அதனை ஒரு 'மதமாக' ஏற்பதிலேயே பிரச்சினைகள் வந்துவிடுகின்றன.

பவுத்தம் ஒரு மதமல்ல. அது ஒரு 'தம்மம்', வாழ்நெறி, அவ்வளவுதான்.

புத்தர் நபிகளைப் போல ஒரு இறைத்தூதரோ, இயேசுவைப்போல கடவுளின் மகனோ கிருஷ்ணரைப் போல ஒரு அவதாரமோ கிடையாது. அவர் ஒரு 'ததாகதர்'. இவ்வழியே வந்தவர் இப்படியே போனவர். பன்மொழி வல்லுனரும் பவுத்தவியல் அறிஞருமான ராகுல சாங்கிருத்தியாயன் பவுதத்தின் நான்கு அடிப்படைக் கோட்பாடுகளாகக் கீழ்க்கண்டவற்றைச் சொல்வார். அவை:

1. கடவுளை ஏற்றுக் கொள்ளாதது. ஏற்றுக் கொண்டால் மனிதர்கள் அவரவர்களின் செயல்களுக்குப் பொறுப்பாக மாட்டார்கள்.

2. ஆன்மாவை நிரந்தரமானது, அழிவற்றது என ஏற்காதது, ஏற்றுக்கொண்டால் அது முக்திக்குச் சாத்தியமில்லாததாகிவிடும்.

3. எந்த ஒரு நூலையும் கடவுள் அருளியதாக ஏற்றுக் கொள்ளாதது. ஏற்றுக்கொண்டால் அறிவையும் அனுபவத்தையும் எதற்கும் ஆதாரமாகக் கொள்ள இயலாததாகிவிடும். அறிவு வளர்ச்சி தடைபட்டுவிடும்.

4. வாழ்வின் பிரவாகம் இந்தத் தற்காலிக உடம்பிற்கு மட்டுமே சொந்தமாகக் கருதாதிருப்பது. அப்படிச் கருதினால் வாழ்வும் நிகழ்வுகளும் காரண காரிய விதிகளுக்கு அப்பாற்பட்டதாகிவிடும்.

ஆன்மாவை நிரந்தரமானதாகவும் அழிவற்றதாகவும் வைதிகம் முன் வைத்தது. ஆன்மா நிரந்தமானதன்று; இந்த உடலோடு அதுவும் அழிந்துவிடும் எனப் பல சிரமண மதங்கள் வலியுறுத்தின. தன்னுடைய நெறியை 'மஜ்ஜிம பதிபாதம்' (நடுநிலைப் பாதை) என வரையறுத்த புத்தரோ இந்த இரு நிலைகளிலிருந்தும் வழுவி மனித வாழ்வை ஆன்மா இல்லாதது; அனாத்மன் ('அனத்த') என்றார்.

ஆத்மாவை நிரந்தரமானதாகவும் அழிவற்றதாகவும் ஏற்கும் போது அது வாழ்வின் சாரமாக (essence) ஆகிவிடுகிறது. அதாவது வாழ்வின், பிறவியின் வடிவங்கள் வேறுபடலாம். ஆனால் எல்லா மனிதர்க்கும், உயிர்கட்கும் சாரம் ஒன்றே. அதுவே பிரபஞ்சத்தின் சாரமும் கூட. 'ப்ரும்மம்' எனப்படுவதும் அஃதே.

ஆக, மனிதன் = ப்ரும்மம் / பிரபஞ்சம் =ஆத்மன் என்பதே வேத உபநிடதங்கள் முன்வைத்த சாராம்ச வாதம். வாழ்வு, பிறவி, முக்தி ஆகியன குறித்து பிருகதாரண்ய உபநிடதம் கூறுவதைக் கீழ்கண்டவாறு சுருக்கலாம்:

1. மனிதனது கருமங்களுக்கு ஏற்ப மறுபிறவி அமைகிறது. தூய கருமம் கவுரவிக்கப்படும். தீட்டான கருமம் தண்டிக்கப்படும்.

2. வேதங்களில் விதிக்கப்பட்டதைச் செய்யவதே தூய கருமம் (அதாவது சுய தருமம் பேணுதல்).

3. பிறவிச் சுழலிலிருந்து தப்புவதற்கான ஒரே வழி ப்ரும்மத்தை அறிவதே. ப்ரும்மத்தை அறிவது எப்படி? வேதங்களின் மெய்ப்பொருளே ப்ரும்மம். ப்ரும்மத்தை அறியும்போது உயிர் அத்துடன் கலந்துவிடுகிறது.

4. சாரமான ஆத்மா மாறுவதில்லை. அது இருப்பது, 'சத்'. (That which exists (opposed to becoming).

ஆக சாராம்சம் என்பதனூடாக சுயதர்மம் என்பது ஏற்கப்படுகிறது. சுயதர்மத்தை நிறைவேற்றுவதன் மூலமே நற்கருமத்தை ஆற்ற இயலும். அதன் மூலம் நற்பிறவி எய்தலாம். எனினும் பிறவிப் பெருங்கடலைக் கடப்பதற்கு ப்ரும்மத்தை அறிந்தாகவேண்டும். ப்ரும்மத்தை அறிய ஒருவன் வேதங்களின் மெய்ப்பொருளைக் கண்டடைய வேண்டும். வேதங்களின் மெய்ப்பொருளைக் கண்டடைய பிராமணப் பிறவி வரை அவன் காத்திருக்க வேண்டும் என்றாகிறது.

இப்படியான ஒரு பிராமண மேன்மை, வேள்விப் பண்பாடு, அரசுருவாக்கங்களினூடாக பழைய இனக் குழுக்கள் அழிக்கப்படுதல், ஓயாத போர் இவற்றினூடாக சமண, பவுத்த மதங்கள் கங்கைச் சமவெளியில் கிறிஸ்து பிறப்பதற்கு முந்தைய நூற்றாண்டுகளில் வளர்ந்தன. வேத மொழியான சமஸ்கிருதத்திற்கு மாறாக இவை அன்றைய மதங்களின் பேச்சு மொழிகளான பிராகிருதம், பாலி ஆகிய உள்ளூர் மொழிகளில் *(vernaculars)* இயங்கின.

கிட்டத்தட்ட இதே சூழல் சங்க இறுதிக் காலத் தென்னகத்தில் நிலவியது. ஒரு பக்கம் வைதீக மதங்கள், வேள்விச் சடங்குகள், பார்ப்பனர்களுக்குத் தானம் வழங்குதல் முதலியன நிகழ்ந்து கொண்டிருக்கும் போதே இன்னொரு பக்கம் இடைப்பட்ட சில நூற்றாண்டுகளில் பண்பு மாற்றம் பெற்றிருந்த சமண பவுத்த மதங்கள் ஒரு பக்கம் அடித்தள மக்கள் மத்தியிலும் இன்னொரு பக்கம் நகர்ப்புறம் சார்ந்து பெரு வணிகம் மற்றும் அரசாதரவுகளுடனும் செழித்திருந்தன. அவற்றின் செல்வாக்கு,

சமண பவுத்தச் சங்கங்களிடம் குவிந்திருந்த வளம் முதலியவற்றுக்கு சங்கத்திற்குப் பிந்திய காப்பியங்கள், இந்த அவைதீக மதங்களுக்கு எதிராக வைதீகத் தரப்பிலிருந்த எழுதப்பட்ட நூல்கள் (எ.டு: மத்தவிலாசப் பிரகசனம்) முதலியன எடுத்துக்காட்டுகள்.

இந்தப் பின்னணியில் கிறிஸ்து அப்தத்திற்குப் பிந்தைய சில நூற்றாண்டுகளில் உருவான தமிழ் பக்தி இயக்கம் குறித்து விரிவான ஆய்வுகள் செய்யப்பட்டுள்ளன. பக்தி இலக்கியங்களான சைவத் திருமுறைகள், வைணவப் பிரபந்தங்கள், பெரிய புராணம் முதலானவை குறித்து மிக விரிவான ஆய்வுகளை பா.அருணாசலம், மா.இராசமாணிக்கனார், சிவகவிமணி சி.கே. சுப்பிரமணிய முதலியார், மு.இராகவையங்கார் முதலியோர் செய்துள்ளனர். தமிழ்ப் பக்தி இயக்கத்தை வரலாறு மற்றும் பொருளியல் பின்னணியில் வைத்து பேரா.க.கைலாசபதி, கோ.கேசவன், ஜார்ஜ்ஸ்பென்சர், ஆர்.சம்பகலக்ஷ்மி முதலானோர் ஆய்ந்துள்ளனர்(4). இத்தகைய ஆய்வுகளிலிருந்து நாம் அறியப் பெருவனவற்றைக் கீழ்க்கண்டவாறு சுருக்கிக் கூறலாம். சங்க இறுதி நூற்களான பரிபாடல், கலித்தொகை, திருமுருகாற்றுப்படை ஆகியவற்றிலேயே பக்தி இலக்கியக் கூறுகள் தென்படத் தொடங்கிவிட்டன(5). தமிழ்ப் பண்பாடு மற்றும் மத உருவாக்கத்தில் சில முக்கிய மாற்றங்கள் நிகழ்ந்துள்ளதை இவை அறியச்செய்கின்றன. அவை:

(அ). கோவில் வழிபாட்டின் தொடக்கம். கோயில் என்பது தென் இந்தியக் கலாச்சாரத்தின் ஒரு முக்கிய குறியீடாக உருப்பெருகிறது.

(ஆ). அனைத்து மக்களுக்குமான தனிப்பெரும் கடவுள்களாக (absolute or universal godhead) மால் / மாயோன் / விஷ்ணு மற்றும் சேயோன் / கொற்றவைச் சிறுவன் ஆகியோர் முன் வைக்கப்படுகின்றனர்.

(இ). இந்தத் தனிப் பெருங்கடவுளின் இருப்பிடமான கோவில் மட்டுமின்றி அது அமையப்பெற்றிருக்கும் தலமும் இங்கே புனிதம் பெருகின்றன. ஒரு தெய்வீகப் புவியியல் (sacred geography) மூலமாகத் தமிழகம் இணைக்கப்படுதல், தல யாத்திரை, புனித முழுக்குகள் மூலமாகப் பாவங்களைப் போக்குதல் முதலான மத பண்பாட்டுக் கூறுகளுக்குக் கால்கோள் இடப்படுதல் முதலியன நிகழ்கின்றன. சப்தவிடங்க ஸ்தலங்கள், அட்டவீரட்டானம் என்கிற நிலைகளில் பின்னாளில் உருவான யாத்திரைத் தல வலைப்பின்னல் (பாடல் பெற்ற தலங்கள்) அவ்வவ் உள்ளூர்

சடங்கு, வழிபாட்டு நடைமுறைகளை பிராமண ஆகம வழிபாட்டு முறைகளுடன் இணைக்கக் காரணமாயின.

(ஈ). முதன் முதலாக 'பக்தி' என்பது தமிழ் மதத்தின் மையக் கூறாக முதன்மை பெறுகிறது.

(உ) பக்தி இயக்கம் என்பது வைணவம், சைவம் என்கிற இரு மதப் பிரிவுகள் (sects) என்கிற வகையில் தனித்தனியே உருப் பெறுகின்றது. காலத்தால் முந்திய காரைக்காலம்மை சைவம் சார்ந்தவரான போதிலும் வைணவ ஆழ்வார்களே பக்தி என்னும் கருத்தாக்கத்தை அதன் உச்ச நிலைக்கு இட்டுச் சென்றனர். தொடர்ந்து வந்த சைவ சமயக் குரவர்கள், குறிப்பாகத் தேவார மூவர் என்றழைக்கப்படும் அப்பர், சம்பந்தர், சுந்தரர் ஆகியோரும் பின்னர் வந்த மாணிக்க வாசகருக்கும் சைவ பக்தி இலக்கியம் மற்றும் இயக்கத்தின் கொடு முடிகளைத் தொட்டனர்.

பக்தி இலக்கியங்கள் எனச் சொல்லப்படும்போது மூன்று முக்கியப் பண்புகள் அவற்றுடன் இணைத்துப் பேசப்படும். அவை:

(1). ஆள்நிலைப்பட்ட உறவொன்று (personal relationship with the omnipotent God) பக்தியின் மூலம் உருவாக்கப்படும்.

(2). இறையருள் பெறுதல், முக்தி அடைதல் முதலானவற்றில் வைதீகப் பார்ப்பனியம், பார்ப்பனர்களுக்கு அளித்திருந்த தனிப்பெரும் உரிமைகளைக் கேள்விக்குள்ளாக்குதல்(6).

(3) அவைதீக மதமான சமண, பவுத்தங்களை ஆகக் கடுமையாகத் தாக்குதல்(7).

வேறு வார்த்தைகளில் சொல்வதானால் பக்தி இயக்கத்தை (i) மத உருவாக்க வளர்ச்சியில் பங்காற்றிய ஒரு வழிபாட்டு முறை (cult) (ii) சைவ, வைணவ புராணிக மதங்களின் ஒரு முக்கியமான உட்கூறு, (iii) சாதிப் படிநிலை ஏற்றத் தாழ்வுக்கெதிரான ஒரு எதிர்ப்பு முதலான பண்புகளை பக்தி இயக்கத்துடன் இணைத்துப் பார்ப்பது வழக்கம்.

(4) கி.பி. நூற்றாண்டுகளில் உருவான சமூகப் பொருளாதார மாற்றங்களின் ஊடாக மையப்படுத்தப்பட்ட அரசு, விவசாய விரிவாக்கம் ஆகியவற்றிற்கு இயைபுபடுத்தும் வகையில் சாதி, இனக்குழு, பிராந்தியம் என்கிற வகையில் சிதறுண்டு கிடந்த தமிழ் சமூகத்தை ஒன்றிணைத்து ஒரு அகண்ட தமிழ்

அடையாளத்தை உருவாக்குதல். தமிழ் என்கிற அடையாளம், சைவம் என்கிற அடையாளம் ஆகியவற்றின் கீழ் சமண பவுத்த மதங்களுக்கெதிரான ஒரு ஒன்றிணைப்பை மேற்கொள்ளுதல். உருவாகி வந்த நிலவுடைமைக் கட்டுமானத்திற்கு இயைபுள்ளதாக இந்தக் கலாச்சார உருவாக்கம் அமைதல்(8). இறை வழிபாட்டை தமிழ் மயமாக்குதல் *(vernacularisation)* இதில் முக்கியப் பங்காற்றியது. பக்தி இயக்க கால கட்டத்தில் அரசர்களாலும், தலைவர்களாலும் அதிகாரிகளாலும் ஆங்காங்கு தென்னாடு முழுவதும் உருவாக்கப்பட்ட திருத்தலங்களின் வரைபடத்தை நோக்கினால் வடக்கே பாலாறு (காஞ்சி), இடையே காவிரி (திருச்சி, தஞ்சை), மற்றும் வைகை (மதுரை), தெற்கே தாமிரவருணி (நெல்லை) ஆகிய பகுதிகளில் கொத்துக் கொத்தாக அவை அமைந்துள்ளதை அறிய முடியும்(9). மேற்குக் கடற்கரையோரம் இது போல ஆங்காங்கு ஓரிரு கோயில்களைக் காண இயலும். ஆக இப்படியான ஒரு மத நிலைபட்ட புனிதப் புவிவரைவு மூலம் தமிழகம் ஒருங்கிணைக்கப்பட்டது. தென்னாடுடைய சிவனாகத் தனிப்பெருங்கடவுள் போற்றப்பட்டார்.

(5). பக்தி இயக்கம் இவ்வாறு பக்திப் பிரதிகளை *(texts)* மட்டுமின்றி அவற்றுக்கான புவியியற் பின்புலங்களையும் *(contexts)* உருவாக்கியது. மொத்ததில் சைவ, வைணவ மதப்பிரிவுகளின் முக்கிய கூறாக அமைந்த 'பக்தி'யின் முக்கிய பண்புகளைக் கீழ்க்கண்டவாறு தொகுத்துக் கொள்ளலாம்:

- ★ திணை நிலைகளைக் கடந்த அணைத்து மக்களுக்குமான இறைவன் *(Transcedental Absolute Universal God)* ஒருவனுடன் ஒரு ஆள்நிலைப்பட்ட உறவு.
- ★ தமிழுக்கே உரித்தான அகம் / புறம் எனும் அணுகல் முறை வடக்கின் ஒரு பெருங்கடவுளுடன் *(monotheism)* இணைக்கப்படுதல்.
- ★ இறைவனுடனான பக்தியில் ஒரு வகைக் காம நிலைப்பட்ட உறவு *(eroticism)* வெளிப்படுதல், காதலாகிக் கசிதல். தமிழ் மரபின் 'அகம்' என்கிற அணுகல் முறை இதில் முக்கியப்பங்காற்றுதல்.
- ★ கோயில், உருவ வழிபாடு, தலவழிபாடு, யாத்திரை, புனித முழுக்கின் மூலம் பாவங்களைப் போக்குவது முதலியன உருவாதல்.

- ★ திருட்டு, கொலை முதலான எத்தகைய அறங்களுக்கு அப்பாற்பட்ட தொழிலில் ஈடுபட்டவராயினும் பக்தியின் மூலம் ஒருவர் முக்தியடைய முடியும் என்றாதல்.
- ★ இறைவன் மீதான பக்தியை முன் வைத்து எல்லாவிதமான சாத்திரங்களையும், அற அடிப்படைகளையும் மீறுதல்.
- ★ இறைவனுக்காக மட்டுமின்றி இறை அடியார்களுக்காகவும் (பக்தர்கள்) இத்தகைய சாத்திர, அற மீறல்களை மேற்கொள்ளுதல்.
- ★ புதிய புராண உருவாக்கங்கள் மூலம் சமூக ஒழுங்கினைச் சாத்தியமாக்கல்.
- ★ ஆலயப் பணி, ஆலயம் தொடர்பான திருப்பணிகள், சடங்குகள் ஆகியவற்றை பக்தி நடவடிக்கைகளின் ஓரங்கமாக்குதல்.

இங்கொன்றை நாம் புரிந்து கொள்ளவேண்டும். பிற பெரு மதங்கள் பலவும் முன் வைக்கும் இறையச்சம் *(Fear of God)*, இறைவிசுவாசம் *(Faith)* முதலியவற்றிலிருந்து பக்தி முற்றிலும் வேறுபடுகிறது. இறை அச்சத்தையும், இறைக் கடமைகளையும் மீற இயலாத இறுதிச் சாசனமான இறைவாக்குகளின்படி ஒழுகுதலையும் அடிப்படைக் கடமைகளாக முன்வைக்கும் இஸ்லாத்திலும் அறம் சார்ந்த வாழ்வை மட்டுமே முக்திக்கு அடிப்படையாக்கும் பவுத்தத்திலும் பக்திக்கு இடமில்லை. *(10)*

புத்த நெறி குறித்துப் பேசப் புகுமுன் தமிழ்ப் பக்தி இயக்கத்தின் வேறு சில அம்சங்களையும் நாம் தெரிந்துகொள்வது அவசியம். அவை:

1. சடங்குகள், ஆவணப்படுத்தும் அரசியற் செயற்பாடுகள், வழிபாட்டு முறைகள் ஆகியவற்றில் மிகப் பெரிய தல மொழியாக்கப் புரட்சி *(cosmopolitan vernacular revolution)* ஒன்றிற்கு பக்தி இயக்கம் வழியமைத்ததாகச் சொல்வதுண்டு. இலக்கிய உருவாக்கத்திலுங் கூட பல்லவராட்சிக் காலத்தில், சங்க மரபிற்கு மாறாக வடமொழியில் இலக்கியங்கள் யாக்கும் வழக்கம் உருவாகிற்று. பின்னர் சில காலமும் இந்நிலை தொடந்தது. (எ.டு: லோகவிபாகம், கிரதார்ச்சுனியம், அவந்தி சுந்தரி கதா, காவ்யா தர்சம், மத்த விலாசப் பிரகசனம், மகாவீர சரிதம், உத்தரராம சரிதம், மாலதி மாதவ, முகுந்த மாலா, பாகவத புராணம் இது மட்டும் 10ம் நூ.,)

இந்தப் போக்கிற்கும் ஒரு முடிவு ஏற்படுத்தியது பக்தி இயக்கம்தான் என்பர்.

ஆனால் பக்தி இலக்கியம் பாலி, பிராகிருதம் முதலான சமண பவுத்த நூற்கள் செய்யப்பட்ட வடமொழிப் பேச்சு வழக்கினை எதிர்த்த அளவிற்கு சமஸ்கிருதத்தை எதிர்க்கவில்லை என்பது நினைவிற்குறியது. சமஸ்கிருதத்துடன் மட்டுமின்றி சமஸ்கிருதத்திலிருந்த வேதங்களோடும் அது சமரசப் போக்கை கைக் கொண்டது. மேலே குறிப்பிட்ட வடமொழி நூற்களில்கூட முகுந்த மாலா, பாகவத புராணம் ஆகிய வைணவ நூற்கள் பக்தி இயக்கத்தவரால் இயற்றப்பட்ட பக்தி இலக்கியங்களே.

தமிழ் பக்தி இயக்கம் வேதங்களை மறுப்பதாகவன்றி தமது தமிழ்ப் பிரதிகளுக்கு வேதத் தகுதியைக் கோருவதாகவே அமைந்தது. அந்த வகையில் அது வேத அங்கீகாரத்தைக் *(Vedic authority)* கோரியதாகவே அமைந்துள்ளது. (எ.டு: தமிழ் மறை, தமிழ் வேதம்). ஆரியம், தமிழ் இரண்டையும் படைத்தவராகவும் நான் மறையை அருளியவராகவும் அப்பர் இறைவனைப் போற்றினார்(11). சிவனே வேதம் புகட்டியதாகவும் நான் மறையை அறியத் தந்ததாகவும் சம்பந்தர் போற்றப்பட்டார்(12). இறைவனை வேதத்துடனும் புனித மொழியுடனும் இணைத்து அவர் பாடினார்(13). வேதம் ஓதப்பட்ட, வேள்விகள் நடத்தப்பட்ட, பிராமணன் கூடியிருந்த இடங்களை அப்பர் புகழ்ந்து பாடினார் (14). ஆழ்வார்கள் தமது பிரதிகளை திராவிட வேதம் எனவும், திவ்வியப் பிரபந்தம் எனவும் உபய வேதாந்தம் எனவும் உரிமை கோரினர்.

2. பக்தி இயக்கத்தின் பிரதான எதிரியாகவும் மற்றமையாகவும் கட்டமைக்கப்பட்டது சமண பவுத்த அவைதிக மதங்களே. இந்த மதங்களுக்கும், இந்த மதத்தைப் பரப்பியவர்களுக்கும் எதிராக எத்தகைய அவதூறுகளையும் எத்தகைய வன்முறையையும் பக்தி இயக்க முன்னோடிகள் பரிந்துரைக்கவும் தயாராக இருந்தனர். (15).

3. பக்தி இயக்கத்தில் வெளிப்படும் பார்ப்பன-வேளாள ஒருங்கிணைவை ஐ.வி.பீட்டர்சன் உள்ளிட்டப் பலரும் சுட்டிக்காட்டியுள்ளனர். அரசியல் தளத்தில் இக்கூட்டுறவு குறித்து பர்ட்டன் ஸ்டெய்ன் மிக விரிவாகக் கூறியுள்ளார். பிற்சோழர் காலத்தில் வேளாள ஆதிக்கத்தில் வலு கூடியதையும் அவர் சுட்டிக்காட்டியுள்ளார்(16). பக்தி இலக்கியங்களைத் தொகுத்தவர்கள் (நாதமுனி, நம்பியாண்டார் நம்பி) பார்ப்பனர்களே. பெரிய

புராணத்தை எழுதிய சோழப் பேரரசின் முதலமைச்சர் சேக்கிழார் ஒரு தொண்டை மண்டல வேளாளர்.

சமண, பவுத்த மதங்களின் வழியில் 12ம் நூ.வாக்கில் உருவாக்கப்பட்ட சைவ மடங்களின் தலைமைப் பொறுப்பு இன்று வரை வேளாளர்களிடமேயுள்ளது. பக்தி இயக்கங்களைப் பொதிந்து பேணும் பொறுப்பு இவர்களிடமே கையளிக்கப்பட்டது. ஒரு இயக்கமாக உருவாகி, புதிய மதிப்பீடுகளைப் படைத்து, செல்வாக்கு மிக்க தத்துவமாக (சைவ சித்தாந்தம்) உருப்பெற்ற சைவத்தின் கருத்தியல்களைப் படைத்தவர்களும் (மெய்கண்டார், உமாபதி, அருள் நந்தி) இவ்விரு வகுப்புகளிலிருந்தும் வந்தோரே. சைவ சித்தாந்தத்திற்கும் வேதாந்தத்திற்கும் இடையில் ஒரு ஒருங்கிணைப்பைச் செய்தவர்களாகவே இவர்கள் மதிப்பிடப்படுகின்றனர்(17).

ஆக பக்தி இயக்கம் அனைத்துத் தரப்பினரையும் "சேர வாரும் செகத்தீரே" என விளித்து அழைத்தாலும் சேர்ந்து பாடுதல், ஆடுதல், வணங்குதல் ஆகியவற்றினூடாக ஒரே குழும உணர்வை (*sense of communion*) உருவாக்கினாலும் அது சாதி வேறுபாடுகளைக் கடந்து நிற்கவில்லை).

"சாதி ஏற்றத் தாழ்வுகளுக்கெதிரான மறுப்புகள் காணப்பட்டாலும் சைவ பக்தி இயக்கம் சாதி முறையையே ஒழித்துக் கட்டுவதாக இருக்கவில்லை. பக்தர்களுக்குள் சகோதர சமத்துவம் ஒன்றை நிறுவுவதைத்தான் அடியார் வரலாறுகள் காட்டுகின்றன. அவர்களின் சாதி நிலைக்கேற்பவே கோவில் வழிபாட்டில் சடங்கு நிலைகளும் வகுக்கப்பட்டன" என சம்பகலக்ஷ்மி கூறுவது கருதத்தக்கது(18). 63 நாயன்மார்களும் 12 ஆழ்வார்களும் பல்வேறு சமூகப் பிரிவினைகளிலிருந்தும் தேர்வு செய்யப்பட்டவர்கள் (அல்லது வந்தவர்கள்) ஆயினும் இந்த அறுபத்து மூவரில் மூவர் மட்டுமே முக்கியத்துவம் பெற்றனர். நெய் விளக்கேற்றினோரும் நிவந்தங்கள் அளித்தோரும் உயர் சாதி அடியார்களுக்கே அதைச் செய்துள்ளனர்(19). கல்வெட்டுகளில் காணப்படும் 157 அடியார்களின் பெயர்களை மா.இராசமாணிக்கனார் தொகுத்துள்ளார். இவை பெரும்பாலும் பார்ப்பன-வேளாளப் பெயர்களாகவே உள்ளன. நந்தனின் பெயர் ஒன்றில்கூட இல்லை. கண்ணப்பனின் பெயர் ஒரே ஒரு கமுகந் தோப்பிற்கு மட்டுமே வைக்கப்பட்டுள்ளது(20).

மொத்தத்தில் மத்தியில் அதிகாரம் பலவீனப்பட்ட சோழப் பேரரசின் கீழ் அனைத்து மக்களையும் ஒருங்கிணைக்கும் கலாச்சார ஆயுதமாகவே பக்தி இயக்கத்தின் செயற்பாடுகள் ஆளும் வர்க்கத்திற்குப் பின்னாளில் (13,14 ம் நூ.) பயன்பட்டன. *segmentary society, shared sovereignty* என நமது பண்டைய அரசதிகார அமைப்பை இன்றைய வரலாற்றாசிரியர்கள் வகைப்படுத்துவது இத்துடன் இணைத்து நோக்கத்தக்கது. இத்தகைய சூழலில் மக்களின் ஒருங்கிணைப்பை மத, பண்பாட்டுச் செயற்பாடுகளின் ஊடாகக் கட்டமைப்பது ஆளும் வர்க்கங்களுக்குத் தேவையாக இருந்தது. பக்தி இலக்கிய, இயக்கச் செயற்பாடுகள் இந்நிலைக்குச் சிறந்த எடுத்துக்காட்டுகளாய் அமைகின்றன.

புத்த நெறி ஒரு மதமல்ல, புத்தர் ஒரு இறைத் தூதரோ இல்லை அவதாரமோ அல்ல, பவுத்தத்தில் கடவுளுக்கோ, அருளப்பட்ட இறைவாக்குகளுக்கோ இடமில்லை என்றோம். எனினும் கருமம், மறுபிறவி முதலான கருத்தாக்கங்களுக்கு இடமளிப்பதனூடாக பவுத்தம் இந்திய மதங்களின் சில கூறுகளை எற்றுக்கொள்கிறது.

அருளப்பட்ட இறுதியான நெறிமுறைகள் இல்லையாயின் நல்லது/கெட்டது; நன்மை/தீமை; பாவம்/புண்ணியம் (அதாவது நல்ல,தீய கருமங்கள்) இவற்றை எவ்வாறு தீர்மானிப்பது? ஒரு மதமென்று இல்லாவிட்டாலும், ஒரு வாழ் நெறி என்கிற வகையில் தன்னைப் பின்பற்றியவர்களுக்கு பவுத்தம் என்ன வழிகாட்டலை முன்வைக்கிறது?

> "உனக்கு நீயே விளக்கு" (*Be Ye Lamp toThyself*)
>
> "உபய கவுசல்ய" (சூழலுக்குத் தகுந்த உபாயம்)

முதலியனவே பவுத்தம் அளித்த வழிகாட்டல்கள். "பகுஜன் ஹிதய பகுஜன் சுகய" என்பது பவுத்தம் அளித்த இன்னொரு கொடை. அதாவது பெரும்பான்மையோருக்கு எது இதமும் சுகமும் அளிக்கிறதோ அதுவே நல்லது, மற்றது தீயது. அவற்றைச் செய்வதே நற்கருமம் (புண்ணியம்). மற்றவை தீயவை (பாவம்).

வாழ்வு குறித்து வைதீகம் அளித்த பிரபஞ்ச சார விளக்கத்தை கௌதமர் தனது அழகான மொழி விளையாட்டின் ஊடாக மறுத்தார். சாராம்சத் தத்துவத்தை இன்றைய பின் நவீன நிலைச் சிந்தனையாளர்களைப் போல அன்றே கௌதமர் ஏற்கவில்லை. பிரபஞ்ச சாரமான ஆன்மாவை (அத்த) அவர் ஏற்கவுமில்லை

மறுக்கவுமில்லை. மாறாக,

மனிதன் = பிரபஞ்சம் = அனத்த (ஆன்மா அல்லாதது)

அதாவது நிரந்தரமான, அழிவற்ற, மாறாத சாரமான ஆத்மா அல்ல ஆன்மா என வைதிகம் முன்வைத்த கருத்தாக்கத்திற்கு மாறாக, புத்த பகவான் சாரமற்ற, தொடர்ந்து பிரபஞ்ச பிரவாகத்தினூடாக மாறிக் கொண்டே இருக்கிற நிரந்தரமற்ற நிலையைச் சுட்டிக்காட்டுவதாக அவரது சமன் அமைந்தது.

'இருப்பு' (சத்) (existing) என்பதற்கு முதன்மை அளித்து 'உருவாவது' (becoming) என்பதை வைதீகம் மறுத்தது எனில் புத்தர் இதற்கு நேர் மாறாக வாழ்வின் மூன்று பண்புகளாகக் கீழ்க் கண்டவற்றைச் சொன்னார்:

(1) அநிச்ச நிச்சயமற்றது, நித்தியமற்றது

(2) துக்க திருப்தியற்றது அதாவது குறைவானது

(3) அனத்த ஆன்மாவற்றது அதாவது சாரமற்றது

'துக்கம்' என்கிற பாலி மொழிச் சொல்லை நாம் துயரம் என்பது போலாகவன்றி பூரணமற்றது, முழுமையற்றது (that which is imperfect, that which is becoming) என்பதாகப் புரிந்து கொள்ள வேண்டும்.

ஞானமடைந்து ஒளிபெற்ற புத்தர் தன் சீடர்கள் முன் அளித்த முதற் பேருரையை (பனாரஸ் அல்லது சாரநாத் உரையைத்) 'தம்ம சக்க பாவத்தனம்' எனப் பவுத்தர்கள் போற்றுவர். தருமச் சக்கரத்தை உருட்டுதல் என்பது. இதன் பொருள். தருமச் சக்கரத்தை பிறவிச் சுழலின் குறியீடாகக் குறிப்பர். அவ்வுரையின் சுருக்கத்தை இவ்வாறு கூறலாம்:

பிரபஞ்சம் முழுவதும் நோயுடையதாய் விளங்குகிறது. இந்த நோயின் உண்மையை நான்கு எளிய கூற்றுக்களாகச் சொல்லலாம், அவை :

1. எல்லா இருப்புகளின் நிபந்தனையும் துக்கமே (அதிருப்தி / பூரணமின்மை)

2. துக்கத்தின் காரணம் பற்று / ஆசை / தன்னை மையமாகக் கொண்ட சிந்தனை ஆகியவையே.

3. பற்று, ஆசை, தன்னை மையமாகக் கொண்ட சிந்தனை ஆகியன நீக்கப்படக்கூடியவையே.

4. மனம், வாக்கு, காயம் ஆகியவற்றின் அடிப்படையிலான எண் வழிப் பாதையின் மூலம் (அட்டாங்க மார்க்கம்) துக்கத்திலிருந்து விடுதலையடைலாம்."

துக்கம், துக்க நீக்கம் இதுவே பவுத்தத்தின் அடிப்படை. எல்லாம் நிறைந்திருப்பது ஆனந்தம். குறைவது துக்கம். எனினும் இவ்விரு நிலைகளும் அநித்தியமே. ஏனெனில் எல்லாம் மாறிக்கொண்டிருக்கிறது. (அனிச்ச). யாரும் எதுவாகவும் வாழ்வுப் போக்கில் ஆக முடியும். சுய தருமம், பிறவிசார் சாராம்சமான அடையாளம் முதலியவற்றுக்கு இங்கு இடமில்லை. இருப்பின் துக்க நிவர்த்திக்கான எண் வழிப்பாதை எதைச் சொல்கிறது? துக்கம் என்கிற மருள் நிலையிலிருந்து (delusion) நீங்க கீழ்கண்ட எட்டு வழிகளை அது சுட்டிக்காட்டுகிறது(21).

அவை : மனம் (பிரக்ஞை):

1. சரியான புரிதல் (பார்வை)
2. சரியான நோக்கம் (குறிக்கோள்) வாக்கு (சீலம்)
3. சரியான பேச்சு
4. சரியான நடத்தை
5. சரியான வாழ்முறை - காயம் (சமாதி)
6. சரியான முனைவு
7. சரியான ஓர்மை (mindfulness)
8. சரியான தியானம் (மனக்குவிப்பு)

கருமவாதம் என்பதைப் பவுத்தம் நல்ல செயல்களுக்கு நல்ல பலன்கள், தீய செயல்களுக்குத் தீய பலன்கள் என்கிற மட்டத்திலேயே பார்க்கிறது. யாகம், வேள்வி, அருள், தவம், பக்தி ஆகியவற்றின் மூலம் நற்பலங்களைப் (புண்ணியத்தைப்) பெற முடியாது. நற்செயல்களின் மூலமே நற்பலன் கிட்டும். கர்மங்களைப் பாவம் x புண்ணியம் என பக்தி இயக்கம் பிரிப்பதற்கு மாறாக குசலகம்மம் (திறன் சார்ந்த செயல்கள்), அகுசலகம்மம் (திறனற்ற செயல்கள்) என பவுத்தம் பிரிக்கும். விடுதலைக்கும் பேரானத்தத்திற்கும் இட்டுச் செல்பவை குசல கம்மங்கள். கர்மிய விளைவுகளை ஏற்படுத்தி விடுதலையற்ற நிலைக்கு இட்டுச் செல்பவை அகுசல கம்மங்கள். ஆசை, வெறுப்பு, மருள் (ஐயம் /

தெளிவின்மை) ஆகியவற்றால் உந்தப்பட்டுச் செய்யப்படுபவையே அகுசல கம்மங்கள்.

ஆக புத்த நெறியை இப்படிச் சுருக்கிச் சொல்லலாம். இறைவணக்கம், பக்தி, விசுவாசம், சடங்குகளை நிறைவேற்றுதல் இவற்றின் மூலம் விடுதலை இல்லை. நல்லெண்ணம், நற்செயல்கள் என்கிற நன்னெறிகள் மூலமே பிறவியின் துயரங்களைக் கடக்க இயலும். சமாதி நிலை, விபாசனா யோகம் என புத்தர் சொல்வதெல்லாம் உள் நோக்கித் தேடி நம்மை விமர்சித்துச் சரிசெய்யும் முயற்சியே. இறைவனிடம் கோரிக்கை வைக்கும் வேண்டுதற் செயற்பாடுகளல்ல.

தவிர்க்கப்பட வேண்டிய அகுசல கம்மங்களாவன:

உடல் (காயம்): உயிர்க்கொலை, மற்றவர் உரிமைகளை அபகரித்தல், பிறன்மனை விழைதல், இவை உடலினால் நிகழ்த்தப்படும் தீய அறங்கள்.

மொழி (வாக்கு): மற்றவர்களுக்குத் தீங்கு விளைவிக்கும் வகையில் பொய்யுரைத்தல், புறங்கூறுதல், வெறுப்பை விதைக்கும் வகையுரைத்தல், வன் சொற்கள், பயனில பேசுதல் இவை மொழியால் நிகழ்த்தப்பெறும் தீய அறங்கள்.

மனம் : மற்றவர் பொருள் மீது ஆசை, மற்றவர் அழிய விருப்பம், அறச் செயல்பாடுகள் மீது நம்பிக்கையின்மை இவை மூன்றும் மனத்தால் நிகழ்த்தப் பெறும் அத்துமீறல்கள்.

பவுத்தம் கூறும் முக்தி வழியை இப்படிச் சுருக்கலாம்: ப்ரும்மத்தை அதாவது பிரபஞ்சத்தை அறிதலின் மூலம் அதனுடன் கலத்தலையே முக்தி என வைதிகம் குறிப்பிடுகிறது. ஆனால் பிரபஞ்சத்துடன் கலப்பதற்கு பவுத்தம் முற்றிலும் ஒரு வேறான வழியைக் காட்டுகிறது. லோகிச்ச சுத்தத்தில் காணப்படும் "சீட்டோ விமுக்தி" என்பது பிரபஞ்சத்தின் மீது வியாபித்துக் கலப்பதற்கு அன்பு, கருணை, அமைதி, அனுதாபம் ஆகியவற்றை வழிமுறையாக்குகிறது.

வேதங்களின் மூலம் மெய்யறிவு பெறுவதையோ, பக்தியின் மூலம் இறைவனை அடைவதையோ பவுத்தம் முக்திக்கு வழியாக உரைக்கவில்லை. மாறாக பவுத்த விடுதலை ஒரு அறம் சார்ந்த வாழ்முறை சார்ந்தது. மனத்தைக் கருணை வடிவாக்கி உலகைத் தழுவுவது. வெறுப்பற்று வாழ்வது.

வேட்கை, வெறுப்பு, மருள் ஆகியவற்றால் விளையும் கருமங்களைத் தவிர்த்து வாழ்வது.

மொத்தத்தில் வைதிகமும், பக்தியும் இறைமயப் படுத்தியதை *(Theologise)* பவுத்தம் அறமயப் *(Ethicise)* படுத்தியது.

பவுத்தமும் சமணமும் தென்னாட்டில் கோலோச்சிய காலத்தில்தான் பதினெண்கீழ் அறநூற்கள் உருவாயின(22). பசிப்பிணி அகற்றுதல் பல்லுயிர் ஓம்புதல் என்கிற முழக்கத்துடன் அன்னை மணிமேகலை தமிழ் மண்ணில் வலம் வந்தார். பக்தி இயக்கம் இங்கே தலைப்பட்டபின் தமிழ்ச் சூழலின் அற முழக்கம் ஓய்ந்தது. அறக்குரல் நலிந்தது. பக்திப் பிரவாகம் அற வலியுறுத்தல்களை அதன் ஓட்டத்தில் அடித்துச் சென்றது.

REFERENCES

1. *Romila Thapar, Renunciation: A Counter Culture?-in- Ancient Indian Social History, Orient Longman, 1968, pp 63-104.*

2. எனினும் பவுத்தம் புத்தருக்குப் பிந்திய நூற்றாண்டுகளில் பல பிரிவுகளாகப் பிரிந்தது. இவற்றில் பல புத்தரைக் கடவுளாக ஏற்றம் செய்தன. மதத்திற்குரிய பல பண்புகளை வரித்துக் கொண்டன. எனினும் வாழும் பவுத்தங்கள் எதுவாயினும் ஒரு சில அம்சங்களில் அவை பிற மதங்களிலிருந்து வேறுபட்டும் உள்ளன. எடுத்துக்காட்டாக பவுத்தத் துறவி என்போர், இந்து மதத்தின் 'பிராமணர்' போலவோ, கிறிஸ்தவ மதத்தின் பாதிரியார் போலவோ கடவுளுக்கும் மக்களுக்குமான ஒரு இடைத் தொடர்பாளர் அல்ல. திருமணங்களை *solemnize* செய்வது முதலான பணிகள் புத்த பிக்குவுக்கு உரியதன்று.

3. ராகுல சாங்கிருத்தியாயன், பவுத்த தத்துவ இயல், *NCBH, 2003,* பக் *1-23.*

4. மா. இராசமாணிக்கனார், சைவ சமய வளர்ச்சி, ஔவை நூலகம், சென்னை, *1958*

5. பெரிய புராணச் சொற்பொழிவுகள், கழகம், சென்னை, *1970.*

6. பெரிய புராண ஆராய்ச்சி, பாரி நிலையம், சென்னை, *1978.*

7. சி.கே. சுப்பிரமணிய முதலியார் திருத்தொண்டர் புராணம், கோவைத் தமிழ்ச்சங்கம், 1975.

8. க. கைலாசபதி, பண்டைத் தமிழர் வாழ்வும் வழிபாடும், மக்கள் வெளியீடு, 1978.

9. கோ.கேசவன், மண்ணும் மனித உறவுகளும், சென்னை புக் ஹவுஸ், சென்னை, 1979.

10. George spencer , Religious Networking and Royal Influences in Eleventh Century South India, JESHO 12, 1969.

11. The Sacred Geography of the Tamil Saivaite Hymns, International Review for History of the Religions, Vol XVII 3. Dec. 1970

12. அ. மார்க்ஸ், பொ. வேல்சாமி, நலிவாரும் மெலிவாரும் சேக்கிழாரும், தாமரை, மார்ச் 1984 & ஏப்ரல் 1984

13. R. Champakalakshmi, Religion, Tradiditon and Ideology: Pre Colonial South India, Oxford, 2011.

பரிபாடல் 15ம் பாடல்

“சென்று தொழுகல்லீர் கண்டு பணிமின்மே
இருங்குன்று என்னும் பெயர் பரந்ததுவே
பெருங் கலி ஞாலத்துத் தொன்று இயல் புகழது
கண்டு மயர் அறுக்கும் காமக் கடவுள்............”

6. அப்பர்: “சாத்திரம் பல பேசும் சழக்கர்காள்!
கோத்திரமும் குலமும் கொண்டென் செய்வீர்?
பாத்திரம் சிவமென்று பணதிரேல்
மாத்திரைக்குள் அருளுமாற் பேறே...”

7. “பாசிப்பல் மாசு மெய்யா
பலமிலாச் சமணர்”

"உண்மையை உணராக் குண்டர்"

"அறந்தெரியா ஊத்தைவாய் அறிவில் சிந்தை"

"முடையரை, தலை முண்டிக்கும் மொட்டையரை"

"அமணே நின்றுண்ணும் கள்ளர்"

"மந்தி போல் திரியும் அந்தகர்கள்"

"மந்தி போல் திரிந்து ஆரியத்தொடு செந்தமிழ்ப்

பயன் அறிகிலா அந்தகர்கள்"

"பெண்ண கத்தெழில் சாக்கியப் பேய்அமண்,

தெண்ணர் கற்ப ழிக்கத்திரு வுள்ளமே" சம்பந்தர்

"வெறுப்பொடு சமணர் முண்டர் விதியில் சாக்கியர்கள் நின்பால்

பொறுப்பரியனகள் பேசில், போலதே நோயதாகி;

குறிப்பெனக் கடையுமாகில், கருமமே தலையை ஆங்கே

அறுப்பதே கருமங் கண்டாய், அரங்கமா நகருளானே"

- தொண்டரடிப் பொடியாழ்வார்

8. "நற்றமிழ் வல்ல ஞான சம்பந்தன்"

"மிக்க சொற்றமிழினால் வேதமும் பாடினார்"

"அங்கமெல்லாம் குறைந்தழுகு தொழு நோயராய்

ஆவுரித்துத் தின்றுழலும் புலையரேனும்

கங்கைவார் சடைக்கரந்தார்க் கன்பராகில்

அவர் கண்டீர் நாம் வணங்கும் கடவுளாரே" அப்பர்

"சேர வாரும் செக்கத்தீரே..............."

9. R. Champakalshmi, op.cit, pp 76 79

10. இஸ்லாம் வலியுறுத்தும் இறையச்சமும், பக்தி இயக்கம் வலியுறுத்தும் 'பக்தியும்' ஒன்றன்று. இஸ்லாத்தில் 'கோயில்' என்ற கருத்தாக்கம் இல்லை. பள்ளி அல்லது மசூதி என்பது ஒரு தொழுகைத் தலம் மட்டுமே. பிற நேரங்களில் அது பள்ளிக்

கூடமாகவும் (மதராசா), ஆபத்துக் காலங்களில் இஸ்லாம் அல்லாதவர்கள் கூட வந்து தங்கிச் செல்லுமிடமாகவும் அது பயன்படும்.இறையடியாரை, நபிகள் உட்பட, தொழும் வழக்கம் அவர்களுக்குக் கிடையாது. இறுக்கமான திருக் குர்ஆன் நெறிமுறைகளைத் தாண்டி, அது வலியுறுத்தும் விதி முறைகளையும் தாண்டி இறைவன் மீது பக்தி செலுத்தி யாரும் அங்கே விடுதலை பெற இயலாது.

11. "ஆரியம் கண்டாய் தமிழும் கண்டாய்" முதலியன.

    அப்பர் VI 301.1, I. 100.9

12. *சம்பந்தர் I. 75.4, I.4.11*
13. *சம்பந்தர் VI. 301.1, I 100.9*
14. *அப்பர் V. 157, VI. 216, சம்பந்தர் 312.1*
15. *சம்பந்தர்:* "அமன் தெண்ணர் கற்பழிக்கத் திருவுள்ளமே" தொண்டரடிப் பொடி: "கூடுமேல் (சாக்கியர்) தலையை ஆங்கே. அறுப்பதே கருமங் கண்டாய் அரங்கமா நகருளானே..."
16. *I.V. Peterson, Poem to Siva,Burten Stein, Peasent state and Society in Medieval South India, OUP, ND, 1980)*
17. *"Theirs works in Sanskrit and Tamil achieved a coagulation between the Vedhanthas and Saiva Sindhanthas and a synthesis of Advaida Brahmam with Siva as the Saguna Brahmam". R. Champakalakshmi, Op Cit*
18. *Champakalakshmi, Ibid, p 18,*
19. அ. மார்க்ஸ், பொ. வேல்சாமி, *op cit*
20. மா. இராசமாணிக்கனார்,

    பெரிய புராண ஆராய்ச்சி. *P. 143 162.*

21. அ. மார்க்ஸ், புத்தம், சரணம், கருப்புப் பிரதிகள், *2004*, பக். *50*
22. பதினெண் கீழ்க் கணக்கு நூற்களில் பதினொன்று வாழ்க்கை அறத்தை உணர்த்துகின்றன. ஐந்து திணை ஒழுக்கத்தையும் பிற இரண்டும் காலத்தையும் இடத்தையும் குறித்தவை. அறவொழுக்கம் குறித்த இந்நூல்கள் பற்றி அறிஞர் கே.கே. பிள்ளை," சைவ வைணவ பக்தி இயக்கம் தோன்றும் முன்னர

இவை இயற்றப்பட்டிருக்க வேண்டுமென்பது ஒருதலை" என்பார் (தமிழக வரலாறு மக்களும் பண்பாடும், உலகத் தமிழாராய்ச்சி நிறுவனம்,2009, பக்.109).

(சென்னைப் பல்கலைக்கழகத்தின் இந்திய வரலாற்றுத் துறையில் சென்ற டிசம்பர் 5. 2011, அன்று நடைபெற்ற பேரா.அ.கருணானந்தன் அவர்களின் திராவிடவியல் மற்றும் புத்தவியல் அறக்கட்டளைச் சொற்பொழிவு.)

21. பவுத்தமும் மார்க்சியமும் ஒரு சிறு குறிப்பு

இது மார்க்சியம் அல்லது பவுத்தம் பற்றிய பதிவு என்பதைக் காட்டிலும் இது தர்க்கம் *logic* - பற்றிய ஒரு சிறு குறிப்பு. எதையும் எவ்வாறு பார்ப்பது என்பது பற்றிய ஒரு சிறு உசாவல். "முரண்பாடு" *(contradiction)* என்னும் தத்துவக் கருத்தாக்கத்தை ஏற்பதில் பவுத்தமும் மார்க்சீயமும் சந்திக்கும் ஒரு வியத்தகு புள்ளி குறித்த ஒரு சிறு வியப்புப் பகிர்வு எனலாம்.

மணிமேகலை பல்வேறு அம்சங்களில் தனித்துவமான ஒரு காவியம். அதன் இறுதி நான்கு பெரும் அத்தியாயங்கள் முழுக்க முழுக்கத் தத்துவ உரையாடல்களாகவே அமைந்து பொசுக்கென காப்பியம் முடிந்துவிடுகிறது.

இந்திய மரபில் அது ஒன்றும் வியப்பில்லை எனலாம். மகாபாரதத்தில் 'பகவத் கீதை' ஒரு இடைச் செருகல்தான். அதை அகற்றினாலும் காப்பியத்தின் போக்கிற்கு எந்தக் குறையும் இருக்காது. கீதை ஒரு இடைச் செருகல் எனும் கருத்து அறிஞர்களால் ஏற்கப்பட்ட ஒன்றுதான். மணிமேகலையின் இறுதி அத்தியாயங்கள் அப்படி அல்ல. இறுதி அத்தியாயங்கள் காப்பியத்துடன் பின்னிப் பிணைந்து கிடக்கின்றன. அவற்றை நீக்கினால் காப்பியம் முடிவற்றுப் போகும். ஒன்றை மறந்துவிடலாகாது. சுருக்கம் கருதி நாம் "மணிமேகலை"

என அக்காப்பியத்தை அழைத்தாலும் அதற்கு சாத்தனார் இட்ட பெயர் "மணிமேகலைத் துறவு". அன்று இந்தத் துணைக் கண்டத்தில் நிலவிய அனைத்துத் தத்துவங்களையும் அறிந்து இறுதியில் அறவண அடிகளிடம் பவுத்தத் தத்துவத்தைக் கேட்டு அதனடியாக மணிமேகலை பவுத்தத் துறவியாக ஆவதைச் சொல்வதுதான் அக் காவியம். சமீபமாகத் தந்தையை இழந்த, கள்ளம் கபடமற்ற உலகறியாச் சிறு பெண்ணாகச் சோலை ஒன்றில் பூப்பறிக்க வரும் சிறுமியாகக் காப்பியத் தொடக்கத்தில் அறிமுகம் ஆகும் அப் பெண் இடையில் எதிர்கொள்ளும் அனுபவங்கள்... அப்பப்பா! - அந்த அனுபவங்களின் ஊடாக அவள் மேற்கொள்ளும் பயணம் அவளை பவுத்தத் துறவு மார்க்கத்தில் கொண்டு சேர்க்கிறது.

ஒன்றை நாம் கவனத்தில் கொள்வது அவசியம். இன்று பவுத்தத் தத்துவம் அதற்குரிய தனித்துவத்துடன் உலகின் முக்கிய தத்துவப் போக்குகளில் ஒன்றாக விளங்குகிறது, அதன் தனித்துவத்தை நவீன சிந்தனையாளர்களான லெவி ஸ்ட்ராஸ் வரை அங்கீகரிக்கின்றனர். மேலைத்தத்துவங்கள் அனைத்தும் அரிஸ்டாட்டலியப் பாரம்பரியத்தில் வந்தவை. அதில் ஒரு முக்கிய இடையீடாக உருப்பெற்றது மார்க்சீயம்தான். இதை நாம் சரியாகப் புரிந்து கொள்வோம்.

அரிஸ்டாட்டலியப் பாரம்பரியத்தில் - அமைப்பியல் தொடங்கி பின் நவீனம் வரை ஏற்படுத்திய மிகப் பெரிய அதிரடி மாற்றங்களைச் சற்றே ஒதுக்கிவைத்துப் பார்த்தால் - இன்றுவரை மேலைத் தத்துவமாக அறியப்பட்டவை "முரண்பாடு" *(contradiction)* என்பதை ஏற்பதில்லை. சரியாகச் சொல்வதானால் முரண்பாடுகளின் இருப்பை மேலைத் தர்க்கம் *(logic)* அங்கீகரிப்பதில்லை. எந்த ஒரு கூற்றும் *(statement)* "உண்டு" அல்லது "இல்லை" என்கிற இருமை எதிர்வுக்குள் *(binary opposition)* அடங்க வேண்டும். எந்தக் கூற்றும் ஒன்று "சரி" யாக இருக்க வேண்டும் அல்லது "தவறு" ஆக இருக்க வேண்டும். ஏதொன்றும் இந்த இரண்டுக்கும் இடையில் - ஒரே நேரத்தில் சரியானதாகவும் தவறானதாகவும்- இருக்கும் வாய்ப்பை எதிரொலிப்பதாக அமையக் கூடாது.

முரண்பாடுகளுக்கு இடமற்றதாகவே எந்த ஒரு கூற்றும் அமைய வேண்டும். முரண்பாடுகளுக்கு இடையில் மூன்றாவதாக ஏதொன்றும் இருக்க முடியாது என்பதை *Principle of Excluded Middle* என மேலைத் தத்துவத்தில் குறிப்பார்கள். மூன்றாவதற்கு

இடமில்லை *(tertium non datur)* என இடைப்பட்ட இருப்பு பறந்தள்ளப்படும். அதோ அந்த மலையிலிருந்து புகை வருகிறது என்றால் மேலைத் தத்துவ அடிப்படைகளின்படி அங்கே நெருப்பு இருக்க வேண்டும் என்பதே சரியான கூற்று. வேறு சாத்தியம் ஏற்கப்படுவதில்லை. பவுத்தம் இதை ஏற்பதில்லை. இதைச் சற்று விரிவாகப் பார்க்கலாம்.

பவுத்தத் தத்துவப் போக்குகளில் ஒன்றான நாகார்ஜுனரின் (கி.பி.150 - 250) "மாத்யமிகா" அணுகல் முறையில் (மகாயன பவுத்த மரபு) முன்வைக்கப்படும் "நான்கு மூலைகள்" (சதுஷ்கோடி) எனும் கருத்தாக்கம் இங்கே கருதத்தக்கது. "உண்மை", "பொய்" என்கிற இரண்டிற்கும் அப்பால் ஏதேனும் ஒன்றே "உண்மையாகவும் பொய்யாகவும்" இருக்க முடியும் என்பது மட்டுமல்ல "உண்மையாகவும் இல்லாமல், பொய்யாகவும் இல்லாமலும்" கூட ஒன்று இருக்க முடியும் என்றார் அவர். இந்த நான்கு சாத்தியங்களுக்கும் நாகார்ஜுனரின் தத்துவம் இடமளிக்கிறது. மேலைத் தத்துவங்களில் காண இயலாத தனித்துவங்கள் இவை.

எடுத்துக்காட்டுகள் என ஏதையும் முன்வைக்காமல் உங்கள் ஊகங்களுக்கே விட்டுவிடுகிறேன். எல்லாவற்றையும் ஆம் / இல்லை என்கிற இரட்டை எதிர்விற்குள் *(binary oppositions)* அடக்கிவிட முடியாது. இரண்டிற்கும் இடைப்பட்ட சாத்தியங்கள் உண்டு என்பதை நவீன இயற்பியலும் *(physics)* ஏற்கிறது, ஐன்ஸ்டினில் சார்பியல் கோட்பாடு *(Relativity Theory)*, டீ ப்ராக்லியின் பொருட்களின் இரட்டைப் பண்பு குறித்த கோட்பாடு *(Dual Nature of Matter)*, ஹெய்சன்பர்கின் உறுதியின்மைக் கோட்பாடு *(Uncertainty Principle)* முதலியன இத்தகைய ஆம் / இல்லை எனும் இரட்டை எதிர்வுகளைச் சென்ற நூற்றாண்டில் நொறுக்கித் துவம்சமாக்கியதை நான் எனது பின்நவீனத்துவம் குறித்த கட்டுரைகளில் விரிவாக விளக்கியுள்ளேன்,

நிற்க. மீண்டும் தொடங்கிய இடத்திற்கு வருவோம். இந்த வகையில் பவுத்தம் மேலைத் தத்துவங்களைப் போல அல்லாமல் முரண்பாடுகளைத் தீண்டத் தகாதவையாகப் புறம் தள்ளுவதில்லை. முரண்பாடுகளை அது ஏற்கிறது.

இங்கேதான் மார்க்சியம் முரண்பாடுகளுக்குக் கொடுத்த

முக்கியத்துவம் நம் நெஞ்சில் உறைக்கிறது. எல்லாவற்றுக்குள்ளும் முரண்பாடுகள் இருக்கும். முரண்பாடுகளுக்குள் மோதல் இருக்கும். மோதல்களின் ஊடாகவே சமூக இயக்கம் சாத்தியமாகும் என்பதுதான் மார்க்சீய இயங்கியலின் அடிப்படை.

மேலைச் சிந்தனையில் பெரும்புரட்சியை ஏற்படுத்திய 'பின் அமைப்பியல்' மற்றும் 'பின் நவீனத்துவ' கருத்துக்களை விளக்க முயலுவோர் க்ளாட் லெவி ஸ்ட்ராசிலிருந்துதான் தொடங்குவர். அவர், "மார்க்சியமும் புத்திசமும் ஒரே காரியத்தைத்தான் செய்கின்றன. ஆனால் வெவ்வேறு மட்டங்களில் *(Marxism and Buddhism are doing the same thing, but at different levels)* எனக் கூறியது *(1955)* குறிப்பிடத் தக்கது.

பவுத்தத் தரப்பிலிருந்தும் இது ஏற்றுக்கொள்ளப்பட்டுள்ளது.

திபெத்தின் *14*வது தலாய்லாமா வணக்கத்துக்குரிய டென்சின் கியாஸ்டோ, "நவீன பொருளாதாரக் கோட்பாடுகள் எல்லாவற்றிலும் மார்க்சியம் மட்டுமே அற அடிப்படையில் அமைந்த ஒன்று. முதலாளியத்தைப் பொறுத்தமட்டில் லாபம் மற்றும் லாபத்தை ஈட்டும் வழிகள் மட்டுமே முக்கியம்... சோவியத் யூனியனின் வீழ்ச்சி என்பது என்னைப் பொறுத்தமட்டில் அது மார்க்சியத்திற்கு ஏற்பட்ட தோல்வி அல்ல. அது எதேசாதிகாரத்தின் *(totalitarianism)* தோல்வி மட்டுமே. இந்தக் காரணத்தால்தான் நான் இன்னும் அரை மார்க்சிஸ்ட் - அரை புத்திஸ்ட் எனச் சொல்லிக் கொள்கிறேன்" என சோவியத் வீழ்ச்சியை மார்க்சியத்தில் தோல்வியாக முன்வைத்து பேசப்பட்ட சொல்லாடல்களின் போது *(1993)* கூறியது குறிப்பிட்டத்தக்கது.

வண. டென்சின் கியாஸ்டோ அவர்கள் அத்தோடு நிறுத்தவில்லை. தொடர்ந்து அவர், "பவுத்தம் எதை மனிதர்களுக்கான பேரின்பத்தின் உச்சம் எனச் சொல்கிறதோ அந்த சூன்ய நிலையில் *(state of nothingness)* மனதை வைத்துக்கொண்டு மேலும் கீழுமாக நடந்து கொண்டுள்ள ஒரு 'வாக்கிங் ஸ்டிக்' போல நான் ஆகிவிட்டேன்" என மார்க்ஸ் கூறியுள்ளதையும் மேற்கோள் காட்டினார்.

மார்க்சியம் தொழிலாளி வர்க்கம் *X* முதலாளிவர்க்கம் என்கிற முரண்பாடுகளை முன்வைப்பதோடு நிறுத்திவிடுவது இல்லை. இரண்டுக்கும் இடையிலான முரண்பாடுகளின் இருப்பை அது ஏற்றுக்கொள்கிறது. சொல்லப்போனால் அதற்கு அது அதிக

முக்கியத்துவம் அளிக்கிறது. அதோடு நிறுத்திவிடாமல் அந்த முரண்பாடுகளை எவ்வாறு கையாள வேண்டும் என்பதை அது அதிகம் பேசுகிறது.

நல்லது X கெட்டது, சரி X தவறு, எதிரி X நண்பன், ஆண் X பெண், இந்து X முஸ்லிம் முதலான இரட்டை எதிர்வுகள் *(binary oppositions)* மூலமாகவே உலகைப் பார்ப்பது வன்முறை மட்டுமல்ல. அது உலகைப் புரிந்துகொள்வதற்கான வழிமுறை அல்ல என்பது ஆக முக்கியம்.

இரு குறிப்புகள்

1. புத்தருக்கும் நாகார்ஜுனருக்கும் இடையில் சுமார் 750 ஆண்டு கால இடைவெளி உள்ளது. புத்தருக்கும் தின்னாகர், தருமகீர்த்தி ஆகியோருக்கும் இடையில் ஓராயிரம் ஆண்டு காலம் ஓடிவிடுகிறது. இடையில் பவுத்தத்தில் பெரிய மாற்றங்கள் நிகழ்ந்துவிடுகின்றன. கடவுளின் இருப்பை மறுத்தவர் புத்தர். பின்னவர்கள் புத்தரே கடவுளாக்கப்பட்ட காலத்தில் வாழ்ந்தவர்கள். இந்த வேறுபாடுகள் இருந்தபோதும் பின்னாளில் வளர்ந்தெழுந்த பவுத்த தர்க்கம் புத்தரின் அடிப்படைக் கோட்பாடுகளை விட்டுவிடவில்லை. வைதீகத் தத்துவங்களிலிருந்து அது முரண்பட்டே வந்தது. எல்லாம் இயக்கத்தில் உள்ளது என்கிற பவுத்த அடிப்படையை அது துறக்கவில்லை. இங்கு பேசப்படும் இருமை எதிர்வு என்பதும் கூட புத்தர் உரைத்த 'ஓடிக் கொண்டிருக்கும் நீரில் இந்தக் கணத்தில் இருக்கும் நீர்த்துளி அடுத்த கணத்தில் இருப்பதில்லை' எனும் கருத்தாக்கத்தின் அடிப்படையில் உருவானதுதான்.

2. மார்க்ஸ் மேலைத் தத்துவ மரபுகளில் ஒன்றான ஹெகலிய மரபில் வந்தவர்தான் என்ற போதிலும் அவர், “ஹெகலைத் தலைகீழாகக் கவிழ்த்தவர்.” அந்த வகையில் அவரது சிந்தனைகள் அவருக்குப் பின் வந்த இன்றைய நவீன சிந்தனைகளுக்கு மிக நெருக்கமானவை.

22. மணிமேகலையின் தர்க்கத்தில் காலப்போக்கில் ஏற்பட்ட மாற்றங்கள்

புத்தருக்குப் பின் பவுத்தத்தில் உருவான பல போக்குகளில் மணிமேகலையின் தர்க்கம் எவ்வகையானது?

இங்கு நாம் புத்தருக்குப் பிந்திய ஆயிரம் ஆண்டுகளில் பவுத்தத்திற்குள் உருவான பல போக்குகளின் பின்னணி குறித்துச் சிறிது அறிந்துகொள்ளுதல் நலம். கி.மு. ஆறாம் நூற்றாண்டில் கங்கைச் சமவெளியில் வைதிக இறையியலுக்கு மாற்றாக உருவான அவைதிக மரபுகளில் இன்றளவும் உலகின் மூன்றாவது பெரிய மதமாகவும் கிறிஸ்தவ, இஸ்லாமிய, யூத செமிடிக் மதங்களிலிருந்து வேறுபட்ட தனித்துவமிக்க ஒரு கீழைத் தேய மதமாகவும் விளங்குகிறது பவுத்தம். மணிமேகலைப் பெருங்காப்பியம் புத்தருக்கு ஆயிரம் ஆண்டுகளுக்குப் பின் உருவானது என்பதையும் அப்போது காஞ்சியை மையமாகக் கொண்டு பவுத்த தத்துவ விவாதங்களும் தத்துவ நூல் உருவாக்கங்களும் நிகழத் தொடங்கி இருந்த பின்னணியில் உருவானது என்பதையும் நினைவிற் கொண்டு மேலே செல்வோம்.

இன்றளவும் மணிமேகலையின் இறுதி அத்தியாயங்களில் முன்வைக்கப்படும் தர்க்கம் அப்போது இந்திய அளவில் பவுத்தத்திற்குள் உருவாகி இருந்த பல்வேறு போக்குகளில் எந்தப் போக்கைப் பின்பற்றி உள்ளது என்பது குறித்த மாறுபட்ட

கருத்துக்கள் நிலவுவதை முந்தைய அத்தியாயங்களில் கண்டோம்.

இப்படியான பல போக்குகள் பவுத்தத்திற்குள் உருவாக நேர்ந்த சமூகப் பொருளாதாரப் பின்னணியாக மார்க்சீய நோக்கில் இந்தியத் தத்துவங்களை ஆய்வு செய்த அறிஞர் தேவி பிரசாத் சட்டோபாத்யாயா கூறுவதில் சில அம்சங்களை முதலில் தொகுத்துக்கொள்வோம். கடவுள், சடங்குகள், ஆன்மா ஆகியவற்றை மறுத்தெழுந்த பவுத்தத்தில் புத்தரே கடவுளாக்கப்பட்ட வரலாற்றை மிக நுணுக்கமாக அவர் தொகுத்துரைப்பார் *(Indian Philosophy A Popular Introduction)*. வருண வேறுபாடுகள், சமூக ஏற்றத்தாழ்வுகள் மட்டுமின்றி வேள்விகள் எனும் பெயரில் மிகப் பெரிய பொருள் அழிப்புகள் நடந்து கொண்டிருந்த அன்றைய கங்கைச் சமவெளியில் பக்தி, நம்பிக்கை ஆகியவற்றின் இடத்தில் அறம் சார்ந்த வாழ்வை முன்வைத்து உருவான பவுத்தம் புத்தரது காலத்திலேயே அவர் சார்ந்த பழங்குடி மக்களிடம் மட்டுமின்றி புதிதாக மேலுக்கு வந்து கொண்டிருந்த அரசுருவாக்கங்கள் மற்றும் வணிக வர்க்கங்களின் ஆதரவையும் பெற்று வேகமாக வளர்ந்தது. குடும்பத்தை மட்டுமின்றி தான் சார்ந்த பழங்குடிச் சமூகத்தையும் துறந்து வந்த புத்தர் உரைத்த மாற்று நெறியால் ஈர்க்கப்பட்ட அரசர்களும் வணிகர்களும் பெரிய அளவில் அவருக்கும் சங்கத்திற்கும் பொருள் உதவிகளைச் செய்யத் தயாரக இருந்தனர். சிராவஸ்தி நகரில் வாழ்ந்த அப்படியான ஒரு பெருவணிகனான அனாதபிண்டிகனின் அழைப்பை ஏற்று ஒரு முறை புத்தபகவன் தனது சீடர்களுடன் அவனது ஊருக்கு வந்தார், அனாதைகளுக்கு உதவும் தாராள மனத்தினனாகப் பெயர் பெற்றிருந்த அவன் புத்தரும் இதர பிக்குகளும் தங்குவதற்கு இளவரசன் ஜேதகுமாரனுக்குச் சொந்தமான ஒரு பூங்காவைக் கேட்டபோது அந்தப் பூங்கா முழுவதையும் மூடும் அளவிற்கு அவன் பணம் கேட்டதாகவும், அதைத் தந்து புத்தரும் சீடர்களும் தங்குவதற்கான எல்லா வசதிகளும் பொருந்திய மாளிகை ஒன்று அங்கு கட்டப்பட்டதாகவும் ஒரு வரலாறு உண்டு *(Sudatta Sutta / Cullavaggaa-VI)*.

இது ஒரு மிகைப்படுத்தப்பட்ட கதை என்பதை நாம் புரிந்துகொள்கிறோம். எனினும் இதை முற்றாக ஒதுக்கிவிடவும் முடியாது. பெருவணிகர்கள் மட்டுமின்றி பிம்பிசாரன், பசனேதி போன்ற மன்னர்களும் புத்தரிடம் பேரன்பு செலுத்தினர். மக்கள்

மத்தியில் தம் கருத்துகளைப் பரப்புவதற்கு முதன்மை அளித்த புத்தரும் அதை ஒட்டிச் சில சமரசங்களைச் செய்து கொள்ள வேண்டியதாயிற்று (அ.மார்க்ஸ், 'புத்தம் சரணம்', அடையாளம் பதிப்பகம், பக்.72 76).. புத்தருக்குப் பிந்திய அடுத்த சில நூறாண்டுகளில் மாமன்னர் அசோகரின் காலத்தில் பவுத்தம் ஒரு அரச மதமாகவும் மாறியது. இத்தகைய அளவு மாற்றங்கள் புத்த சங்கத்தில் சில பண்பு மாற்றங்களையும் ஏற்படுத்தின. சிந்தனை, தர்க்கம் ஆகியவற்றுக்குக் கொடுத்த கூடுதல் அழுத்தங்கள் பவுத்தத்திலும் கருத்து முதற் சிந்தனைகள் உருவாவதற்குக் காரணமாயின என்பார் சட்டோபாத்யாயா.

சீன யாத்ரீகர்களான இட்ஷிங்கும், யுவான் சுவாங்கும் கி.பி. 7ஆம் நூற்றாண்டில் நாளந்தாவில் இருந்த பவுத்தப் பல்கலைக்கழகத்தில் இருந்த10,000 மாணவர்களும் 1500 ஆசிரியர்களும்அங்கு தங்கியிருந்தனர் எனக் கூறும் அவர்கள் 500 வணிகர்கள் 10 கோடிப் பொற்காசுகள் கொடுத்து அந்த இடத்தை வாங்கித் தந்தனர் எனவும் ஐந்து அரசர்கள் அதில் ஏராளமான அறைகளைக் கொண்ட கட்டிடங்களைக் கட்டித் தந்தார்கள் எனவும் பதிவு செய்கின்றனர். கற்பது, விவாதிப்பது ஆகியவற்றிற்கே அவர்களுக்கு நேரம் போதவில்லை எனவும் குறிப்பிடுகின்றனர். அரசர்கள் பலர் 200 கிராமங்களிலிருந்து வரும் வரிப்பணத்தை அந்தப் பல்கலைக் கழகத்திற்கு அளித்திருந்தனர் எனவும் அந்த பிக்குகளுக்கான செலவு அதிலிருந்தே ஈடுகட்டப்பட்டன எனவும் இட்ஷிங் குறிப்பிடுவதையும் சட்டோபாத்யாயா சுட்டிக் காட்டுகிறார்.

புத்தர் பரிநிர்வாணம் அடைந்தவுடன் ராஜகிருகத்தில் பிக்குகளின் முதல் மகாசங்கம் கூட்டப்பட்டது. தம்மம், வினயம் ஆகிய பிக்குகளின் ஒழுக்கங்கள் குறித்த விதிமுறைகளை ஒழுங்குபடுத்துவதாகவே அச்சங்கமம் அமைந்தது எனவும் அப்பாலைக் கோட்பாடுகளுடன் (metaphysics) கூடிய அபிதம்மம் அப்போது விவாதிக்கப்படவில்லை எனவும் குறிப்பிடும் சட்டோபாத்யாயா இந்த முதற்சங்கத்தைப் பொறுத்தமட்டில், அதில் புத்தர் காட்டிய வழியிலேயே மேற்செல்வது என்பதற்கு முக்கியத்துவம் அளிக்கப்பட்டது என்பார்.

எனினும் விரைவில் பிக்குகளுக்கு விதிக்கப்பட்ட இறுக்கமான ஒழுக்கக் கட்டுப்பாடுகளுக்கு எதிர்ப்புகள் தோன்றியதால்

இரண்டாவது சங்கம் கூட்டப்பட்டது. அங்கு இந்தக் கருத்துடையவர்கள் வெளியேற்றப்பட்டனர். அவ்வாறு வெளியேறிய ஆயிரத்துக்கும் மேற்பட்டோர் கூட்டிய மகாசங்கத்தில் கலந்து கொண்டோர் “மகாசங்கிகர்கள்” எனவும் இறுக்கமான பழைய கொள்கைகளை வற்புறுத்தியவர்கள் “தேரவாதிகள்” அல்லது “ஸ்தவிரவாதிகள்” எனவும் அழைக்கப்பட்டனர். பவுத்தத்தில் முதல் பிளவு இப்படி ஏற்பட்டது.

வெளியேறியவர்கள் பிக்குகளின் ஒழுக்கநெறியை மட்டுமல்லாமல் பவுத்த பிடகங்களிலும் மாற்றங்கள் செய்தனர். எளியவர்களிலும் எளியவராக இருந்து அறம் உரைத்து வாழ்ந்த புத்தர் அவ்வாறு செய்யப்பட்ட மாற்றங்களின் ஊடாக மானுட சக்தியைத் தாண்டிய இயற்கை அதீதக் கடவுளின் நிலைக்கு உயர்த்தப்பட்டார். விரிவான சடங்குகளுடன் கூடிய மகாயன பவுத்தம் இப்படித்தான் உருவாகியது. பவுத்ததில் கருத்துமுதல் சிந்தனைகள் ஊடுருவியது இப்படித்தான்.

அடுத்து கி.மு. 3 ஆம் நூற்றாண்டில் அசோகரால் கூட்டப்பட்ட மூன்றாவது சங்கத்திலும் பிளவு ஏற்பட்டது. சுமார் பதினொரு சிந்தனைக் குழுவினர் இப்போது தேரவாதிகளால் வெளியேற்றப் பட்டனர். இவர்கள் நாளந்தாவில் இருந்த பவுத்த மையத்தில் அடைக்கலமாயினர். இவர்களே ‘சர்வாஸ்தி வாதிகள்’ எனப்பட்டனர். காஷ்மீர், காந்தாரம் ஆகிய பகுதிகளுக்கு அவர்கள் இடம் பெயர்ந்தனர். கி.பி. 100 வாக்கில் கனிஷ்கரின் ஆதரவுடன் நான்காவது மகாசங்கம் கூட்டப்பட்டது அதை ஒட்டி 500 பிக்குகள்வரை தங்குவதற்கு வசதியான பவுத்த மடம் ஒன்றும் கனிஷ்கரால் கட்டப்பட்டது. பிடக நூல்களுக்கு விரிவான உரைகள் (விபாஷங்கள்) எழுதப்பட்டன. இவ்வாறு உருவாக்கப்பட்ட விபாஷங்கள் பூர்வ பிடகங்களின் அடிப்படையில் ஆக்கப்பட்டவையாகக் கருத முடியாது எனவும் அப்போது உருவான புதிய சிந்தனைக்கேற்ப உருவாக்கப்பட்டது எனவும் சட்டோபாத்யாயா கருதுகிறார். இவ்வாறு உருவாக்கப்பட்டு சர்வாஸ்திவாதிகளால் பெரிதும் போற்றப்பட்ட ‘அபிதர்ம விபாஷகம்’ உண்மையில் ‘அபிதர்ம பிடகத்திற்கு’ எழுதப்பட்ட உரையல்ல. அது காத்யாயினி புத்ரி என்பவரால் எழுதப்பட்ட ‘ஞானபிரஸ்தானம்’ எனும் சர்வாஸ்திவாதிகளின் நூலொன்றுக்கு எழுதப்பட்ட வைபாஷம் என்றும் சட்டோபாத்யாயா

கருதுகிறார். இவற்றைப் பின்பற்றுவோர் “வைபாஷிகர்கள்” என அழைக்கப்பட்டனர்.

மனம் சார்ந்தவை உட்பட எல்லாவற்றின் (சர்வ) இருப்பையும் (அஸ்தி) ஏற்றுக்கொண்டவர்கள் என்பதாலேயே இவர்கள் “சர்வாஸ்திவாதிகள்” என அழைக்கப்பட்டனர்.

இறந்தகாலம், நிகழ்காலம், எதிர்காலம் (சர்வ கலே அஸ்தி) என முக்காலத்திலும் இருப்பவையாக ‘வஸ்துக்களை’ ஏற்றுக் கொள்வதுதான் சர்வாஸ்திவாதம் என்பதாக அபிதம்ம கோஷம் விளக்கம் அளித்தது.

இதன்மூலம் பவுத்தத்தின் மிக அடிப்படையான கொள்கையாக ஏற்றுக் கொள்ளப்பட்ட “எல்லாமே நிலையற்றவை ஆற்று நீரோட்டத்தில் இக்கணத்தில் பார்க்கும் துளி அடுத்த கணத்தில் இருப்பதில்லை” என்கிற “நிலையாமை’ கொள்கைக்கே அவர்கள் எதிராக இருந்தனர். இப்படி அவர்களின் சர்வாஸ்திவாதம் என்பது பொருள்முதல் வாதத்திலிருந்து அகன்று கிட்டத்தட்ட ஒரு கருத்துமுதல்வாத நிலையை எட்டியது. இந்நிலையில் சர்வாஸ்திவாதத்திலிருந்து பிரிந்த “சௌந்த்ராந்திகம்” என்னும் பிரிவினர் புத்தரின் அடிப்படைக் கோட்பாடான “நிலையாமை” மற்றும் “அனைத்தும் மாறிக் கொண்டே இருக்கிறது” எனும் கோட்பாட்டை மீண்டும் வலியுறுத்தி சர்வாஸ்திவாதிகளை எதிர்த்துப் போராடினார்கள் என்றும் அறிகிறோம்.

மகாயன பவுத்தத்திலிருந்து உருவான “மாத்யமிகம்” ’யோகாச்சாரம்’ ஆகிய இரு பிரிவுகளும் கருத்துமுதல் வாத நோக்கை வெளிப்படையாக ஆதரித்தன. ‘மகாயனம்’ என்பதன் நேரடிப் பொருள் “உயர்ந்த பாதை” என்பது. மற்ற பவுத்தர்களை அவர்கள் “ஹீனயானிகள்” என்றனர். அதாவது “தாழ்ந்த பாதை” என்பது அதன் பொருள். ஹீனயானிகள் தனிமனித நிர்வாணத்தை மட்டுமே பேசுவதாகவும், தாங்கள் மனிதகுலம் முழுமைக்கான விடுதலையைப் பேசுவதாகவும் மகாயனர்கள் விளக்கம் அளித்தனர். ஆனால் மகாயனம் என்பது பவுத்தத்தின் அடிப்படைப் பாதையிலிருந்தே எவ்வாறு விலகியுள்ளது என்பதை ஷெர்பாட்ஸ்கி துல்லியமாக விளக்குவது குறிப்பிடத் தக்கது,

இப்படியான பல போக்குகள் பவுத்தத்திற்குள் உருவான ஒரு பின்னணியில்தான் மணிமேகலைக் காப்பியம் இயற்றப்படுகிறது.

இந்தப் பொக்குகளில் மணிமேகலை முன்வைக்கும் பவுத்தம் எதைச் சார்ந்தது என்பதை ஆய்வாளர்கள் ஆராயும்போது காப்பியத்தின் கடைசிப் பகுதியில் முன்வைக்கப்படும் இந்தத் தத்துவ விசாரங்களின் அடிப்படையிலிருந்தே விவாதிக்கப் படுகின்றன. அப்படி இந்தத் தத்துவ விவாதங்களை மட்டும் பார்க்காமல் மணிமேகலைக் காப்பியத்தின் மொத்த அமைப்பின் பின்புலத்திலிருந்தும் நாம் அதன் கோட்பாடுகளைப் பார்ப்பது அவசியம். அப்படிப் பார்க்கும்போது மணிமேகலையின் தர்க்கம் என இப்போது அறிஞர்கள் வந்திருக்கும் முடிவுகளை மறு பரிசீலனை செய்யவும் நேரும்.

தேவிபிரசாத் சட்டோபாத்யாயா மார்க்சிய நெறிகளில் நின்று புத்தருக்குப் பின் பவுத்தத்தில் தோன்றிய மாற்றங்களைக் கிட்டத்தட்ட நிராகரிக்கிறார். நாகார்ஜுனர் தொடங்கி மேலுக்கு வரும் பவுத்த தர்க்க *(logic)* முறைகளையும் கூடப் புறந்தள்ளும் நிலைக்கு அவரது அணுகல்முறை செல்கிறது. இப்படியான “சீரழிவுகள்” அனைத்திற்கும் புத்தருக்குப் பின் அரச மதமாக பவுத்தம் மாறியதும், பிக்குகளுக்கு உடல் உழைப்பில்லாத சொகுசான வாழ்க்கை முறை ஒன்று சாத்தியமானதும்தான் காரணம் என்கிறார் சட்டோபாத்யாயா. இதில் பேரளவு உண்மை உண்டென்ற போதிலும் இதுவே முழு உண்மை ஆகாது என்றே நான் கருதுகிறேன். பவுத்தத்தின் அடிநாதமாக உள்ள பண்புகள் நாம் விவாதிக்கக் கூடிய இந்தக் காலகட்டத்திலும் கூட பல்வேறு பவுத்தப் போக்குகளில் தாக்கம் செலுத்தத்தான் செய்கின்றன.

இன்று இலங்கை முதலான நாடுகளில் உள்ள மக்கள் கூடும் பவுத்த ஆலயங்களில் இப்படிப் பிள்ளையார், இலக்குமி உட்பட்ட இந்துக் கடவுளரும் இடம் பெறுவதைக் காண்கிறோம். இலங்கை ‘ஜனாதிபதிகள்’ இந்தியா வந்தால் அவர்கள் திருப்பதிக்குப் போகாமல் திரும்புவதில்லை என்பதையும் பார்க்கிறோம். இது இலங்கையில் மட்டுமல்ல, சீன பவுத்தம் ‘டிராகன்’ முதலான தொன்மங்களை ஏற்றுக்கொண்டுள்ளதை அறிவோம்.

இங்குதான் நாம் “மதம்” என்பதன் சில அடிப்படையான பண்புகளைப் புரிந்துகொள்ள வேண்டி இருக்கிறது. மதம் சமூக வாழ்க்கையில் ஒரு அங்கம் வகிக்கிறது. ஒரு திருமணத்தை ஆசீர்வதிப்பது *(solemnize)* அல்லது பிறந்த குழந்தை ஒன்றிற்குப் பெயர்வைப்பது முதலான சடங்குகளின் ஊடாக அக் குழந்தையைச்

அச்சமூகத்தின் உறுப்பினராக ஏற்பது முதலான அம்சங்களில் மதம் ஒரு முக்கியப் பங்கு வகிக்கிறது. மரணத்திற்குப் பிந்திய நிலை (soteriology) என்பதோடு மனித வாழ்வில் மதத்தின் பங்கு முடிந்து விடுவது இல்லை. எனவே ஒரு மதம், "மதம்" ஆகவும் இருக்க வேண்டியும் உள்ளது. முற்றிலும் சமூக வாழ்விலிருந்து ஒதுங்கிய ஓர் இயக்க அமைப்புப்போல ஒரு மதம் இருந்துவிட இயலாது என்பது புரிகிறது.

ரொமிலா தாபர் சொல்வதுபோல அசோகரின் அகிம்சை அன்றைய சூழலில் அவரது தேச எல்லை விரிவாக்கத்திற்குத் துணைபுரிந்தது என்பது உண்மைதான். ஆனால், உலக வரலாற்றில் சிறைக் கைதிகளை முன்கூட்டி விடுவிக்கவும், மரண தண்டனைக் கைதிகளுக்கு அவர்களது வீட்டாரைச் சந்தித்து இரக்கத்தின் அடிப்படையில் விடுதலை கோரச் சொல்லி அதனூடாக அவர்களுக்கு விடுதலை அளிப்பதற்கும் என்றே சிறப்பு அரசு அதிகாரிகளை நியமிப்பது என்பதெல்லாம் வேறெங்கும் நடந்ததில்லை என்பதையும் நாம் எளிதாகப் புறக்கணித்துவிட இயலாது. பவுத்தம் அன்றைய நிலையில் அசோகரின் பேரரசு விரிவாக்கத்திற்கு உதவி இருந்தபோதிலும் அதே நேரத்தில் அரச வரலாறுகள் எதிலும் காணப்படாத இத்தகைய அவரது அறம் சார்ந்த செயற்பாடுகளுக்கும் இந்த பவுத்தமே அடிப்படையாக இருந்தது என்பதையும் நாம் மறந்துவிடக் கூடாது.

நாளந்தா பல்கலைக் கழகத்தில் எவ்வாறு பிக்குகள் உடலுழைப்பை விட்டு தத்துவார்த்த விசாரங்களில் மட்டுமே ஈடுபட்டனர் என சட்டோபாத்யாயா விவரிக்கிறார். அது உண்மைதான். ஆனால் அன்றைய இந்தியாவின் பாரம்பரியக் குருகுலக் கல்வி முறையிலிருந்து பவுத்தக் கல்விமுறை எவ்வாறு வேறுபட்டது என்பதையும் நாம் காணவேண்டி உள்ளது. ஒரே ஒரு துறையில் வல்லுனராக இருந்த ஒரு குருவிடம் அவரது வீட்டிற்குச் சென்று கல்வி கற்பது என்பதுதான் குருகுல வாசம். கடுமையான வருணாசிரம முறை அங்கு எவ்வாறு கடைப்பிடிக்கப்பட்டது என்பதற்கு சம்புகன், ஏகலைவன் ஆகியோரது வரலாறுகளே சாட்சி. ஆனால் பவுத்த பல்கலைக்கழகங்கள் என்பன பல்வேறு நாடுகளிலிருந்தும் வந்திருந்த பல்வேறு துறை வல்லுனர்களும், யுவான் சுவாங், இட்ஷிங் உட்படப் பல்வேறு நாடுகளிலிருந்து

வந்திருந்த மாணவர்களும் ஓரிடத்தில் கூடி கல்வி பயின்றதையும் நாம் மறந்துவிட இயலாது.

மூன்றாவதாக பவுத்தத்தின் வளர்ச்சிப் போக்கு குறித்து சட்டோபாத்யாயா வைக்கும் விமர்சனம் பவுத்த தர்க்கமும் கூட எவ்வாறு போகப் போக பழுதுபட்டது என்பது குறித்தது. இன்றளவுக்கும் உண்மை குறித்த 'சரி' / 'தவறு' எனும் இரண்டே சாத்தியங்களை முன்வைக்கும் மேலைத் தத்துவத்தைக் காட்டிலும் "நான்கு மூலைகள்" எனும் நான்கு சாத்தியங்கள் குறித்த பவுத்த தர்க்கம் மேலான சாத்தியங்களுக்குத் திறப்பு அளிப்பதாகத்தானே உள்ளது என்பதையும் நாம் கணக்கில் கொள்ளவேண்டும்..

(நிறைவு)

பகுதி – 3
தமிழ் மரபில் காப்பியம் குறித்த சில குறிப்புகள்

1. தமிழ் மரபில் காப்பியம்:

நீண்ட வரலாறும், மிக விரிவான இலக்கியக் கொள்கைகளும் கொண்ட நம் தமிழிலக்கியத்தில் தனிச் சிறப்பான இலக்கியக் கொள்கைகள் உண்டு. அகம், புறம் மற்றும் திணைக் கோட்பாடு முதலியன அவற்றில் சில. வடமொழியில் பரதரின் நாட்டிய சாத்திரம், தண்டியின் காவிய தர்க்கம் (ஏழாம் நூற்றாண்டு) ஆகியவற்றைக் குறிப்பிட்டுச் சொல்லலாம். இப்படித் தமிழில் காப்பியங்கள் உருவானது குறித்துப் பலரும் பதிவு செய்துள்ளனர். தமிழ் மரபில் அவ்வாறு காப்பிய உருவாக்கங்கள் உருவானது குறித்த ஒரு சுருக்கமான தொகுப்பு இது.

பஞ்ச காவியம்

"பஞ்ச காவியம் தேர்கின்ற தீத்தானின் கீதத்தில் பெருந்தொகை கற்றார் வழங்கு பஞ்ச காப்பியமும்" என்பது தமிழ்விடு தூது. ஐம்பெரும் காப்பியம், நன்னூல், மயிலைநாதர் உறை, எண்பெருந்தொகை, பத்துப்பாட்டு, பதினெண்கீழ்க் கணக்கு என்றும், சிந்தாமணியார் இலக்கியம் படைத்தார் என்றெல்லாமும் காண்கிறோம் (பார்க்க: திருத்தணிகை உலா முதலியன).

1. வளையாபதி, குண்டலகேசி ஆகிய இரண்டும் இன்று இல்லை. மறைந்த பிற: பாரத வெண்பா, தகடூர் யாத்திரை, விம்பசாரன் கதை, பிங்கலகேசி முதலியன பவுத்த காப்பியங்களும்கூட.

2. அமிர்தபதி, கலியாணன் கதை, காலகேசி, பிங்கல கேசி முதலியனவும் பவுத்த காப்பியங்கள்தான்.

3. பிற காவியங்கள்: நீலகேசி, உதயணன் கதை, இராமாயணம். பெரிய புராணம் ஆகியன.

4. கேசி என முடிபவை தர்க்கம் பற்றியன. மணிமேகலை சொல்லும் சமயக் காப்பியங்கள்)(5 காப்பிய மரபின் உருவாக்கத்தின் ஊடாகத் தமிழ் மரபின் தொடர்ச்சி அறுபடுகிறது. சங்க மரபு சிதைகிறது. அலங்கார சாத்திர மரபுத் தாக்கம் உருவாகிறது.

5. காப்பிய மரபின் ஊடாக தமிழ் மரபின் தொடர்ச்சி அறுகிறது. சாத்திர மரபுத் தாக்கம் தமிழ்க் காப்பியங்களில் ஏற்படுகிறது.

6. எனினும் முன் காப்பியங்களைப் பொறுத்தமட்டில் (எடுத்துக் காட்டு சிலம்பு, மணிமேகலை முதலியன) அகபுற மரபு என்கிற விரிந்த தளத்திலேயே காவியம் படைக்கப்படுகிறது.

7.சிலம்பும் மணிமேகலையும் மட்டுமே தமிழில் நேரடியாக உருவானவை. பிற பாலி சமஸ்கிருத மரபைத் தழுவி உருவானவை. ஜைன பவுத்த ஜாதகக் கதை மரபுகளில் காணப்படும் கதைகள், காவியங்கள் (குணாட்டியன் பெருங் கதை, விம்பிசாரன் கதை முதலியன).

8. சிலம்பு தமிழ் மரபில் சங்கம் தொடங்கி பழகி வந்த ஒரு கதை. வையாவிக்கோ பேகன், கண்ணகி, நற் 216,

9, தமிழ் காப்பியங்களில் சிலம்பும் மணியும் மட்டுமே தமிழில் நேரடியாக வருபவை. மற்றவை பாலி, சமஸ்கிருத மரபைத் தழுவி வருபவை. இதுவும் மணிமேகலையின் இன்னொரு தனிச்சிறப்பு..

('அற முதல் நான்கினும் குறைபாடுடையவை காப்பியம் எனக் கருதப்படும்' என இன்னா நாற்பது கூறும் என்பர்.கடவுள்வாழ்த்து தவிர்த்து, இன்னா நாற்பது கூறும் 160 அறநெறிகளைத் தனிமனிதருக்குரியவை எனவும், அரசைக் குறித்துச் சொல்வன எனவும், பொதுவானவை எனவும் பகுத்தும் காணலாம். அன்புடைமை, அறமுடைமை, அறிவுடைமை, ஒழுக்கமுடைமை, பொருளுடைமை, நட்பு, கடப்பாடு, ஒப்புரவு குறித்த அறநெறி அறிவுரைகளின் தொகுப்பு இந்த வெண்பாக்கள் என்பர்.

சிலப்பதிகாரம் வீடு கூறாமையால் அது பெரும் காப்பியம் அல்ல. அறனும், வீடும், கூறும் மணிமேகலையும் சேர்ந்து ஒரு பெரும் காப்பியம் ஆகிறது என்பார் அடியார்க்கு நல்லார்.

பெரும் காப்பியம், காப்பியம், புராணம்

குறிப்பு: பஞ்சகவ்யம் அல்லது பஞ்சகாவியம் என்பன பசுவிலிருந்து கிடைக்கும் ஐந்து பொருட்களால் உருவாக்கப்படும் ஓர் உயிரி நீர்மக்கலவை. இது இந்து சமயக் கோயில்களில் அபிசேகப் பொருளாகவும், ஆயுர் வேத வைத்தியத்தில் மருந்துப் பொருளாகவும், இயற்கை வேளாண்மையில் மிகவும் முக்கியத்துவம் வாய்ந்த நிலஊட்டப் பொருளாகவும்(உரம்) பயன்படுத்தப்படுகிறது.

அகம், புறம் திருத்தணிகை உலா பஞ்சகாவியம்

1. கவனத்திற்கு: வளையாபதி, குண்டலகேசி இன்று இல்லை. மறைந்த பிற: பாரத வெண்பா, தகடூர் யாத்திரை, விம்பசார கதை. பிங்கல கேசி.
2. ‘கேசி’ என முடிபவை தர்க்கம் பற்றியன.
3. விம்பசாரன் கதை ஒரு பவுத்த காவியம்,

   மணிமேகலை சொல்லும் சமயக் காப்பியங்கள்:
4. பிற காவியங்கள். நீலகேசி, உதயணன் கதை முதலியன.
5. காப்பிய மரபின் உருவாக்கத்தின் ஊடாக தமிழ் மரபின் தொடர்ச்சி அறுபடுகிறது. சங்க மரபு, அலங்கார சாத்திர மரபு முதலியன சிதைகிறது. அலங்கார சாத்திர மரபுத் தாக்கம் உருவாகிறது.

(விக்கிபீடியாவில் மிக விரிவாக இது குறித்துக் காணலாம்.

2. மணிமேகலை ஊடாகக் காஞ்சி நகர் முக்கியத்துவம் பெறுதல் – சில குறிப்புகள்

இந்தியாவில் தோன்றிய மதமாக இருந்தபோதிலும், புத்தர் இந்திய மண்ணில் தோன்றி மறைந்தவர் என்ற போதிலும் அவரால் உருவாக்கப்பட்ட பவுத்தம் இப்போது இந்தியாவில் சொல்லிக் கொள்ளும்படியாக இல்லை என்பதை அறிவோம். கி.மு நூற்றாண்டுகளில் தோன்றி ஒன்பதாம் நூற்றாண்டுவரை இந்திய மண்ணில் அதற்கொரு இடம் இருந்தது என்றாலும் அது பழங்கதைதான். ஒன்பதாம் நூற்றாண்டு வரை பவுத்தம் ஒரு வலிமையான சக்தியாக இங்கு இருந்தது என்பார் சுரேஷ் பிள்ளை.

ஐம்பெருங் காப்பியங்கள், அய்ஞ்சிறு காப்பியங்கள் என தமிழ்க் காப்பியங்கள் பிரித்து அணுகப்படுவதையும் நாம் அறிவோம்.

சிலப்பதிகாரம், மணிமேகலை, பெரிய புராணம் ஆகியவற்றைத் தமிழ் மரபுக் காப்பியங்களாகக் கூறுவது உண்டு. எனினும் பெரிய புராணம் ஒரு காப்பியமாகக் கருதப்படுவதில்லை.

சிலம்பு, மணிமேகலை, குண்டலகேசி, வளையாபதி, சீவக சிந்தாமணி ஆகியவையே ஐம்பெருங்காப்பியங்களாகக் கருதப்படுகின்றன.

நீலகேசி, யசோதர காவியம், நாக குமார காவியம், உதயண குமார காவியம், சூளாமணி ஆகியன சைவ வைணவக் காப்பியங்கள்.

உதயண குமார காவியம், நாககுமார காவியம், யசோதர காவியம், சூளாமணி, நீலகேசி ஆகிய ஐந்தும் ஐஞ்சிறு காப்பியங்கள் என்கிற பிரிவின் கீழ் வருவன.

இந்தியவியல் அறிஞராக உலகளவில் அறியப்பட்டவரும், தென் ஆசியத் துறை வல்லுனருமான அறிஞர் ஷெல்டொன் பொல்லாக் *(Sheldon I. Pollock)* ஒருமுறை இந்தியவியல் ஆய்வுகளைப் பற்றிச் சொன்னது நினைவுக்கு வருகிறது. "ஆய்வாளர் அமெரிக்கராக இருந்தபோதும் தென்னாசிய இலக்கிய ஆய்வுகளைப் பொறுத்த மட்டில் பாலியல் *(gender)* முக்கியப் பங்கு வகிக்கிறது. எவ்வாறு எந்த இலக்கியம் வாசிக்கப்பட்டது, யாரெல்லாம் வாசகர்களாக *(audience)* இருந்தனர் என்பது முக்கியம்" என்பார் அவர். இதை அவர் கிண்டலாகவோ, இழிவாகவோ சொல்லவில்லை. எந்த ஒரு பிரச்சினை ஆனாலும் வாசிப்பவர்களின் பார்வைகள் ஆண்களுக்கும் பெண்களுக்கும் இடையில் மிக நுணுக்கமாக வேறுபடுவதை அவர் அவ்வாறு குறிப்பிடுவார்.

மணிமேகலைக் காப்பிய ஆசிரியரான சீத்தலைச் சாத்தனாரைப் பொறுத்தமட்டில் அவரது பெயர் "வளங்கெழு கூல வணிகர் சாத்தனார்" என்பது தவிர நமக்கு இதுவரை ஏதும் தெரியாது. கமில் சுவலபில் ஒருமுறை குறிப்பிட்டதுபோல விரிந்த கல்விபெற்ற ஒரு பேரறிஞர், மிக ஆழமான ஒரு கவிஞர், பவுத்தத்தை முழுமையாக ஏற்றவர் என்பன தவிர அவர் குறித்து நமக்கு ஏதும் தகவல் இல்லை. சாத்தனாரின் காலத்தில் பவுத்த தர்க்கம் இத்தனை வளர்ச்சி பெற்றிருக்கவில்லை என்பதையும் நாம் கவனத்தில் கொள்ள வேண்டும். இளங்கோ அடிகளும் சாத்தனாரும் ஒரே காலகட்த்தில் வாழ்ந்தவர்கள்தானா என்பதையும் நாம் உறுதியாகச் சொல்ல இயலவில்லை.

ரிச்மான் சொல்வதுபோல வடமொழி அலங்கார சாத்திர மரபில் வைத்து மணிமேகலையின் உட்கிடக்கையை ஒருவரால் உணர இயலாது. அகம், புறம், திணை மரபு என்கிற சங்க மரபில் வைத்து மணிமேகலையைப் புரிந்துகொள்ள முடியும்.

3. புத்தருக்குப் பிந்திய காலத்தில் பவுத்தத்தில் ஏற்பட்ட மாற்றங்கள்

தென்னிந்தியப் பகுதிகளில் கிறிஸ்துவத்திற்கு முந்திய ஆண்டுகளில் பவுத்தம் கால் பதித்தது. நாகையில் நிறுவப்பட்டிருந்த பவுத்த விகாரத்தில் (தர்மசோஹ மஹா ராஜ விஹாரம்) 3/2 ஆம் நூற்றாண்டில் தொழுகை நடந்ததற்கான ஆதாரங்கள் உண்டு.

புத்தருக்குப் பிந்திய நூற்றாண்டுகளில் பவுத்தத்தில் பல பிளவுகள் உருவாகின. புத்தர் ஒரு வரலாற்று மனிதராக, அற்புதங்கள் அற்றவராக, ஆன்மாவை மறுத்தவராக இருந்த நிலை முதலியன பவுத்தம் எளிய மக்கள் மத்தியில் பரவுதலுக்கும், அதனூடாக வைதிக விரிவாக்கத்திற்கும் பெரும் தடையாக இருந்தது. அந்த நிலையில் மாற்றம் ஏற்படுத்துதல் அவசியமான நிலையில் பவுத்தத்தில் 'மகா சங்கீதம்', 'மகாயனம்' முதலானவற்றின் தோன்றலின் பின்னணி இதுதான்.

நாகார்ஜுனரை ஒரு வரலாற்று 'வில்லனாக' பார்ப்பனர்கள் சித்தரித்ததன் பின்னணி இதுதான் (*Ref:* பேரா. நா.வானமாமலை, "தமிழ்ப் பண்பாடும் தத்துவமும்".)

ஒன்றாம் நூற்றாண்டுப் பின்னணியில் (BC) முதன் முதலாக புத்தரின் வாய்மொழி உரைகள் இலங்கையில், பாலி மொழியில் எழுதப்பட்டன. இரண்டாம் நூற்றாண்டு இறுதியில் மவுரியப்

பேரரசு வீழ்ந்தது. தென்னிந்தியாவில் சாதவாகனப் பேரரசு எழுச்சியுற்றது. இப்படியான பின்னணியில்தான் மகா சம்கிக பவுத்தம் பெரு வளர்ச்சியுற்றது. இந்தப் பின்னணியில்தான் ஆந்திர பவுத்தமும் வளர்ச்சியுற்றது. அமராவதி, அபரசாலா. நாகார்ஜுன கொண்டா ஆகியவற்றை மையமாகக் கொண்டு பவுத்தம் இங்கே கால் பகித்தது.

துறைமுக வாய்ப்பற்ற காஞ்சி ஓர் அறிவு மையமாக *(intellectual centre)* ஆக தன்னை நிறுவிக்கொண்டது. புத்த தத்துவ அளவையியல் உரையாடல் முதலியன எழுச்சியும் வளர்ச்சியும் பெற்றன. தேரவாதம், பாலி பவுத்தம் சார்ந்த நூல்கள் பலவும் இலங்கையிலிருந்து கொண்டுவரப்பட்டன. இப்படியான விவாதங்கள், உரைகள், புதிய பாலி நூற்களின் பெருக்கம், புத்த தத்தர், புத்தகோசர், தர்மபாலா, தின்னாகர், ஊரகபுரம், உறையூர் மற்றும் காஞ்சிக்கு அருகில் உள்ள முக்கிய இடங்கள், விவாதங்கள், உரையாடல்கள், கருத்துப் பரவல்கள், பல நாட்கள் தங்கி விவாதங்கள், உரையாடல்கள் என உறையூர் உள்ளிட்ட பல இடங்களில் அபிதம்ம விவாதங்கள், முதலியன சாத்தியமாயின என்பதையும் அறிய முடிகிறது.

நாகார்ஜுனரும் வசுபந்துவும் வடமொழியை (சமஸ்கிருதம்) பயன்படுத்திய போதும், காஞ்சியை மையமாகக் கொண்ட விவாதிகள் ‘பாலி’ மொழியையே அடிப்படையாகக் கொண்டிருந்தனர் என்பதையும் அறிகிறோம்.

தின்னாகர் வரை இந்நிலை (பாலி) தொடர்ந்தது. பின்னர் சமஸ்கிருதம் பயன்படுத்தப்பட்டது. போதிதர்மர், தர்மகுப்தர், தர்மகீர்த்தி, வஜ்ரபோதி ஆகியோர் (தர்மபாலரும் கூட) சமஸ்கிருதத்தைப் பயன்படுத்தினர்.

சமஸ்கிருத, பிராகிருத, மணிப்பிரவாள (கலப்பட) நடையும் பயன்படுத்தப்பட்டது.

4. தமிழ் பவுத்தம் குறித்து ஒரு சிறு குறிப்பு

சிலம்பும் மணியும் இரட்டைக் காப்பியங்கள். சிலம்பறியாமல் மணியைப் புரிந்துகொள்ளல் இயலாது. கதைத் தொடர்ச்சி மட்டுமின்றி பாத்திரங்களில் பலரும் இரு காப்பியங்களிலும் பங்கு பெறுகின்றனர். கண்ணகி, மாதவி, மணிமேகலை, கோவலன், சித்திராபதி, மாசாத்துவன், இளங்கோ அடிகள், அறவணர், சாத்தனார் உட்பட இப்படிப் பங்கு பெறுகின்றனர்.

மணிமேகலைத் துறவு எனினும் ஒரு காவியத்திற்குரிய அலங்காரங்களில் சாத்தனார் குறை ஏதும் வைக்கவில்லை. அறிமுகக் காட்சியிலேயே மணிமேகலை துறவேற்பது என்கிற நிலையை எட்டியபோதும் முழுமையாக அந்நிலையை அடைய உரிய ஏதுக்கள் படிப்படியாய்த்தான் சம்பவிக்கின்றன.

மணிமேகலையை வான் துயர் உறுக்கும் கோலம் காணாதொழிகென கோதைத் தாமம் குழலொடு களைந்து போதித்தானம் புரிந்தறங் கொள்ளவும், சிலம்பு வருகவென் மடமகள் மணிமேகலை என்று கோதைத் தாமம் குழலொடு களைந்து போதித்தானம் புரிந்தறங் கொள்ளவும். திரிவிழை கோலம் நீங்கினாள் ஆதலின்- மணிமேகலைதான், "புதுவோன் பின்னைப் போனது நெஞ்சம். இதுவோ அன்னாய் காமத்து இயற்கை. இதுவே ஆயின் கெடுக தன் திறம்" என்பாள்.

தமிழ்ப் பண்பாட்டைப் பவுத்தத்தில் உள்வாங்குதல் *(Cultural alimentation)* குறித்து: பத்தினி வழிபாட்டை பவுத்தம் ஏற்பதில்லை என்பதை அறிவோம். 'தமிழி' (திராவிடி) என்பது வட இந்திய பிராமியிலிருந்து முற்றிலும் வேறுபட்டது. ஒருவகையில் தமிழ் தொல்காப்பிய மரபு + பவுத்த மரபு = வீரசோழியம் எனலாம். கொடுந்தமிழ்ச் சொல் பயன்பாட்டையும் வீர சோழியம் கணக்கில் எடுத்துக்கொள்ளும்.

சிலம்பிலிருந்து சில:

சிலம்பு 27 .11. 105 07:

மணிமேகலையை வான் துயர உறுக்கும்
கணிகையர் கோலம் காணா தொழிகெனக்
கோதைத் தாமம் குழலொடு களைந்து
போதித்தானம் புகழ்ந்தறங் கொள்ளவும்

சிலம்பு 30. 24-27

வருகவென் மடமகள் மணிமேகலை என்று
கோதைத் தாமம் குழலொடு களைந்து
போதித்தானம் புகழ்ந்தறம் படுத்தனள்

சிலம்பு 30.36

திருவிழை கோலம் நீங்கினனதலின் ஆனால்

மணிமேகலை *5. 89 93.*

5. “மதுமலர்க் குழலாள் மணிமேகலைதான்”

‘புதுவோன் பின்னைப் போனது நெஞ்சம் / இதுவோ அன்னாய் காமத்து இயற்கை / இதுவே ஆயின் கெடுகதன் திறம்” - என மணிமேகலைதான் சுதமதி தன்னிடம் மனம் கசிவதை நாம் காண்கிறோம். சாத்தனார் இதனை அத்துணை நுணுக்கமாகச் சித்திரித்திருப்பார். இதை நாம் மிகச் சரியாகப் புரிந்து கொள்வது முக்கியம். இளம் பெண்ணான மணிமேகலை தன் முற்பிறவிக் கணவன் குறித்து ஒரு கணம் இவ்வாறு கலங்கின போதும் அந்தக் கலக்கம் அவளிடம் தொடர்வதில்லை. சிலம்பும் மணியும் “இரட்டைக் காப்பியங்கள்” எனச் சொல்வதை நாம் சரியாகப் புரிந்து கொள்ள வேண்டும். இரண்டிலும் இப்படியான ஒரு இணைப்பு இருந்த போதும் இரண்டும் முற்றிலும் அடிப்படையில் ஒன்றுக்கொன்று வேறுபட்டவை. எல்லோரும் நினைப்பது போலவும், சொல்வது போலவும் அவற்றை “இரட்டைக் காப்பியங்கள் என்பது அபத்தம். சிலம்பின் தொடர்ச்சி அல்ல மணிமேகலை. மாறாக ஒருவகையில் சிலம்பின் மறுப்பாகவே பேரறிஞர் சாத்தனார் மணிமேகலையை நமக்குப் படைத்தளிக்கிறார். மேலோட்டமாக அவர் இதைச் சொல்லி முடிப்பதில்லை. எல்லாம் முடிந்து மதுரை பேரழிவுக்கு ஆட்பட்ட பின் பத்தினிக் கடவுளாய் வணங்கப்பட்ட கண்ணகியைச் சந்தித்து இப்படி அவள் மதுரையை அழித்துப் பேரழிவுக்குக் காரணமாக இருந்ததை மறுத்துக் கண்டிக்கிறாள்

மணிமேகலை. கண்ணகியும் அதை மனதார ஏற்றுக்கொள்கிறாள்.

சிலம்பையும் மணிமேகலையையும் நாம் சரியாகப் புரிந்துகொள்ளல் வேண்டும். தமிழ்ப் பண்பாடு என நாம் எல்லாவற்றையும் அப்படியே ஏற்றுக்கொண்டுவிடல் இயலாது. சாத்தனார் இதனை மிகக் கவனமாக அணுகுகிறார். இங்கே இந்தத் தமிழ்ப் பண்பாட்டை அவர் பவுத்தத்தில் உள்வாங்குகிறார் *(Cultural assimilation)*.

முன்பே குறிப்பிட்டதுபோல பத்தினி வழிபாடும் பவுத்தத்தில் கிடையாது.

அறம் என்பதற்கான விளக்கமாக, “அறம் எனப்படுவது யாது எனக் கேட்பின் மறவாது இது கேள் மன்னுயிர்க்கெல்லாம் உண்டியும் உடையும், உறையுளும்...” - எனச் சொன்னதும் சாத்தனார்தான் என்பதையும் நாம் மறக்க இயலாது.

தமிழ் இருக்க பவுத்தம் எதற்கு என்கிற ரீதியில் நாம் எதையும் பார்க்க இயலாது. நல்ல கூறுகள் எங்கிருந்தாலும் அதை நாம் ஏற்பதும், பொருத்தமற்றவை ஏதாயினும் இருப்பின் அதை மறுப்பதும் அவசியம். பவுத்தம் இன்று ஒரு அயலக மொழியாக இருக்கலாம். ஒரு காலத்தில் பவுத்தம் என்பது இந்தியாவில் தோன்றிய ஒன்று. புத்தர் பிறவியில் ஒரு இந்தியர் இந்திய மண்ணில் பிறந்து, வாழ்ந்து மறைந்தவர் என்பதை எல்லாம் நாம் மறந்துவிட இயலாது.

6. மணிமேகலையில் சாங்கியம்

இந்தத் தலைப்பில் சாங்கியம் குறித்து அறிஞர் சோ. ந. கந்தசாமி அவர்கள் தனது இந்தியத் தத்துவக் களஞ்சியத்தில் சுமார் 50 பக்கங்களில் மிகச் சுறுக்கமாக விளக்கியுள்ளார். இது குறித்து சாங்கியத் தத்துவத்தின் தந்தை எனக் கருதப்படும் கபிலமுனி முதலானோரின் நூல் உட்பட வேறு சிலவும் எளிதில் படிக்கும் வகையில் கிடைக்கின்றன. தரவிறக்கம் செய்து நண்பர்கள் அவற்றை எளிதில் படிக்கலாம்.

'பவுத்த நெறியின் பொற்காலத்தில் மலர்ந்த காப்பியம்தான் மணிமேகலை எனத் தொடங்குவார் கந்தசாமி. கி.பி 400 600 என்ற காலப்பகுதியை அவர் இவ்வாறு குறித்துத் தொடங்குவார். சாத்தனார் சாற்றும் மாற்றுச் சமயங்கள், அவரது 'நையாயிகம்', சாங்கியத்தின் தனிச் சிறப்பு, சாங்கியமும் உபநிடதங்களும், தமிழகத்தில் பரவிய பாங்கு ஆகியன. "சாங்கியமும் பவுத்தமும்" எனும் தலைப்புகளில் மட்டுமின்றி, இந்தியாவில் தோன்றிய எல்லாவகைத் தத்துவங்களும் சாங்கியத்தை நிலைக்களமாகக் கொண்டவைதான் என்றும் அவர் குறிப்பிடுவார். சாங்கியமும் சமணமும், பரமாத்துமனின் இயல்புகள், பிரகிருதியின் இயல்புகள் என மிக நுணுக்கமாகவும் சுருக்கமாகவும் எழுதப்பட்டுள்ள இக்கட்டுரை முக்கியமான ஒன்று. சாங்கியத்திற்கும் தமிழுக்கும் உள்ள தொடர்பு குறித்து அறியத் தலைப்படுவோர் அவசியம் பயில வேண்டிய ஒன்று.

7. சாங்கிய தத்துவம் : சற்று விரிவான விளக்கம்

சாங்கிய தத்துவம் என்பது படைப்பின் இரட்டைக் கோட்பாடு அல்லது வேறுவிதமாகக் கூறினால், அதன் 'காரணம்' எனலாம். இது ஒரு பண்டைக் கோட்பாடு. முதலில் உபநிடதங்கள் மற்றும் பகவத் கீதையில் தோன்றியது. இது புத்தரை விட மூத்ததாகக் கருதப்படும் கபில முனிவரால் நிறுவப்பட்டது.

சாங்க்யா என்பதன் பொருள் 'எண்' அல்லது 'அனுபவ' உருவாக்கம் என்பது. மறைமுகமாகவோ அல்லது வெளிப்படையாகவோ, உற்பத்தியும் அழிவும் இல்லை என்று அது கோட்பாடு செய்கிறது. ஆன்மாவும் பொருளும் இரண்டு வெவ்வேறு விடயங்கள் என்றும் அது கூறுகிறது.

சாம்க்யா என்பது மிகப் பழமையான தத்துவப் பள்ளி. புருஷன் அல்லது சுயம், ஆன்மா, புத்தி மற்றும் பிரகிருதி அல்லது பொருள், படைப்பு மற்றும் ஆற்றல் ஆகியவற்றிலிருந்து எல்லாம் பெறப்பட்டவை என்று அது கூறுகிறது.

இரண்டு வகையான உடல்கள் இருப்பதாக சாங்கிய தத்துவம் நம்புகிறது. ஒரு உடல் அல்லது தற்காலிக உடல், மற்றும் மறைந்த அல்லது நுட்பமான உடல், அது கண்ணுக்குத் தெரியாத ஆனால் மரணத்திற்குப் பிறகும் நீடிக்கும். பூமிக்குரிய உடல் காலாவதியானதும், நுட்பமான உடல் மற்றொரு உடலுக்கு நகர்கிறது. மறுபிறவி கோட்பாடு இங்குதான் தொடங்குகிறது.

நுட்பமான உடல் நான்கு பகுதிகளைக் கொண்டுள்ளது:

1. **புத்தி**, அல்லது உணர்வு.
2. **அகங்காரம்** அல்லது 'நான்' -உணர்வு அல்லது 'ஈகோ'.
3. **மனஸ்** அல்லது மனதின் புலன்கள்.
4. **பிராணன்** அல்லது மூச்சு.

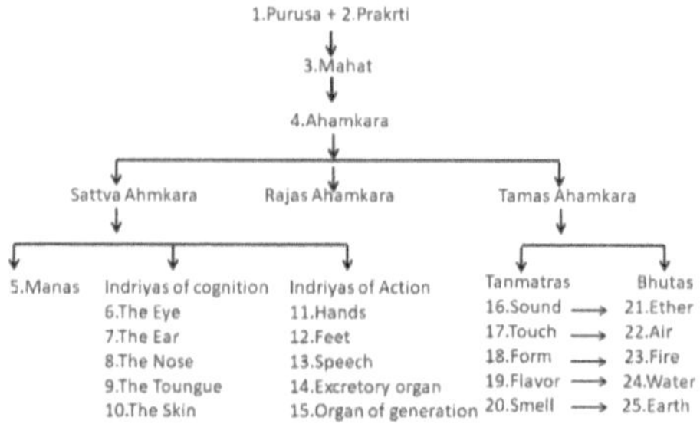

சாங்கிய தத்துவத்தின் வெவ்வேறு கட்டங்கள் யாவை?

சாங்கிய தத்துவத்தில் வளர்ச்சியின் பல்வேறு கட்டங்கள் உள்ளன. பிரபஞ்சத்தை விளக்க புருஷனும் பிரகிருதியும் போதுமானது என்பது வரையறுக்கும் கருத்து.

- புருஷன் பிரகிருதியைத் தனக்குள் ஈர்க்கிறது, ஒரு காந்தம் இரும்பு சவரன்களை ஈர்ப்பது போல, பின்னர் வளர்ச்சி செயல்முறை தொடங்குகிறது.
- புருஷனின் தூய உணர்வு எந்த உடல் வடிவமும் இல்லாமல் பிரகிருதியுடன் இணைகிறது, மேலும் புத்தி அல்லது ஆன்மீக விழிப்புணர்வு உருவாக்கப்படுகிறது.
- அடுத்தது அஹம்காரா அல்லது தனிமனித 'ஈகோவின்' பரிணாமம். இந்த 'ஈகோ'தான் தன் இருப்புக்கு அடிப்படை என்று தவறாக நினைக்கிறார்.
- அஹம்காரம் மொத்த கூறுகளாகப் பிரிக்கப்பட்டுள்ளது - விண்வெளி, காற்று, நெருப்பு, நீர் மற்றும் பூமி.

- ஐந்து புலன்கள் - ஒலி, தொடுதல், பார்வை, சுவை மற்றும் வாசனை.
- ஐந்து அறிவு-பெறும் புலன்கள் - காது, தோல், கண், நாக்கு மற்றும் மூக்கு.
- ஐந்து வேலை புலன்கள் - குரல், கால்கள், கைகள், இனப்பெருக்க உறுப்புகள் மற்றும் வெளியேற்றும் உறுப்புகள்.

முழு பிரபஞ்சமும் வெவ்வேறு அளவுகள் மற்றும் குணங்களில் இவைகளின் கலவையாகும் மற்றும் புருஷன் சேர்க்கப்பட்டுள்ளது.

- **தமஸ் என்பது** இருள், அறியாமை மற்றும் செயலற்ற தன்மை அல்லது அலட்சியத்தைக் குறிக்கிறது.
- **ராஜாக்கள்** பேரார்வம், உணர்ச்சி, ஆற்றல் மற்றும் விரிவாக்கம் ஆகியவற்றைக் குறிக்கின்றன.
- **சத்வா** என்பது நன்மை, ஞானம் மற்றும் அறிவைக் குறிக்கிறது.

சாங்கிய பார்வையின்படி, புருஷன் செயலற்ற நிலையில் இருக்கும் போது, 'பிரகிருதி' மட்டுமே செயலில் உள்ள உறுப்பு ஆகும். பிரகிருதியிலிருந்து முற்றிலும் வேறுபட்டது என்பதை உள்ளிருக்கும் ஆவி உணர்ந்து, அதன் எல்லையிலிருந்து தன்னை நீக்கிக்கொள்ள விரும்பினால் மட்டுமே, அந்த உயிரினம் மோட்சத்தை அல்லது முக்தியை அடைய முடியும்.

கல்வியில் சாங்கிய தத்துவம் ஏன் முக்கியமானது?

முக்திக்கு வழிவகுக்கும் சில வெளிப்புற முகவர் அல்லது காரணிகளைக் காட்டிலும் சுய அறிவுதான் என்று சாங்கிய தத்துவம் நம்புகிறது. சுற்றுச் சூழலைப் பற்றிய நமது புரிதலுக்கும் சுற்றுச் சூழலுடனான மனிதனின் உறவிற்கும் இது பெரிதும் உதவியது என சாங்கிய தத்துவம் நம்புகிறது

1. செயல் அல்லது காரியம் ஒரு காரணத்தில் உள்ளார்ந்ததாக உள்ளது.
2. எனவே, மனிதனின் வளர்ச்சி ஏற்கனவே மனிதனில் இயல்பாகவே உள்ளது.

3. சுய அறிவு அல்லது கல்வியைப் பெறுவது மனிதனை முழு அளவில் வளர்ப்பதாகும்.
4. பிரகிருதி (பொருள்) மற்றும் புருஷ் (ஆன்மா) ஆகியவற்றுக்கு இடையே உள்ள வேறுபாட்டைக் காட்ட கல்வி அவசியம் என்று இந்தத் தத்துவம் கருதுகிறது.
5. புருஷ் அல்லது ஆன்மா மனிதனின் மூன்று புலன்களையும் அறிவூட்டுகிறது.
6. ஆன்மா அல்லது முக்தியின் விடுதலையே ஒருவரின் வாழ்க்கையின் இறுதி நோக்கம் என்று அது நம்புகிறது.
7. பொருள் மற்றும் ஆவி இரண்டையும் மனிதன் வேறுபடுத்திப் பார்க்கும்போதுதான் வாழ்க்கையின் துயரங்களிலிருந்து விடுதலை பெற முடியும்.

சாங்கிய தத்துவத்தின்படி, கல்வியின் முக்கிய நோக்கம் இதுதான்.

(சாங்கியத் தத்துவத்தின் அடிப்படைகளாகச் சொல்லப்படுபவை மட்டும் சுருக்கமாகத் தரப்பட்டுள்ளது.)

8. யோகா மற்றும் சாங்கிய தத்துவம்

சாங்கிய தத்துவம் யோகாவின் அறிவுசார் அம்சத்தின் பெரும்பகுதியை பாதிக்கிறது. இருப்பினும், யோகா கடவுள் இருப்பதை நம்புகிறது, மேலும் இது யோகா பயிற்சியாளர் அடைய விரும்பும் இலட்சியமாகும். யோகா இயற்கையில் மிகவும் நடைமுறைக்குரியது.

அடையாளம் காணக்கூடிய நிலைகளில் வகைப்படுத்தப்படும் பரிணாம வளர்ச்சியின் சாங்கியப் பார்வையை மாற்றியமைக்க யோகா முயற்சிக்கிறது. புருஷன் அல்லது ஆவி இந்த உலகின் சடவாத அல்லது பிரகிருதி அடிமைத்தனத்திலிருந்து தன்னை விடுவித்துக் கொள்ளும்போது ஆன்மீக சுதந்திரம் அல்லது மோட்சம் சாத்தியமாகும் என்று யோகா நம்புகிறது. ஒரு யோகா ஆர்வலர் தனது மனதைக் கட்டுப்படுத்த கற்றுக்கொள்ள வேண்டும் மற்றும் சமாதியில் நுழைவதற்கு ஜடப் பொருட்களிலிருந்து அதைப் பிரிக்க வேண்டும்.

சாங்கிய தத்துவத்தில் கைவல்யம் என்றால் என்ன?

சமஸ்கிருதத்தில் கைவல்யம் என்றால் ‘தனிமை’ என்று பொருள். ஒரு தனிமனிதன், ஆன்மா அல்லது புருஷனின் உணர்வு, அது பொருள் அல்லது பிரகிருதியிலிருந்து வேறுபட்டது என்பதை உணர்ந்து, அதிலிருந்து தன்னை விடுவித்துக்கொள்ள முயற்சிக்கும்போது,

அது மோட்சத்தை அடைவதற்கான பயணத்தில் செல்கிறது.

கைவல்ய செயல்முறையை இவ்வாறு விளக்கலாம்:

- புருஷனும் பிரகிருதியும் நித்தியமானவை, ஆனால் இரண்டும் வெவ்வேறு இயல்புகளைக் கொண்டவை.
- புருஷன் நிலையானது, ஆனால் பிரகிருதி நிலையான மாற்றத்திற்கு உள்ளாகிறது.
- இருப்பினும், புருஷன் பிரகிருதியில் மயங்கும்போது, அவை சில சமயங்களில் ஒன்றிணைகின்றன, மேலும் அவை ஒன்றிணைகின்றன.
- கடந்தகால கர்மாவின் விளைவுகளால், புருஷன் அதன் உண்மையான இயல்பைப் புறக்கணித்து, அது ஜட உலகத்துடன்ஒன்று என்று நினைக்கிறான்.
- புருஷா பின்னர் தொடர்ச்சியான மறுபிறவிகளுக்கு உட்படுகிறார்.

புருஷன் இறுதியில் பிரகிருதியிலிருந்து முற்றிலும் வேறுபட்டது என்பதை உணரும்போது, அது முற்றிலும் பிரிந்து செல்கிறது. இந்தத் தனித்தனிச் செயல்முறை கைவல்யா என்று அழைக்கப்படுகிறது. பிரபஞ்சத்தில் உள்ள அனைத்து படைப்புகளுக்கும் காரண-விளைவு உறவுதான் ஆதாரம், மேலும் அனைத்தும் அதனாலேயே பிணைக்கப்பட்டுள்ளன.

சாங்கிய தத்துவத்தில் சில சிறந்த படைப்புகள்

சாங்கிய தத்துவம் இந்தியப் பாரம்பரியத்தின் ஒரு முக்கிய அம்சமாகும். இருப்பினும், இந்தச் சிறந்த தத்துவத்தை வரையறுக்கும் மூன்று நூல்கள் மட்டுமே தற்போது கிடைக்கின்றன. அவை:

- சாம்க்ய சூத்திரம் : சாங்கிய சூத்திரங்கள் சாங்கிய தத்துவத்தின் நிறுவனர் கபில முனிவரால் எழுதப்பட்டது. அவரது படைப்புகள் விஞ்ஞான விசாரணையின் நன்மைகளை முன்வைக்கின்றன. இது த்வைத்வதா அல்லது இருமைவாதத்தின் கருத்தை கடைப்பிடிக்கிறது, அங்கு ஆன்மாவும் பொருளும் இரண்டு வெவ்வேறு நிறுவனங்களாகும்.
- சாம்க்கியகாரிகா : ஈஸ்வர கிருஷ்ணரால் எழுதப்பட்ட சாம்க்ய காரிகா சாங்கிய தத்துவத்தில் எஞ்சியிருக்கும் மிகப் பழமையான நூல் ஆகும். ஈஸ்வர கிருஷ்ணர் கபில முனிவரின் சீடர். இது ஆர்யா

மீட்டரில் எழுதப்பட்ட 72 ஸ்லோகங்களைக் கொண்டுள்ளது. ஈஸ்வரன் கௌசிகா குடும்பத்தில் இருந்து வந்தவர், அவர் பஞ்சசிகாவால் சாங்கிய கோட்பாடுகளை எளிமைப்படுத்தினார்.

- கௌடபாத பாஷ்ய : இது கௌடபாதரின் சாம்க்யகாரிகா பற்றிய பிரபலமான வர்ணனையாகும். இது இடைக்கால சகாப்தத்தில் சாங்கிய தத்துவத்தில் புதிய ஆர்வத்தை ஏற்படுத்தியது.

- சஸ்திதந்திரம் : அறுபது தலைப்புகளின் அறிவியல், இப்போது தொலைந்து விட்டது. இந்த புத்தகம் ஈஸ்வர கிருஷ்ணருக்கு முந்தையது மற்றும் அவரது புத்தகமான சாம்க்யகாரிகாவில் ஒரு குறிப்பு உள்ளது.

முடிவுரை

இந்து மதத்தில் உள்ள ஆறு தரிசனக் கோட்பாடுகளில், சாங்கிய தத்துவம் மிகப் பழமையானது. இது இராமாயணம், மகாபாரதம் மற்றும் பகவத் கீதையில் குறிப்பிடப்பட்டுள்ளது. சாங்கிய தத்துவம் மற்ற தத்துவப் பள்ளிகளின் வாதங்களை மீண்டும் மீண்டும் எதிர்கொண்டது, ஆனால் அது காலத்தின் சோதனையாக நின்று அதன் யதார்த்தமான எதிர் வாதங்களால் பாதிப்பில்லாமல் வெளிப்பட்டது. இது இந்த உலகின் அனைத்து முக்கிய அம்சங்களையும், இயற்கையின் இருப்புக்கான காரணத்தையும், மனித வாழ்க்கையையும் உள்ளடக்கியது.

(சாங்கியம் குறித்த இப்பகுதிகள் முற்றிலும் உரிய நூற்கட்டுரைகளில் இருந்து எடுக்கப்பட்டவை)

9. சமண பவுத்தக் காப்பியங்கள் : ஒரு சிறு குறிப்பு

தமிழின் இரட்டைக் கப்பியங்கள் என்று மணிமேகலையையும் சிலம்பையும் சொல்வார்கள். மாதவி, கண்ணகி, மணிமேகலை எனப் பல பாத்திரங்கள் இரண்டிலுமே உலவுவர். ஒருவகையில் சிலப்பதிகாராத்திற்குப் பிந்திய கதையைச் சொல்வதாகவும் மணிமேகலையைப் பார்க்கலாம்.

கோவலன் கொலையுண்டு, கண்ணகி பத்தினித் தெய்வமாகியதற்குப் பிந்திய என்கிற அடிப்படையில் மட்டுமல்லாமல் காப்பியம் விவரிக்கும் நிலப்பரப்பு *(landscape)*, காப்பியத்தின் வாசகப் பரப்பு எல்லாமே மாறுகிறது. அடுத்தக் கட்டத்திற்குச் செல்லுகிறது. புகார், மதுரை வஞ்சிஎன்கிற நகரக் காட்சிகள் மாறி காப்பியப் பரப்பில் திடீரென காஞ்சி மாநகர் தோன்றுகிறது. கடலை ஒட்டிய வணிகப் பட்டினமான புகார், அதனுடைய செழிப்பு, கோலாகலங்கள் என்பதற்கப்பாலான மிகப்பெரிய தத்துவ விசாரங்கள் நடக்கும் பூமி, *intellectual Centre* ஒன்றும் அத்தகைய விவாதங்களைப் புரிந்து கொள்ளும் ஒரு வாசகத் தளம் ஒன்று உருவாகியுள்ளதையும் நாம் காண்கிறோம்

இரண்டும் சமண, பவுத்த அவைதீக மரபில் தோன்றியவை. கிட்டத்தட்ட தமிழ்க் காப்பியங்கள் எனச் சொல்லப்படும்

அத்தனையுமே இம்மரபில் வந்தவைதான். இவ்விற்றில் பவுத்தக் காப்பியங்கள் பலவும் அழிந்து பட்டதுதான் மிகப் பெரிய இழப்பு. இந்த அவைதீக மரபின்றி தமிழில்லை எனச் சொல்லும் அளவிற்கு தமிழ் சமண பவுத்த மரபுகளுடன் இரண்டறக் கலந்துள்ளது.

தமிழுக்கு மட்டுமின்றி இந்தியா முழுமைக்கும் 'பிராமி' எழுத்து வடிவத்தைக் கொடை அளித்தது சமணம்தான். பிராமி என்பவள் ஆதிநாதரின் இரு புதல்வியரில் ஒருத்தி. மற்றவள் 'எண்களின் நாயகி'. "எண்ணும் எழுத்தும் கண்ணெனத் தகும்" என்றவர்தான் சமண மரபில் வந்த திருவள்ளுவர்.

அகம், புறம், திணைக் கோட்பாடு என்பன தமிழ் மரபுக்கே உரித்தான ஒரு சிறப்புக் கூறு. காப்பிய மரபின் ஊடாக இந்தத் தமிழ் மரபின் தொடர்ச்சி அறுபட்டு, வடமொழியின் அலங்கார சாத்திர மரபின் தாக்கம் இங்கு ஏற்படுகிறது என்பார்கள். ஆனால் பவுலா ரிச்மான், பார்த்தசாரதி, ஆன்னி மோனியஸ் ஆகிய நவீன ஆய்வாளர்கள் உண்மையில் இவ்விரு காப்பியங்களும் எப்படி அகம், புறம் எனும் திணை மரபின் தொடர்ச்சியாகவே அமைந்துள்ளன என்பதை நிறுவுகின்றனர்.

சிலம்பில் எவ்வாறு ஊடல் அல்லது காதற் துரோகக் காட்சிகள் மருதத் திணைப் பின்புலத்திலும், பரத்தையர் பிரிவு என்பது முல்லைத் திணைப் பின்புலத்திலும், இப்படி ஒவ்வொரு கதை நிகழ்வும் அதற்குரிய திணைப் பின்னணியுடன் எவ்வாறு இளங்கோ அடிகளால் அமைக்கப்பட்டுள்ளது என்பதை ஆழ்ந்து வாசிப்போர் உணர முடியும்.

சமண, பவுத்த மரபுகள் அற வாழ்வை வற்புறுத்துபவை. பக்தி மரபு என்பதில் அறத்தைக் காட்டிலும் பக்தியே முதன்மையான வாழ்வு நெறியாக அமையும். சமண பவுத்தக் காப்பியங்கள் தமது காப்பிய இலக்கணத்தை மீறாமல் இந்த அற வாழ்வை வலியுறுத்தும் பாங்கு குறிப்பிடத்தக்கது.

சிலம்பில் ஒரு காட்சி, சிலம்பை விற்றுப் புது வாழ்வு தொடங்கும் நோக்குடன் கண்ணகியும் கோவலனும் மதுரை நோக்கிச் செல்கின்றனர். புகாருக்கருகிலுள்ள சோமகுண்டம், சூரியகுண்டம் எனும் புனிதக் குளங்களில் நீராடிச் சென்றால் முற்பிறவிச் சாபம் நீங்கும் என்று கண்ணகிக்கு அறிவுரை வழங்கப்படுகிறது. "பீடன்று"–, அதாவது எமக்கு அது வழக்கமல்ல எனக் கண்ணகி

மறுத்துத் தன் பயணத்தைத் தொடர்வாள். "தீர்த்த மூடம், தெய்வமூடம்" என இத்தகைய செயல்களைச் சமணம் மறுக்கும்.

தண்டியலங்காரத்தில் வட மரபு தழுவி எண்வகைச் சுவைகள் குறிப்பிடப்படும். ஆனால் வீர சோழியம் என்னும் பவுத்த நூல் 'சாந்தம்" (அமைதி) என்னும் ஒன்பதாவது சுவையைக் கூடுதலாக இணைக்கும். தமிழ்த் தொல்காப்பிய மரபுடன் பவுத்த மரபு இணைந்து உருவாகியதுதான் பவுத்த இலக்கண நூலான வீரசோழியம். பவுத்த அறத்துடன் கூடிய ஒரு புதிய இலக்கணவியல் பார்வைக்குக் கட்டியங்கூறுகிறது வீர சோழியம்.

கண்ணகி மதுரையை எரித்ததை மிக நுணுக்கமாக மணிமேகலைக் காப்பியம் கண்டிப்பதை அறிவோம். கண்ணகியை மணிமேகலை சந்தித்து அது தவறெனச் சற்றே பணிந்தும் அதே நேரத்தில் கடுமையாகக் குற்றம் சாட்டுவதாகவும் அமைகிறது சாத்தனாரின் இக்காவியம். பவுத்தம் எப்படி இப்படியான உயிர்க் கொலைகளை ஏற்கும்? மன்னன் செய்த தவறுக்கு மக்களை அழிப்பது எப்படிச் சரியாகும்?- இந்தக் கேள்விகளை மக்கள்முன் எந்தத் தயக்கமும் இன்றி முன்வைக்கிறார் சாத்தனார்.

10. தமிழ்க் காப்பியங்கள் ஒரு குறிப்பு

தமிழ்க் காப்பியங்களில் சிலம்பும் மணிமேகலையும்தான் தமிழில் நேரடியாக உருவானவை. பிற பாலி மற்றும் சமஸ்கிருத மரபுகளைத் தழுவி உருவானவை. "அறமுத நான்கிலும் குறைபாடுடையது காப்பியம் என்று கருதப்படும்" என்கிறது தண்டி அலங்காரம். "அறம், பொருள், இன்பம், வீடு"- எனும் நான்கே அவை.

சிலப்பதிகாரம் வீடு கூறாமையால் அது பெருங் காப்பியம் அல்ல என்பர். வீடும் கூறும் மணிமேகலையும் சேர்ந்துதான் அது ஒரு பெருங்க் காப்பியம் ஆகிறது என்பார் அடியார்க்கு நல்லார். பெருங் காப்பியம், காப்பியம், புராணம் ஆகியவற்றின் வேறுபாடுகள் வெண்பா பாட்டியலில் *(43)* கூறப்படுகிறது.

திவாகரம் கூறும் காப்பிய இயற்கை *(176)* என்பது காப்பியத்திற்குறிய இலக்கணம் அன்று; அவை புராணத்துக்குரியன.

11. பேரறிஞர் சாத்தனாரின் மணிமேகலை குறித்துச் சில.

1. மணிமேகலைக் காப்பியத்தைத் தமிழ் மரபில் வந்த தொடர்நிலைச் செய்யுளாகக் காணல் பொருத்தம். மாறாக மணிமேகலையை வடமொழி அலங்கார சாத்திர மரபில் வைத்துப் புரிந்துகொள்ளல் சிரமம்.
2. காஞ்சி எனும் நகரம் தமிழ் வரலாற்றில் மட்டுமின்றி பவுத்த வரலாற்றிலும் முதலில் இடம் பெறும் ஒரு இலக்கிய சாட்சியம்.
3. பவுத்த தருக்கம் வளர்ச்சியுற்ற நிலையைக் காண்கிறோம். ஆசிரியப்பா என்பதால் பிற்காவிய காலத்திற்கு முந்தியதே. ரொம்பவும் முன் தள்ளுதலும் இயலாது. களப்பிரர் காலமெனில் மூவேந்தர் புகழ் ஏன்? கி.பி ஐந்தாம் நூற்றாண்டில் இருக்கலாம்.
4. சிலம்பும் மணியும் மட்டுமே முற்றிலும் தமிழ்ச் சிரமண மரபில் உருவாகிய கதைகள். பிற விம்பிசாரன் கதை முதலியன வடமொழி மற்றும் புத்த ஜாதகக் கதைகள் முதலியன வடமொழி மற்றும் புத்த ஜாதகக் கதை மரபில் வந்தவை.
5. வீர சோழிய மேற்கோள் பாடல்கள் முழுவதும் (சுமார் 26) புத்தரைப் போற்றுபவை. புத்த ஜாதகக் கதைகளைச் சுட்டுபவை.
6. சிலம்பு சங்கம் தொடங்கி பழகிவந்த கதை. வயாவில்லை பேகன், கண்ணகி, புறம் 144, ஒரு முலை திருகி எறிந்த கதை முதலியன.
7. அடியார்க்கு நல்லார், மணி + சிலம்பு பெரும் காப்பியம் என்றாக வீடு பேறையும் அடக்கலின்.
8. திணை மரபிலிருந்து பெரிதும் வேறுபட்டு நிற்காத சங்க மரபுத் தொடர்ச்சி பார்க்க: பார்த்தசாரதி மற்றும் பவுலாரிச்மன்.

12. பவுத்தம் வீழ்த்தப்பட்டு சனாதனம் மேலுக்கு வந்த கதை

“பெண்டிற்குக் கற்புக் கடன் ஒன்றே முக்கியம்” எனும் நோக்கில் முன்வைக்கப்படும் கருத்தை மறுப்பாள் அந்த இளம் பெண் மணிமேகலை. இப்படித் தொடங்குகிறது சாத்தனாரின் மணிமேகலைக் காப்பியம். பெண்டிரின் “பணியும்” “பண்பும்” இரண்டாக்கப்படுகின்றன. குடும்பப் பணி மற்றும் தம் கர்ப்பைக் காப்பாற்றுதல் என்பதே அவை. மணிமேகலை எனும் கருத்தாக்கத்தின் ஊடாக அது இங்கே சிதைக்கப்படுகிறது. (பார்க்க: ஊரலர் உரைத்த காதை).

சாத்தனாரை வெறுமனே பேரறிஞர் என மட்டும் சொல்லிவிட இயலாது. அவர் ஒரு புரட்சிகரமான பேரறிஞர் என்பதற்கு இதுவும் ஒரு சான்று. கற்பை முதன்மைப்படுத்துவதுதான் பெண்களின் ஒரே கடமை எனக் காலம் காலமாக முன்வைக்கப்படும் கருத்து. சாத்தனாரின் மணிமேகலையின் ஊடாக இங்கே சிதைக்கப் படுகிறது.

சமண பவுத்த மதங்களிலும் இத்தகைய புரட்சிகரமான ஒரு அணுகல் முறையைக் காண முடியும். ஆனால் வீரசோழியம் ஒரு பவுத்த காவியமாக இருந்தும் அதில் மணிமேகலைக்கோ அல்லது அந்தக் கருத்துக்கோ ஏன் இடமில்லாமற் போனது என்பதற்குப் பதிலில்லை.

இரண்டாயிரம் ஆண்டுகளுக்கு மேற்பட்ட விரிந்த தமிழ் இலக்கிய வரலாறை இரண்டாகப் பிரிக்கலாம்.

(1) சங்க காலம்.- வீர யுகம் என்பது ஒன்று

(2) பக்தி யுகம். சைவ, வைணவப் பாயிரங்களின் காலம்.

இதற்கு இடைப்பட்ட ஐம்பெரும் காப்பிய காலத்தை ஒரு வகையில் "அறயுகம்" எனச் சொல்லலாம். ஒருவகையில் இதை மணிமேகலையின் புரட்சிக் காலம் எனலாம். திருக்குறள் உட்பட்ட பிற்சங்க நூல்கள் பலவும் அற வாழ்வின் மூலமே 'நிர்வாணத்தை' எட்ட முடியும் என நின்றவைதான்.

இப்படி அறத்தின் இடத்தில் பக்தி, பாசுரங்கள் என இந்திய மண்ணில் உதித்த புத்தரின் அறம் சார்ந்த வாழ்வு என்பது பின்னுக்குத் தள்ளப்பட்டது. பவுத்த அறத்தின் வீழ்ச்சி இப்படித்தான் நேர்ந்தது,

இத்துடன் தமிழ் மரபில் காப்பியம் குறித்த என் தொகுப்பு நிறைவுறுகிறது. அடுத்துள்ளவை பாவிக அணி குறித்து அளிக்கப்படும் விளக்கங்களின் சில பதிவுகள்

13. அடுத்து பாவிக அணி குறித்த சில விளக்கங்கள்

முனைவர் நா.பாலகிருட்டிணன், தண்டியலங்காரம் - 2

பொருளணியியல் - I

பொருளணியியல் - II

பொருளணியியல் - III

பொருளணியியல் - IV

பொருளணியியல் - V

பொருளணியியல் - VI

தண்டியலங்காரம் பொருளணியியலில் கூறப்படும் கடைசி அணி, முப்பத்தைந்தாவது அணி இதுவாகும். இதுகாறும் நாம் பார்த்த முப்பத்து நான்கு அணிகளும் தனிநிலைச் செய்யுளில் (ஒரு தனிப்பாடலில்) அமையுமாறு தண்டி ஆசிரியரால் கூறப்பட்டவை ஆகும். பாவிக அணியோ, தொடர்நிலைச் செய்யுள் என்று கூறப்படும் ஒரு பெரிய காப்பியம் முழுவதும் ஊடாடி நிற்கும் கருத்தையோ, நீதியையோ பற்றியதாகக் கூறப்படுகிறது.

பாவிக அணியின் இலக்கணம்

பாவிகம் என்று சொல்லப்படுவது, காப்பியமாகிய தொடர்நிலைச் செய்யுளில் கவிஞரால் கருதிச் செய்யப்படுவதோர் குணம் ஆகும்.

இதனைத் தண்டி ஆசிரியர் **“பாவிகம் என்பது காப்பியப் பண்பே” (தண்டி, 91)** - என்ற நூற்பாவால் கூறுகிறார்.

கவிஞரால் கருதிக் கூறப்படும் காப்பியப் பண்பு, தொடர்நிலைச் செய்யுள் முழுவதும் நோக்கிக் கொள்ளப்படுவது அல்லாமல், தனித்து ஒரு பாட்டால் நோக்கிக் கொள்ளப் புலப்படாதது என்று தண்டியலங்கார உரை இவ்வணி அமையும் இயல்பு பற்றிக் குறிப்பிடுகிறது. எனவே ஏனைய முப்பத்து நான்கு அணிகளும் ஒரு பாடலில் கொள்ளப்படும் என்பது புலனாகும்.

தண்டியலங்கார உரையில் பாவிக அணிக்குச் சான்றாக, இராமாயணம், பாரதம், அரிச்சந்திர புராணம் ஆகிய காப்பியங்கள் முழுவதும் வைத்து நோக்கிக் கொள்ளப்படும் பண்புகள் மிக அழகாகவும் சுருக்கமாகவும் கூறப்படுகின்றன. அவை வருமாறு:

> **பிறன்இல் விழைவோர் கிளையொடும் கெடுப;**
> **பொறையில் சிறந்த கவசம் இல்லை;**
> **வாய்மையில் கடியது ஓர் வாளி இல்லை.**

‘பிறன்இல் விழைவோர் கிளையொடும் கெடுப’ என்பதற்குப் பொருள், ‘பிறன் மனைவியை விரும்புவோர் சுற்றத்தொடும் கெடுவர்’ என்பதாகும். இது இராமாயணத்தால் உணரப்படும்.

‘பொறையில் சிறந்த கவசம் இல்லை’ என்பதற்குப் பொருள், ‘பொறுமையைக் காட்டிலும் சிறப்புற்ற பாதுகாப்பு இல்லை’ என்பதாகும். இது பாரதத்தால் உணரப்படும்.

‘வாய்மையில் கடியது ஓர் வாளி இல்லை’ என்பதற்குப் பொருள், ‘வாய்மையைக் காட்டிலும் துன்பத்தை அழிக்கத்தக்க கூர்மை உடையதோர் அம்பு இல்லை’ என்பதாகும். இது அரிச்சந்திர புராணத்தால் உணரப்படும்.

தண்டமிழ்க் காப்பியமாகிய சிலப்பதிகாரத்தில் ஊடாடி நிற்கும் காப்பியப் பண்புகளை இளங்கோவடிகள் மிக அழகாகப் பதிகத்தில்,

> **அரசியல் பிழைத்தோர்க்கு அறம் கூற்றுஆவதூஉம் உரைசால்**
> **பத்தினியை உயர்ந்தோர் ஏற்றலும்**
> **ஊழ்வினை உருத்துவந்து ஊட்டும்**

என்று கூறுகிறார். பாவிக அணிக்கு இளங்கோவடிகள் கூறுவதும் நல்ல சான்றாக ஆன்றோரால் கொள்ளப்படுகின்றது.

கதைப்பின்னலும் பாவிகமும்

இனி காப்பியத்தில் இடம்பெறும், கதைப்பின்னல் பற்றியும் காப்பியப் பாவிகம் பற்றியும் பார்ப்போம்.

கதைப்பின்னல்

மேற்கண்ட காப்பிய நிகழ்வுகளை ஆசிரியர் சாத்தனார் வெளிப்படுத்தும் முறை சுவையானது. அவரது காப்பிய நடை எளிமையானது. பல்வேறு கிளைக் கதைகளை இணைத்துக் காப்பியச் சுவைபடக் கதையை நகர்த்திச் செல்கிறார். பல்வேறு பழம்பிறப்புக் கதைகளைக் கதைப் போக்கில் இணைத்து நயம்பட உரைப்பது குறிப்பிடத்தக்கது. காப்பியக் கதையுடன் மாதவி, சுதமதி, காய சண்டிகை, ஆதிரை, கண்ணகி, உதயகுமரன், ஆபுத்திரன், கோவலன் முதலானோரின் பழம்பிறப்புக் கதைகளை இணைத்துக் காப்பியத்திற்கு ஒரு பெருமித உணர்வை ஊட்டியிருக்கிறார் சாத்தனார்.

தீவ திலகை, மணிமேகலா தெய்வம், தரும பீடிகை, கந்திற்பாவை முதலான தெய்வீகப் பாத்திரங்களும், இயற்கைக்கு மிகையான நிகழ்வுகள் பலவும் காப்பியத்தில் இடம்பெறுவது காப்பியத்திற்கு மேலும் ஓர் பெருமித உணர்வை ஏற்படுத்துகின்றது. காவிரிப் பூம்பட்டினத்தில் கால் கொள்ளும் காப்பிய நிகழ்ச்சி, மணிபல்லவம், சாவக நாடு வரை சென்று வஞ்சிக்குப் போய் காஞ்சியை அடைந்து இறுதி வடிவம் பெறுகிறது. மணிமேகலையை மலர்வனம் செலுத்தக் கருதிய சாத்தனார் விழாவறை காதை, ஊரலர் உரைத்த காதைகளை அமைத்து மலர்வனத்துள் புகச் செய்கிறார்.

அங்கிருந்து அவளை மணிபல்லவத்திற்கு எடுத்துச் செல்லக் கருதி உதயகுமரன் காதலைத் தோற்றுவிக்கிறார். மணிமேகலைக்கும் அவன்பால் இருந்த முற்காதலே, மணிமேகலா தெய்வம் அவளை மணிபல்லவத்திற்கு எடுத்துச் செல்லக் காரணமாக அமைகிறது. இங்கு, மணிமேகலை பழம்பிறப்பு வரலாறும், தரும பீடிகை வரலாறும், அமுதசுரபி வரலாறும், தீவ திலகை வரலாறும் வந்து சேர்கின்றன. மணிமேகலா தெய்வம் கொடுத்த மந்திரம், பின்னர், உலக அறவியில் இருந்து, காய சண்டிகை வடிவில் உதயகுமரனிடமிருந்து தப்பிக்க உதவுகிறது; அரசன்தேவி ஒரு முரடனை ஏவி, அவள் கற்பை அழிக்க ஏற்பாடு செய்யும் போது, ஆணாக உருமாறுவதற்கு உதவுகிறது; தேவி உணவளிக்காது வருத்த,

பசித்துன்பத்தைத் தாங்குவதற்கும் உதவுகிறது; மாதவன் வடிவு கொண்டு, சமய அறம் கேட்கவும், வான்வழிச் செல்வதற்கும் அவளுக்கு அருந்துணையாகிறது.

காய சண்டிகை வரலாறு, உதயகுமரன் இறப்பிற்குக் காரணமாகிறது. ஆபுத்திரன், ஆதிரை வரலாறு அமுத சுரபியோடு இணைகிறது. சக்கரவாளக் கோட்டம் பற்றிய கதை, உடம்பின் நிலையாமையை வலியுறுத்த வந்துள்ளது. இவ்வாறு, பல்வேறு வரலாறுகளும் கிளைக் கதைகளும் நிகழ்வுகளும் வந்து இணைந்து காப்பியக் கதைப்பின்னலைச் சுவைபட நடத்திச் செல்கின்றன.

காப்பியப் பாவிகம்

முதலில் பாவிகம் என்பது என்ன என்று அறிந்துகொள்வோம்? ஒரு பாடலைப் படிக்கிறோம். அது முழுமையாக உணர்த்தும் பொருள் என்ன என்று சூழ்ந்து நோக்கி (எண்ணிப் பார்த்துப்) புரிந்து கொள்கிறோம். ஒரு நீண்ட கதையைப் படித்து முடிக்கும்போதும் அது முழுமையாக என்ன கருத்தை உணர்த்துகிறது என்பதைப் புரிந்துகொள்கிறோம்.

'அடுத்தவனின் மனைவியை அடைய நினைப்பவனின் குலமே அழியும்' என்பது இராமாயணக் காப்பியத்தின் பாவிகம். அரிச்சந்திரன் கதை 'உண்மையே பேசுவோர் பல துன்பங்களை அடைந்தாலும் இறுதியில் பெருமை அடைவர்' என்பதை உணர்த்துவதை அறிவோம். இது அரிச்சந்திரப் புராணத்தின் பாவிகம். 'பொறுமையை விடச் சிறந்த கவசம் இல்லை' என்பது பாரதக் கதையின் பாவிகம். சிலப்பதிகாரம் மூன்று பெரிய உண்மைகளைப் பாவிகமாகக் கொண்டிருப்பது என்பது ஒரு எடுத்துக்காட்டு

பாவிகம் என்பது காப்பியப் பண்பே என்பார் தண்டி. சாத்தனார் மேற்கண்டவாறு கதை நிகழ்ச்சிகளைப் பல கோணங்களில் எடுத்துச் சொல்வதற்கான காரணம் என்ன? பாவிகமாக அவர் எதை உணர்த்த விரும்புகிறார்? உலகில் மக்கள் வாழ்க்கையில் நிகழும் ஒவ்வொரு நிகழ்ச்சியும் ஒரு காரணம் பற்றி நிகழ்கின்றதேயன்றி வேறில்லை. இப்பிறப்பில் மக்களுக்கு உண்டாகும் நன்மை தீமைகளுக்குக் காரணம் முன்னை வினைப் பயனே. "பிறப்பு

பல மாறினும் வினைப் பயன் விடாது வந்து பற்றும் என்பதைப் பாவிகமாக வலியுறுத்தவே சாத்தனார் இக்காப்பியம் படைத்தார்" என்று தோன்றுகிறது. ஏனைய சமயக் கணக்கர் தம் சமயச் சிந்தனையிலும் பவுத்த சமயச் சிந்தனையே மேலோங்கியது என்பதை வலியுறுத்துவதும் இதன் நோக்கமாக அமைகின்றது.

14. பாவிக அணி என்பது குறித்து

பக்கம் – உரையாடல் – வாசி – தொகு – பக்க வரலாறு

கருவிப் பெட்டி

பொருள் அணிகளில் உள்ள மற்ற முப்பத்து நான்கு அணிகளும் தனிநிலைச் செய்யுளில் (ஒரு தனிப்பாடலில்) அமையுமாறு தண்டி ஆசிரியரால் கூறப்பட்டவை. ஆகும். பாவிக அணியோ, தொடர்நிலைச் செய்யுள் என்று கூறப்படும் ஒரு பெரிய காப்பியம் முழுவதும் ஊடாடி நிற்கும் கருத்தையோ, நீதியையோ பற்றியதாகக் கூறப்படுகிறது.

பாவிக அணியின் இலக்கணம்

பாவிகம் என்று சொல்லப்படுவது, காப்பியமாகிய தொடர்நிலைச் செய்யுளில் கவிஞரால் கருதிச் செய்யப்படுவதோர் குணம். இதனைத் தண்டி ஆசிரியர், “பாவிகம் என்பது காப்பியப் பண்பே” (தண்டியலங்காரம், 91)என்ற நூற்பாவால் கூறுகிறார்.

கவிஞரால் கருதிக் கூறப்படும் காப்பியப் பண்பு, தொடர்நிலைச் செய்யுள் முழுவதும் நோக்கிக் கொள்ளப்படுவது அல்லாமல், தனித்து ஒரு பாட்டால் நோக்கிக் கொள்ளப் புலப்படாதது என்று தண்டியலங்கார உரை இவ்வணி அமையும் இயல்பு பற்றிக் குறிப்பிடுகிறது. எனவே ஏனைய முப்பத்து நான்கு அணிகளும்

ஒரு பாடலில் கொள்ளப்படும் என்பது புலனாகும்.

தண்டியலங்கார உரையில் பாவிக அணிக்குச் சான்றாக, இராமாயணம், பாரதம், அரிச்சந்திர புராணம் ஆகிய காப்பியங்கள் முழுவதும் வைத்து நோக்கிக் கொள்ளப்படும் பண்புகள் மிக அழகாகவும் சுருக்கமாகவும் கூறப்படுகின்றன. அவை வருமாறு:

- பிறன்இல் விழைவோர் கிளையொடும் கெடுப;
- பொறையில் சிறந்த கவசம் இல்லை;
- வாய்மையில் கடியது ஓர் வாளி இல்லை.

'பிறன்இல் விழைவோர் கிளையொடும் கெடுப' என்பதற்குப் பொருள், 'பிறன் மனைவியை விரும்புவோர் சுற்றத்தொடும் கெடுவர்' என்பதாகும். இது இராமாயணத்தால் உணரப்படும்.

'பொறையில் சிறந்த கவசம் இல்லை' என்பதற்குப் பொருள், 'பொறுமையைக் காட்டிலும் சிறப்புற்ற பாதுகாப்பு இல்லை' என்பதாகும். இது பாரதத்தால் உணரப்படும்.

'வாய்மையில் கடியது ஓர் வாளி இல்லை' என்பதற்குப் பொருள், 'வாய்மையைக் காட்டிலும் துன்பத்தை அழிக்கத்தக்க கூர்மை உடையதோர் அம்பு இல்லை' என்பதாகும். இஃது அரிச்சந்திர புராணத்தால் உணரப்படும்.

தண்டமிழ்க் காப்பியமாகிய சிலப்பதிகாரத்தில் ஊடாடி நிற்கும் காப்பியப் பண்புகளை இளங்கோவடிகள் மிக அழகாகப் பதிகத்தில்,

- அரசியல் பிழைத்தோர்க்கு அறம் கூற்று ஆவதூஉம்
- உரைசால் பத்தினியை உயர்ந்தோர் ஏத்தலும்
- ஊழ்வினை உருத்துவந்து ஊட்டும்

என்று கூறுகிறார். பாவிக அணிக்கு இளங்கோவடிகள் கூறுவதும் நல்ல சான்றாக ஆன்றோரால் கொள்ளப்படுகின்றது. (பாவிக அணி குறித்துக் கூறப்படுவன குறித்து விளக்கப்படுவனவற்றின் ஒரு சிறு தொகுப்பு இது) காப்பியம் என்பது இலக்கிய வடிவங்களில் ஒன்று. இதனைப் பெருங்காப்பியம் என்றும், சிறுகாப்பியம் என்றும் பகுத்துக் காட்டினர் அறம், பொருள், இன்பம், வீடு என்பனவற்றோடு ஓர் ஒப்பிலாத் தலைவனையும் தலைவியையும் கொண்டு இயற்றப்படுவது பெருங்காப்பியமாகும். வாய்மொழி இலக்கியம், தன்னுணர்ச்சிப் பாடல்கள், கதைபொதி பாடல்கள்

என்று இது விரிந்து வளர்கிறது. நான்கு பொருள்களையும் பயக்காமல் சில பொருள்கள் மட்டும் பயக்கும் கதைநூல் சிறுகாப்பியம்.

தமிழின் பழைய இலக்கியங்கள் தனிப்பாடல் திரட்டுக்களாகவே உள்ளன. தமிழ் மொழியில் 3 அடி முதல் 782 அடியுள்ள நீண்ட பாட்டு வரையில் உள்ள தனிப்பாட்டுகளே சங்க இலக்கியமாக உள்ளன. தொடக்கத்தில் நாட்டுப் பாடல்களின் ஓசையமைப்பையும் பொருள் வகையையும் ஒட்டி வளர்க்கப்பட்ட தனிப்பாடல்களே தமிழ் இலக்கியத்தின் தோற்றமாகும்.

சங்கப் பாடல்களில் நாட்டியக் கலையில் நன்கு தேர்ந்த விறலியர், கூத்தர், பொருநர் என்போர் பற்றிய குறிப்புகள் உள. ஆயினும் சங்க காலத்தில் கதை தழுவிய நாடகங்களும் கதைகளும் பல இருந்திருக்கக் கூடும். ஆனால், அந்தக் கதைகள் திரண்டு வளர்ந்து காப்பியங்களாக உருவம் கொள்ளவில்லை. கற்றறிந்த புலவோர் அந்தக் கதைகளை எழுதிப் போற்ற மனம்கொள்ளாதது காரணமாக இருக்கலாம்.

15. காப்பியம்—சொல்விளக்கம்

காப்பு + இயம் = காப்பியம் ஆகியது. பழமரபுகளைக் குறிப்பாக இலக்கண மரபுகளைக் காத்து நிற்பது காப்பியம் என்ற பொருளில் தமிழில் இச்சொல் முதலில் பயன்படுத்தப்பட்டுள்ளது.

'இயம்பு' என்பது 'சொல்' எனப் பொருள்படும் ஒரு வினைச்சொல். இசைக் கருவிகளை இயம் என்பது பண்டைய வழக்கு. பல இசைக் கருவிகளைப் பல்லியம் என்பர். சிறிய இசைக்கருவிகளை இயக்கிக்கொண்டு குன்றுதோறாடும் முருகன் 'குறும்பல்லியத்தன்' எனப் போற்றப்படுகிறான். பல இசைக் கருவிகளை முழக்கிய சங்ககாலப் புலவர் நெடும்பல்லியத்தனார். இவை இயம்பும். இயம்பப் பயன்படுத்தப்படும். இசைக் கருவிகளால் இயம்புவோர் இவர். தொல்காப்பியத்தில் 'காப்பியம்' என்னும் சொல் உள்ளது. தொல்+காப்பு+இயம் என்பது தொல்காப்பியம். இது தமிழில் இருக்கும் மொழியியல் வாழ்வியல் தொன்மையை இயம்பும் நூல். இவற்றால் 'காப்பியம்' என்பது தூய தமிழ்சொல் என்பது பெறப்படும்.

பாகுபாடு

காப்பியத்தை ஐம்பெருங்காப்பியங்கள் என்றும் ஐஞ்சிறுகாப்பியங்கள் என்றும் பிற்காலத்தில் பாகுபாடு செய்துள்ளனர். இந்தப் பாகுபாடு தோன்றிய காலம் கருத்தில் கொள்ளத்தக்கது. தமிழ் இலக்கிய

வரலாற்றில் வீரயுகத்தை அடுத்துத்தான் காப்பியக் காலம் தொடங்குகிறது. இக்காப்பிய எழுச்சிக்கு வித்திட்டவர் இளங்கோ அடிகள். இவர் எழுதிய காப்பியம் சிலப்பதிகாரம். அதற்கு முன் பல காப்பியங்கள் எழுந்திருக்க வேண்டும் என அறிஞர்கள் கருத்துத் தெரிவித்தாலும் அவை அனைத்திற்கும் இதுவரை ஆதாரங்கள் இல்லை. எனவேஅவை ஊகங்களாகவே கருதப் படுகின்றன,. தமிழில் தோன்றிய முதல் காப்பியமே சிலப்பதிகாரம்தான். இதனை அடியொற்றியே தமிழில் பல காப்பியங்கள் எழுதப்பட்டுள்ளன.

'ஐம்பெருங்காப்பியம்' என்னும் தொடரை 14-ம் நூற்றாண்டு மயிலைநாதர் குறிப்பிடுகிறார். தணிகையுலா நூல் வழங்கியுள்ளதன் அடிப்படையில் இந்தப் பாகுபாடு தோன்றியது.

தமிழ் மரபுக் காப்பியங்கள்

காப்பியம் என்றாலே தமிழர்களுக்குச் சிலப்பதிகாரம், சிந்தாமணி முதலான ஐம்பெருங் காப்பியங்களும், சூளாமணி, நீலகேசி முதலான ஐஞ்சிறு காப்பியங்களுமே நினைவுக்கு வரும். தொடர்ந்து பெரியபுராணம், கம்பராமாயணம், வில்லிபாரதம் முதலான பலவும் நம் நினைவுக்கு வருவதுண்டு. 20-ஆம் நூற்றாண்டில் பாரதியின் பாஞ்சாலி சபதம், பாரதிதாசனின் பாண்டியன் பரிசு, புலவர் குழந்தையின் இராவண காவியம், கண்ணதாசனின் ஏசு காவியம் போன்றனவும் காப்பியங்களாகவே எண்ணப்படுகின்றன

தமிழில் தோன்றியுள்ள காப்பியங்களுள் சிலப்பதிகாரம், மணிமேகலை மற்றும் பெரிய புராணம் மட்டுமே தமிழ்நாட்டுக் கதைகளை மூலக் கருவாகக் கொண்டு இயற்றப்பட்டுள்ளன. மற்றவை சமஸ்ருதம், பிராகிருதம் ஆகிய மொழிகளின் தழுவல்களாகவோ அல்லது தமிழாக்கங்களாகவோ உள்ளன.[6]

அடிக்குறிப்பு

1. 12ஆம் மூற்றாண்டு நூல் தண்டியலங்காரம்
2. இன் இசை இயத்தின் கறங்கும் கல்மிசை அருவிய (அகம் 225)
3. குழலன், கோட்டன், குறும் பல்லியத்தன் (திருமுருகாற்றுப்படை 209)
4. கலித்த இயவர் இயம் தொட்டன்ன (மதுரைக்காஞ்சி) 304

5. பின்னர் தாமோதரம்பிள்ளை 'ஐஞ்சிறு காப்பியம்' என்னும் தொகுப்பைக் காட்டினார். சூளாமணி, தாமோதரம்பிள்ளை பதிப்பு,

6. தமிழ் இலக்கிய வரலாறு பத்தாம் நூற்றாண்டு, 005 பக்கம் 2

குறிப்பு: இதனை மேற்கோள் காட்டிக் கூறுவது மு.அருணாசலம்,

நன்றி: விக்கிபீடியா

16. மதங்களும் தமிழகமும்...

'அந்நஜாத்' எனும் இதழில் (அக்டோபர் 2017) எஸ்.ஹஸரத் அலி என்பவர் எழுதியுள்ள 'கேட்கும் செவிப்புலனின் சிறப்பு' எனும் கட்டுரை ஒன்று கண்ணில் பட்டது. "கண்களைவிட நம் காதுகளுக்கே அல்லாஹ் முதலிடம் கொடுத்து அல்குரானில் செவியை முற்படுத்துகிறான்" என்று அவர் குறிப்பிடுகிறார். இறந்து புதைக்கப்பட்ட பின்னும் கூட செவிப்புலன் செயல்படும் என்கிற நம்பிக்கை முஸ்லிம்களிடம் உண்டு எனவும் அவர் குறிப்பிடுகிறார்.

யூதம், கிறிஸ்தவம், இஸ்லாம் ஆகிய யூதேய மதங்கள் "வேதம் வழங்கப்பட்டவை" (அஹ்லி அல் கிதாப்) என இஸ்லாத்தில் அடையாளப் படுத்தப்படுவதுண்டு. வழங்கப்பட்ட வேதங்களை முறையாகக் கற்று, முறைப்படி ஓதி, சந்ததியினருக்குக் கையளித்து வருவது இந்த வகையில் இந்த மதங்களில், குறிப்பாக முஸ்லிம் மதத்தில் முக்கிய கடமை ஆகிவிடுகிறது. "ஓதுவீராக" - என்றுதான் திருக்குர் ஆன் தொடங்குகிறது. ஓதுதல் எனத் தமிழில் மொழியாக்கப்பட்டாலும் "*Read*" என்னும் பொருளில் அது அமைவதாகவே உணர முடிகிறது.

ஆனால் இந்த வேதங்கள் உருப்பெற்ற காலத்தில் அச்சுக்கள் உருப்பெற்றிருக்கவில்லை. *Gutenberg* ன் *Movable type printing press*

உருவான பின்னர்தான், அதாவது மத்திய காலத்திற்குப் பிந்தான் மிக மெதுவாக அச்சுக்கலை உருவானது. அதுவரை மதங்களின் கருத்து மற்றும் வேதப் பரவல் என்பது வாய்மொழியையும் செவிப்புலனையும் சார்ந்ததாகவே அமைந்தது.

பொதுவில் மனிதப் பிரக்ஞை என்பது அச்சுக்குப் பின்பே ஒலி அடிப்படையில் கட்டமைக்கப்படுவதிலிருந்து பார்வை அடிப்படையில் கட்டமைக்கப்படும் நிலை நோக்கி நகர்ந்தது என்பதை மார்ஷல் மக்லூஹன் போன்ற கல்வியாளர்களும் குறிப்பிடுகின்றனர். இன்னும் எளிமையாகச் சொல்வதானால் மனிதப் ப்ரக்ஞையிலும் அறிவுப் பரவலிலும் ஒளியைக் காட்டிலும் ஒலி நீண்ட காலம் வரை கூடுதல் ஆதிக்கம் செலுத்தி வந்துள்ளது. இந்தப் பின்னணியில்தான் 'அச்சு' என்பது மிக முக்கிய ஒரு சமூக நிகழ்வாக வெளிப்பட்டது. இஸ்லாமியர்கள் மத்தியில் திருக்குர்ஆனை அழகிய வடிவில் கையால் எழுதும் *calligraphy* ஒரு கலையாக இருந்தபோதும் பெரிய அளவில் கருத்துப் பரவல், அறிவுப் பகிர்வு என்பதில் ஒரு ஜனநாயகப்பாடு அச்சுக்குப் பின்னரே ஏற்பட்டது.

மதங்களின் வரலாற்றில் அச்சு பல முக்கிய விளைவுகளுக்குக் காரணமாகியது. குறிப்பாக மேலைக் கிறிஸ்தவ மதத்திற்குள் உருவான சீர்திருத்தக் கிறிஸ்தவப் புரட்சியில் *(Protestant Revolution)* அச்சு ஒரு மிக முக்கிய பங்கு வகித்தது. *Lutheranism is a child of the printed book* என்பார்கள்.மத அடிப்படையிலான கத்தோலிக்க அதிகாரத்திற்கு ஒரு மிகப் பெரிய சவாலாக அச்சு இருந்தது. மிக விரைவில் கத்தோலிக்கமும் அச்சின் மூலம் எதிர்ப்புகளை எதிர்கொள்ள ஆரம்பித்தது.

கிறிஸ்தவம் சென்ற இடங்களில் எல்லாம் அச்சையும் கொண்டு சென்றது. தமிழிலும் கூட அச்சு மேலைக் கிறிஸ்தவத்தின் ஊடாகவே வந்தது. முன்னதாக கத்தோலிக்கக் கிறிஸ்தவம் செதுக்கு எழுத்து அச்சுக்கலையை இங்கே அறிமுகம் செய்திருந்தாலும் நவீன எழுத்துக் கோப்பு அச்சு முறை சீகன்பால்கு எனும் தரங்கம்பாடி லுதரென் மிஷன் பாதிரியாருக்குப் பின்தான் இங்கு பெரிய அளவில் வளர்ந்தது. ஒரு நூறு ரீம் பேப்பரும் அவர் தருவித்திருந்தார். அந்தக் காகிதம் தீர்ந்தவுடன் மேலும் காகிதம் வேண்டும் என எழுதியும் வருவதற்குத் தாமதமாகியது. அந்தக் காலத்தில் (18ம் நூ) கடிதம் போய்ச்சேர ஆறு மாதங்கள் ஆகும்.

பின்னர் சீகன்பால்கு இங்கேயே ஒரு காகிதப் பட்டறையை உருவாக்க முயற்சித்தார். அது தோல்வியில் முடிந்தது. அதற்குள் அவர் இளம் வயதில் இறந்துபோனார். தரங்கம்பாடிக்கு அருகில் உள்ள பொறையாரில் *TBM* கல்லூரிக்கு அருகில் 'காகிதப் பட்டறை' எனும் பெயரில் அந்த இடம் இன்று ஒரு தலித் குடியிருப்பாக உள்ளது. "அச்சுப்பண்பாட்டில் கிறிஸ்தவர்களும் முஸ்லிம்களும்" என்றொரு நூலை சுமார் பதினைந்து ஆண்டுகளுக்கு முன் எழுதினேன். அப்போது அந்தக் காகிதப் பட்டறைக்குச் சென்றேன். எந்த அடையாளமும் இப்போது இல்லை. சில காலம் முன்புவரை அங்கு சீகன்பால்கு பட்டறைக்கு என வெட்டிய ஒரு கிணறு இருந்ததாக ஒரு இடத்தைக் காட்டினார்கள்.

சீகன்பால்கு அவரால் முடிந்த அளவு அப்போது புழக்கத்தில் இருந்த தமிழ் நூற் சுவடிகளையும் சேகரித்தார். அப்படிச் சேகரித்த பல மாறுபட்ட கருத்துக்களை உடைய (சைவ / வைணவ) நூல்களையும் ஒரே இடத்தில் வைத்திருந்த வகையில் அவரை முதல் நூலகத்தை உருவாக்கியவர் எனவும் சொல்வதுண்டு.

தமிழில் அறிமுகமான இந்த அச்சுப் பண்பாடு பல மாற்றங்களை உருவாக்கியது. பண்டைத் தமிழ் நூல்கள் பல அழிவிலிருந்து காப்பாற்றப் பட்டன. தினசரி நாளிதழ்கள் உருவாயின. அந்த வகையில் தமிழ் அடையாளம் என்பது உருவானதிலும், கல்விப் பரம்பலிலும் அச்சுக்கு ஒரு முக்கிய பங்குண்டு. ஆனால் அதே நேரத்தில் மிகப் பெரிய அளவில் சாதிகளின் ஒருங்கிணைப்பிற்கும் அது வழி அமைத்தது. 'செங்குந்த மித்திரன்' 'நாடார் மகாஜனம்', 'ஆர்ய தர்மம்'... இப்படியான சாதிப் பத்திரிகைகளும் உருவாயின.

முஸ்லிம்களும், கிறிஸ்தவர்களும் ஒருவரை ஒருவர் ஏசி வெளியிட்ட வெளியீடுகள் சில பற்றியும் எனது முன் குறிப்பிட்ட நூலில் உண்டு.

ஒன்றைச் சொல்ல மறந்துபோனேன். முஸ்லிம் நாடுகளில் மிகத் தாமதமாகவே (19ம் நூ) அச்சுக்கலை பரவியது எனவும், இந்தியா முதலான முஸ்லிம்கள் பெரிய அளவில் வசித்த காலனிய நாடுகளில்தான் முஸ்லிம்கள் மத்தியில் முதலில் அச்சுக் கலைப் பயன்பாடு தொடங்கியது எனவும் தென்னாசிய முஸ்லிம்களின் வரலாறு குறித்து நிறைய எழுதியுள்ள ஃப்ரான்சிஸ் ராபின்சன் குறிப்பிடுகிறார்.

குறிப்பு : தமிழில் காப்பியம் குறித்து இப்பகுதியில் உள்ள கட்டுரைகள் மற்றும் குறிப்புகள் அனைத்தும் இது குறித்து ஆய்வு செய்துள்ள கட்டுரையாளர்கள் மற்றும் அமைப்புகளின் சுருக்கம். தமிழில் காப்பியம் என்பது தொடக்க காலங்களில் இல்லை என்றும் பின்னாளில் அதை ஏற்றது அத்துணை பொருத்தமானது அல்ல; அவை பிற மொழியினரிடமிருந்தே ஏற்கப்பட்டவை என்றும் முன்பு சிலரால் கூறப்பட்டது. சங்க கால வெளிப்பாடு அப்படி இல்லை என்றும் கூறப்பட்டது. இக் கருத்தை ஏற்க இயலாது. தமிழ் தொடர்ந்து வளர்ந்து கொண்டிருந்த ஒரு மொழி. மணிமேகலை, சிலப்பதிகாரம் முதலிய தமிழுக்கே உரித்தான மகத்தான படைப்புகள் பலவும் காப்பிய வடிவில் உருவானவை என்பதை நாம் கவனத்தில் கொள்ள வேண்டும் - அ.மா.

17. முப்பெரும் காப்பியங்களில் ஒன்றான மணிமேகலை ஆராய்ச்சி

தமிழ் விரிவுரை வித்யான் திரு. ஔவை க. துரைசாமிப் பிள்ளை அவர்கள் மணிமேகலை ஆராய்ச்சி எனும் தலைப்பில் எழுதிய விரிவான கட்டுரையிலிருந்து சில பகுதிகள் மட்டும் இங்கே சுருக்கித் தொகுக்கப்படுகிறது. - அ.மார்க்ஸ்.

'மணிமேகலை' என்பது ஐம்பெரும் தமிழ்க் காப்பியங்களில் ஒன்று என்பது தமிழ் உலகம் நன்கறிந்த செய்தி. நூலாசிரியர் பலரும் பெரிதும் ஈடுபட்டுத் தமிழருமை வாய்ந்த இந்த அரிய நூல் 'கற்பனைக் களஞ்சியமாக விளங்கிய துரைமங்கலம் சிவப்பிரகாச அடிகள் தாம் அருளிய திரு வெங்கைக் கோவையில், "கொந்தார் குழல் மணிமேகலை நூல் நுட்பம் கொள்வதெங்ஙனம்? என்று அம்பிகாபதி என்பவரால் அம்பிகாபதி கோவைக்கண், "மாதவி பெற்ற மணிமேகலை நம்மை வாழ்விப்பதே" எனும் தொனி நயம்படப் போற்றி உரைத்த அருமை உடையது; எனவே சீவக சிந்தாமணி, சிலப்பதிகாரம் என்கிற இரண்டினும் எளிய நடை பொருந்தியது நம் மணிமேகலை; அங்காங்கு சிதறித் தோன்றிய 'வளையாபதி' 'குண்டலகேசி' என்ற காப்பியச் செய்யுட்களை நோக்க அவற்றினும் நடையழகு சிறந்திருப்பது;

இயற்கை அழகை காவிரிப் பூம்பட்டினம், வஞ்சி, காஞ்சி முதலிய பெருநகரங்கள் பண்டைச் சிறப்பை எடுத்துக் காட்டுவது; இயற்கை அழகை இனிது காட்டி மகிழ்வித்து புத்த தருமங்களையும் பண்டை நாளில் தமிழகத்தில் நிலவிய பல சமயக் கருத்துகளையும் விளங்க அறிவிப்பது. நெஞ்சை அள்ளும் சிலப்பதிகாரத்தின் தொடர்ச்சியாக கோவலனுக்கும் மாதவிக்கும் பிறந்த மகளான மணிமேகலையின் துறவு செஞ் சொல் சுவை ததும்பு சொல்லும் சீர்மையுடையதும் ஆகும்.

www.ingramcontent.com/pod-product-compliance
Lightning Source LLC
Chambersburg PA
CBHW031342230926
51848CB00002B/340
* 9 7 8 9 3 4 8 4 3 9 1 5 4 *